AF766317

ഗ്രീൻ ബുക്സ്

ഇരുളാട്ടം

ജി.എസ്. ഉണ്ണിക്കൃഷ്ണൻ

നോവലിസ്റ്റ്, പത്രപ്രവർത്തകൻ, ബാലസാഹിത്യകാരൻ, ശാസ്ത്രലേഖകൻ, ഡോക്യുമെന്ററി സംവിധായകൻ. 1964-ൽ തിരുവനന്തപുരം ചെട്ടിക്കുളങ്ങരയിൽ ജനനം. അച്ഛൻ ഡോ. കെ. ഗോവിന്ദൻ നായർ. അമ്മ പരേതയായ എം. സരോജിനി അമ്മ. ബനാറസ് ഹിന്ദു സർവ്വകലാശാലയിൽ നിന്നും കാർഷിക ബിരുദവും പത്രപ്രവർത്തനത്തിൽ ബിരുദാനന്തര ഡിപ്ലോമയും നേടി. കൃഷി അഡീഷണൽ ഡയറക്ടർ ആയി 2020 മെയ് 31ന് സംസ്ഥാന സർവീസിൽ നിന്നും വിരമിച്ചു. 17 ദേശീയ അവാർഡുകളും 13 സംസ്ഥാന അവാർഡുകളും നേടിയിട്ടുണ്ട്. ഗ്രീൻ ബുക്സ് പ്രസിദ്ധീകരിച്ച 'ഒട്ടകങ്ങൾ പറഞ്ഞ കഥ' എന്ന പുസ്തകത്തിന് ഭീമ അവാർഡ് ലഭിച്ചു. ഇതരകൃതികൾ: കിമേറ, പ്ലാനറ്റ് റെഡ് (ശാസ്ത്ര നോവലുകൾ), ഡിറ്റക്ടീവ് മാലിക്ക് (കുറ്റാന്വേഷണ നോവൽ) തുടങ്ങി 51 പുസ്തകങ്ങൾ പ്രസിദ്ധീകരിച്ചു. വിവിധ മാധ്യമങ്ങളിലായി മൂവായിരത്തിലേറെ ലേഖനങ്ങളാണ് ഉണ്ണിക്കൃഷ്ണന്റേതായി ഇതിനകം പ്രസിദ്ധീകരിച്ചത്. ഉണ്ണിക്കൃഷ്ണൻ നിർമ്മിച്ച ഡോക്യുമെന്ററികൾ നിരവധി ദേശീയ, അന്തർദ്ദേശീയ ചലച്ചിത്രമേളകളിൽ പ്രദർശിപ്പിക്കുകയും പുരസ്കാരങ്ങൾ നേടുകയും ചെയ്തിട്ടുണ്ട്.

Email: unnikrishnangsnair@gmail.com

ഗ്രീൻ ബുക്സ് പ്രസിദ്ധീകരിച്ച
ഗ്രന്ഥകാരന്റെ ഇതര കൃതി

ഒട്ടകങ്ങൾ പറഞ്ഞ കഥ

നോവൽ

ഇരുളാട്ടം

ജി.എസ്. ഉണ്ണിക്കൃഷ്ണൻ

ഗ്രീൻ ബുക്സ്

green books private limited
gb building, civil lane road, ayyanthole,
thrissur- 680 003, kerala, ph: +91 487-2381066, 2381039
website: www.greenbooksindia.com
e-mail: info@greenbooksindia.com

malayalam
irulaattam
novel
by
g s unnikrishnan

published september 2022

illustrations : vijayan neyyattinkara
cover design : rajesh kamalu

printed in india
manipal technologies ltd

branches:
thrissur 0487-2422515
thiruvananthapuram 0471-2335301
calicut 0495 4854662

isbn : 978-93-93596-32-1

₹ 210.00
GBPL/1251/2022

ആമുഖം

കാടിന്റെ വന്യതയും വശ്യതയും. താഴ്‌വാരങ്ങളിലൂടെ ചൂളം വിളിച്ചു പായുന്ന കാറ്റും ശാന്തസുന്ദരിയായി ഒഴുകുന്ന ഭവാനിയും പകർന്ന ഹർഷോന്മാദം. ഇതൊക്കെ അനുഭവിച്ചറിഞ്ഞ കുറെ നാളുകൾ. ഇക്കാലത്ത് കണ്ടും കേട്ടുമറിഞ്ഞ, അട്ടപ്പാടിയുടെ കറുത്ത മക്കളുടെ ജീവിതം മനസ്സിനെ ഏറെ സ്പർശിച്ചു. 'ഇരുളാട്ടത്തിന്റെ' കഥാബീജം രൂപപ്പെടുന്നത് ഈ നാളുകളിലാണ്.

2010ൽ ഇത് മനസ്സിൽനിന്ന് കടലാസ്സിൽ പകർത്താൻ തുടങ്ങി. നോവലായി മാറാൻ വീണ്ടും പത്ത് വർഷങ്ങളെടുത്തു. ഇതിനിടെ കാടും മലനിരകളുമൊക്കെയുള്ള, പച്ച മനുഷ്യരുടെ അന്ധകാര വിഹാരഭൂമികകളിൽ കഴിയാൻ വീണ്ടും ചില അവസരങ്ങൾ. അത് നോവലിന്റെ വികാസത്തിന് സഹായകരമായി. 2018ൽ പൂർത്തിയായെങ്കിലും പല തവണ മാറ്റിയെഴുതി. 2021ൽ പൂർണരൂപമായ ഉടൻ ഗ്രീൻ ബുക്സിലെ കൃഷ്ണദാസ് സാറിന് നോവലിന്റെ ഉള്ളടക്കം സൂചിപ്പിച്ചുകൊണ്ട് മെയിൽ അയച്ചു. അനുകൂലമായ മറുപടിയാണ് ലഭിച്ചത്. ഭീമ അവാർഡ് ലഭിച്ച 'ഒട്ടകങ്ങൾ പറഞ്ഞ കഥ' എന്ന നോവൽ ഗ്രീൻ ബുക്സ് 2008ൽ പ്രസിദ്ധീകരിച്ച കാലം മുതൽ അദ്ദേഹം എന്നോട് ഏറെ സൗഹൃദത്തോടെയും സ്നേഹത്തോടെയുമാണ് പെരുമാറിയിരുന്നത്. പുസ്തകം പുറത്തിറങ്ങുമ്പോഴേക്ക് കൃഷ്ണദാസ് സാർ വിട പറഞ്ഞുപോയി എന്നത് ഏറെ ദുഃഖമുളവാക്കുന്നു .

ഈ പുസ്തകത്തിന്റെ ഉള്ളടക്കത്തെക്കുറിച്ച്. ഇരുട്ടിൽ ജീവിക്കാൻ വിധിക്കപ്പെട്ട, പാർശ്വവൽക്കരിക്കപ്പെട്ട മനുഷ്യരുടെ കഥയാണ് 'ഇരുളാട്ടം'. ജീവിതം വഴിമുട്ടുമ്പോൾ

'ഈ നാളും കടന്നുപോകും' എന്നാശ്വസിക്കാൻ പോലു മാകാത്ത ചില മനുഷ്യർ. അവരുടെ ശരീരത്തെയും മന സ്സിനെയും വലിച്ചൂറ്റുന്ന, 'മനുഷ്യൻ' എന്ന വിശേഷണ മർഹിക്കാത്ത ചില പരാദങ്ങൾ. എല്ലാത്തിനും മൂക സാക്ഷിയായി മല്ലീശ്വരൻ. സമാന്തരമായി, ആധുനിക ജീവിതം സമ്മാനിച്ച ജീർണതയുടെ ഇരകളായ ചിലരുടെ കഥയും പറയുന്നു. സംസാരജീവിതത്തിൽനിന്ന് ഒളി ച്ചോടാനുള്ള മാർഗമാണ് ആത്മീയത എന്ന് കരുതി അല യുന്ന ചില ജന്മങ്ങൾ. ആൽബി, വേലു, ചെമ്പൻ എന്നീ മുഖ്യകഥാപാത്രങ്ങളിലൂടെയാണ് ഈ നോവൽ സഞ്ചരി ക്കുന്നതെങ്കിലും ഇവർക്ക് ചുറ്റുമുള്ള കുറെ കഥാപാത്ര ങ്ങളും കഥാസന്ദർഭങ്ങളും ഇരുളാട്ടത്തിന്റെ ഭാഗമാണ്. വിവരണാത്മകത ഒഴിവാക്കി കഥ പറഞ്ഞുപോകുന്ന ശൈലിയാണ് സ്വീകരിച്ചിട്ടുള്ളത്. ഇതിലെ കഥാതന്തു ക്കൾ വായനക്കാർക്ക് ഹൃദയസ്പർശിയായി മാറിയാൽ ഞാൻ കൃതാർത്ഥനായി.

ഈ പുസ്തകത്തിന്റെ പ്രസിദ്ധീകരണത്തിന് വേണ്ട പിന്തുണ നൽകിയ ഡോ. വി. ശോഭയുൾപ്പെടെയുള്ള ഗ്രീൻ ബുക്സ് കുടുംബത്തോട് എനിക്കു നന്ദിയുണ്ട്. പുസ്തകത്തിനുവേണ്ടി മനോഹരമായ ചിത്രങ്ങൾ വരച്ച വിജയൻ നെയ്യാറ്റിൻകരയ്ക്കും നന്ദി. 'ഇരുളാട്ടം' നന്നായി വായിക്കപ്പെടുമെന്ന പ്രത്യാശയോടെ,

ജി.എസ്. ഉണ്ണികൃഷ്ണൻ

ഇരുളാട്ടം

ഒന്ന്

നേരം വെളുത്തു തുടങ്ങിയിട്ടേയുള്ളൂ. ആൽബി അങ്ങ് മേലെയുള്ള കാട്ടിലേക്കു നോക്കി കാതോർത്തു ''എടാ അല്ലൂ'' എന്ന വിളി എവിടെ യെങ്കിലും കേൾക്കുന്നുണ്ടോ?

അവൻ തോർത്തിൽ പൊതിഞ്ഞുകെട്ടിയിരുന്ന മൺകുടമെടുത്തു, പിന്നെ അതു പൊട്ടിച്ച് ഉള്ളിലെ ഭസ്മം ഭവാനിയിൽ വിതറി. മത്സ്യ ങ്ങൾ ആ ഭസ്മധൂളികൾ ഒന്നൊന്നായി വിഴുങ്ങുന്നത് നോക്കി നിന്നു. വസ്ത്രമഴിച്ച് ഭവാനിയിൽ മുങ്ങി. ശരീരമാകെ നല്ല കുളിര്. മനസ്സിലെ വിങ്ങലടക്കാൻ അവൻ ഭവാനിയെ വാരിപ്പുണർന്നു.

പുഴവെള്ളത്തിൽ വെള്ളാരംകല്ലുകൾ എറിഞ്ഞ് അകലേക്കു തെറ്റിച്ച് കളിക്കുകയാണ് കുറേ ആദിവസി ബാലന്മാർ. അവർ അവനെ ശ്രദ്ധിച്ചതേയില്ല. പരിചയമുള്ള ഒരു മുഖത്തിനായി ആൽബി നദി ക്കടവിൽ പരതി. വസ്ത്രമലക്കുന്ന സ്ത്രീകൾ അവനെ നോക്കി എന്തോ അടക്കം പറഞ്ഞു ചിരിച്ചു.

കുളിച്ചു കയറി ശരീരം തുടച്ചപ്പോൾ അട്ടപ്പാടി താഴ്‌വാരത്തിൽ നിന്ന് കാറ്റ്, കുറെ നാളുകൾക്കുശേഷം കാണുന്ന ഒരു പഴയ ചങ്ങാതി യെപ്പോലെ ചൂളംവിളിച്ചെത്തി. പിന്നെ ആൽബിയെ തഴുകി കിന്നാരം പറഞ്ഞു കടന്നുപോയി.

നദീതീരത്തെ വമ്പൻ അരയാലിന്റെ സ്നേഹത്തണലിൽ അവ നിരുന്നു. മേഘങ്ങളെ മുട്ടിയുരുമ്മി നിൽക്കുന്ന മല്ലീശ്വരൻ മുടി പ്രഭാതസൂര്യന്റെ വെളിച്ചത്തിൽ തിളങ്ങുന്നുണ്ടായിരുന്നു. കാടി നുള്ളിലെ ആദിവാസി ഊരുകളിൽ നിന്നുയരുന്ന പുകയെ കാറ്റ് പല ദിക്കുകളിലേക്കു കൂട്ടിക്കൊണ്ടുപോയി. വിറകടുപ്പിൽ കഞ്ഞിയോ കപ്പയോ നൂറാൻ കിഴങ്ങോ വേവിക്കുന്ന ഊരിലെ സ്ത്രീകളെയും കാഞ്ഞ വയറുമായി പ്രാതൽ കാത്തിരിക്കുന്ന കുട്ടികളേയും അവൻ മനസ്സിൽ കണ്ടു.

ആൽബിയുടെ നെഞ്ചിൽ സുഖമുള്ള ഒരു നോവ് തോന്നി. 13 വർഷങ്ങൾക്കു മുമ്പ് അട്ടപ്പാടിയിൽ ആദ്യമെത്തിയ ആ ദിവസം.

അന്നും താഴ്വാരത്തിലൂടെ കാറ്റ് ചൂളം വിളിച്ച് പറന്നു നടക്കുന്നുണ്ടായിരുന്നു. ബസ്സിൽ അമ്മയ്ക്കൊപ്പം കാഴ്ചകൾ കണ്ട് അവനിരുന്നു. പച്ചപുതച്ച താഴ്വാരത്തിലൂടെ ഒരു വെള്ളിയരഞ്ഞാണം പോലെ ഭവാനിനദി ഒഴുകുന്നുണ്ടായിരുന്നു. അമ്മയുടെ വിരലിൽ തൂങ്ങി കുന്നിൻമുകളിലെ ക്വാർട്ടേഴ്സിലേയ്ക്കു കയറുമ്പോൾ പ്രകൃതിയുടെ മടിത്തട്ടിലെത്തിയതു പോലെയാണ് ആൽബിക്കു തോന്നിയത്. അഗളിയിലായിരുന്നു ക്വാട്ടേഴ്സ്. ക്വാട്ടേഴ്സിൽ എത്തിയ ഉടൻ അമ്മ ഫോണിൽ ഉറക്കെ സംസാരം തുടങ്ങി. അതൊടുവിൽ അസഭ്യവർഷത്തിൽ അവസാനിക്കും, അവൻ സ്ഥിരമായി കേൾക്കുന്നതാണ്. അങ്ങേത്തലയ്ക്കൽ അച്ഛൻ ഫോൺ വച്ചിട്ടു പോകുന്നത് അവൻ മനസ്സിൽ കണ്ടു.

ക്വാർട്ടേഴ്സിനു മുന്നിലെ പുൽത്തകിടിയിലൂടെ ആൽബി ഓടിക്കളിച്ചു. ഫോൺവിളിയൊക്കെ അവസാനിപ്പിച്ച് പുറത്തിരുന്നു കാറ്റുകൊള്ളുകയാണ് അമ്മ.

''ഇവിടെ എന്താ രസം അമ്മേ, കോട്ടയത്തെ ഫ്ളാറ്റ്മുറിയെപ്പോലെയല്ല, എന്തു കാറ്റാ!''

അവൻ പറഞ്ഞത് അമ്മ ശ്രദ്ധിച്ചതേയില്ല. എന്തോ ആലോചിച്ച് പിറുപിറുത്തുകൊണ്ടിരിക്കുകയായിരുന്നു അവർ.

തൊട്ടടുത്ത ക്വാർട്ടേഴ്സിലെ താമസക്കാരൻ അവനെ നോക്കി കൈകൊട്ടിക്കൊണ്ട് അടുത്തുവിളിച്ചു.

''നിന്റെ പേരെന്താ കുട്ടാ, എത്രാം ക്ലാസിലാ?''

''ആൽബി, ഒൻപതിലാ.''

''അമ്മയുടെ പേരെന്താ?''

''സൂസൻ.''

''അച്ഛൻ എവിടെയാ?''

ആ ചോദ്യത്തിനു മറുപടി പറയാതെ ആൽബി ഓടി. ചെറുപ്പക്കാരൻ അമ്മയെ സമീപിക്കുന്നതും ആവേശത്തോടെ സംസാരിക്കുന്നതും അവൻ അസ്വസ്ഥനായി ഒളിഞ്ഞു നോക്കിനിന്നു. കാഴ്ചയിൽ സുന്ദരനായിരുന്നു അയാൾ. അയാളുടെ ആർത്തിപൂണ്ട നോട്ടവും 'മാഡം', 'മാഡം' എന്നുള്ള വിളിയും ആൽബിക്ക് അരോചകമായിത്തോന്നി.

പകൽപോലെ അന്നത്തെ രാത്രിയും തികച്ചും വ്യത്യസ്തമായിരുന്നു. ചീവീടുകളുടെ നിർത്താതെയുള്ള കച്ചേരി, ജനാലയ്ക്കു പുറത്തെ മരം നിറയെ മിന്നാമിന്നികളുടെ ഇല്ല്യൂമിനേഷൻ, അകലെ ആദിവാസി ഊരുകളിൽ മണ്ണെണ്ണ വിളക്കിന്റെ നുറുങ്ങുവെട്ടം.

രാത്രി ഏറെ വൈകിയിട്ടും അമ്മ ഉറങ്ങുന്ന ലക്ഷണമില്ല. വോഡ്കയും നാരങ്ങാനീരും കലർന്ന അവരുടെ കോക്ക്ടെയ്‌ലിന്റെ

ഗന്ധം ആൽബിക്ക് പരിചിതമായിരുന്നു. അമ്മ ഇന്ന് ശരിക്കും ഓവറാണെന്ന് അവനു തോന്നി. വോഡ്ക ഇതിനകം അഞ്ചു പെഗ്ഗ് കഴിഞ്ഞു കാണും. പെഗ്ഗുകൾ ഏറുന്നതനുസരിച്ച് അമ്മയുടെ പുലഭ്യവർഷവും കൂടും. പ്രധാനമായും അച്ഛനെയാണ് ചീത്ത പറയുക, പിന്നെ അച്ഛന്റെ വീട്ടുകാരെ. മുമ്പൊക്കെ മദ്യം അധികം കഴിക്കുമ്പോൾ ആൽബി അമ്മയെ തടയുമായിരുന്നു. എന്നാൽ ഉച്ചത്തിലുള്ള ചീത്തവിളിയും ചിലപ്പോൾ അടിയുമായിരിക്കും ഫലം.

''ബ്ലഡി ബസ്റ്റാർഡ്, സ്കോണ്ട്രൽ, ആണും പെണ്ണും കെട്ടവൻ''

അമ്മ ഉറക്കെ പറയുന്നത് അവൻ കേട്ടു. താമസിയാതെ അവർ ബോധം കെട്ടുറങ്ങും, ചിലപ്പോൾ ഛർദ്ദിക്കും. ഛർദ്ദിലിന്റെ ഗന്ധമേറ്റാൽ അവനും ഓക്കാനും വരും. പിറ്റേന്നു രാവിലെയേ അമ്മ ഛർദ്ദിലൊക്കെ കഴുകിക്കളയുകയുള്ളൂ.

ആൽബി സാവധാനം എണീറ്റ് അമ്മയുടെ മുറിയിൽ ഒളിഞ്ഞു നോക്കി. അവർ ബോധംകെട്ട് നിലത്തു കിടന്നുറങ്ങുന്നു. അവൻ ഒരു ഷീറ്റെടുത്ത് അവരെ പുതപ്പിച്ചു. സമയം 12 മണി കഴിഞ്ഞിരുന്നു. ആൽബി കലണ്ടറിലേക്കു നോക്കി, 1984 ഫെബ്രുവരി 13. അമ്മയുടെ വിവാഹവാർഷികമാണിന്ന്.

ആൽബി ഫോണെടുത്ത് അച്ഛനെ വിളിച്ചു. അച്ഛൻ ഉറങ്ങിക്കാണില്ലെന്ന് അവന് ഉറപ്പുണ്ടായിരുന്നു.

''അച്ഛാ, ഞാനാ ആൽബി.'' അവൻ പറഞ്ഞു.

അങ്ങേത്തലയ്ക്കൽ ദീർഘനിശ്വാസം.

''ആ സ്ത്രീ ഉറങ്ങിയോ?''

''ഉറങ്ങി അച്ഛാ, ഇന്ന് ശരിക്കും ഓവറായിരുന്നു''

''നിനക്ക് അട്ടപ്പാടിയൊക്കെ ഇഷ്ടപ്പെട്ടോ?''

''നല്ല സ്ഥലമാണ് അച്ഛാ, കാടും കാറ്റും മിന്നാമിന്നിയുമൊക്കെ, അച്ഛൻ ഇങ്ങോട്ടൊന്നു വരാമോ?''

അച്ഛൻ മറുപടിയൊന്നും പറഞ്ഞില്ല. അച്ഛൻ ഇനിയൊരിക്കലും മടങ്ങിവരില്ലെന്ന് അവന് ഉറപ്പുണ്ടായിരുന്നു.

ആൽബി കട്ടിലിൽ കിടന്ന് കണ്ണടച്ചു. അച്ഛന്റെ കാര്യമോർത്തപ്പോൾ അവന്റെ മനസ്സിൽ വല്ലാത്ത നീറ്റൽ തോന്നി. ടെഡിബിയറിനെ അവൻ നെഞ്ചോടു ചേർത്തു. ഒന്നു മയങ്ങിയപ്പോഴേയ്ക്ക് അമ്മ ഛർദ്ദിക്കുന്ന ശബ്ദം അവനെ ഉണർത്തി. ഓക്കാനമുണ്ടാക്കുന്ന ദുർഗന്ധം മുറിയിൽ പടർന്നു. ആൽബി മൂക്ക് പൊത്തിപ്പിടിച്ചു, പിന്നെ മുറിയാകെ പെർഫ്യൂം സ്പ്രേ ചെയ്തു. കിടക്കയിൽ തിരിഞ്ഞും മറിഞ്ഞും കിടന്ന് ഉറക്കം വരാതെ അവൻ ആ രാത്രി തള്ളിനീക്കി.

അങ്ങ് മലമുകളിൽ നിന്ന് ആനയുടെ അമറൽ കേട്ടു. ഭയത്തോടെ

അവൻ ജനാലയ്ക്കു പുറത്തേക്കു നോക്കി. ആദിവാസി ഊരുകളൊക്കെ നല്ല ഉറക്കത്തിലായിരിക്കുന്നു.

അച്ഛനും അമ്മയും വേർപിരിഞ്ഞിട്ടിന്ന് അഞ്ചു വർഷം പൂർത്തിയാകുന്നു. പ്രേമവിവാഹമായിരുന്നു അവരുടേത്; ക്രിസ്ത്യാനിയായ അമ്മയും ബ്രാഹ്മണനായ അച്ഛനും. ജോലിസ്ഥലത്തുവച്ച് കണ്ടുമുട്ടിയ അവർ പ്രണയത്തിലായി. അമ്മയുടെ ആദ്യത്തെ അപ്പോയിൻമെന്റ് അച്ഛന്റെ നാട്ടിലായിരുന്നു. വിവാഹത്തോടെ അച്ഛന്റെ ആൾക്കാർ പിണക്കത്തിലായി

ആൽബിക്ക് ഓർമ്മ വച്ച കാലത്തുതന്നെ അച്ഛനും അമ്മയും തമ്മിലുള്ള അകൽച്ചയ്ക്കു തുടക്കമായി. അമ്മ കേരളത്തിനു പുറത്താണു പഠിച്ചത്, പോരെങ്കിൽ വളരെ മോഡേണായ കുടുംബവും. സ്ത്രീകളോടും പുരുഷന്മാരോടും ഒരുപോലെ സൗഹൃദമനോഭാവത്തോടെയാണ് അമ്മ ഇടപെട്ടിരുന്നത്. അതുമാത്രമല്ല പഠനകാലത്തിനിടെ എപ്പോഴോ മദ്യപാനശീലവും അവർക്കൊപ്പം കൂടിയിരുന്നു. ആദ്യമൊക്കെ ഭർത്താവ് കാണാതെ രഹസ്യമായിട്ടായിരുന്നു മദ്യപാനം. അച്ഛനും അമ്മയും തമ്മിലുള്ള ബന്ധം ദുർബ്ബലമായതോടെ മദ്യപാനത്തിനു മറയില്ലാതായി.

ഒരു ദുഃശ്ശീലവും ഇല്ലാത്തയാളായിരുന്നു അച്ഛൻ, ശരിക്കും ഒരു ശുദ്ധബ്രാഹ്മണൻ, പേര് വാസുദേവ ശർമ. ജീവിതം താറുമാറാകരുതെന്നു കരുതി അദ്ദേഹം ഒട്ടേറെ വിട്ടുവീഴ്ചകൾക്കു തയ്യാറായി. പക്ഷേ അമ്മയുടെ പെരുമാറ്റം എല്ലാ സീമകളും ലംഘിക്കുന്നതായിരുന്നു. എന്നും ഓഫീസിൽ നിന്നെത്തി കുളിയൊക്കെ കഴിഞ്ഞാൽ അവർ മദ്യക്കുപ്പിയെടുത്തു കുടി തുടങ്ങും. കുടിക്കുന്നതിനിടെ അമ്മ അച്ഛനെ ഉറക്കെ പുലഭ്യം പറയും. ഒടുവിൽ കുപ്പി പിടിച്ചുവാങ്ങി അമ്മയെ അച്ഛൻ ബലം പ്രയോഗിച്ച് കിടക്കയിൽ കിടത്തും.

എല്ലാം കഴിഞ്ഞ്, മങ്ങിയ മുഖത്തോടെ അദ്ദേഹം ആൽബിയുടെ അടുത്തെത്തും.

''മോനേ, ആൽബീ, നീ ഇതൊന്നും കണ്ടു വിഷമിക്കേണ്ട, കണ്ടു പഠിക്കുകയും വേണ്ട, നന്നായി പഠിച്ച് രക്ഷപ്പെടാൻ നോക്ക്, അതിനു വേണ്ടതൊക്കെ ഞാൻ ചെയ്തുതരാം. എന്റെ ജീവിതമോ നശിച്ചു, നീയെങ്കിലും രക്ഷപ്പെട്'' അവനെ കെട്ടിപ്പിടിച്ചുകൊണ്ട് അദ്ദേഹം പറയും.

ക്രമേണ അച്ഛന്റെ ക്ഷമ നശിക്കുന്ന ഘട്ടമെത്തി. മദ്യപാനത്തിനു പുറമേ അമ്മ മറ്റു ചീത്ത സ്വഭാവങ്ങളും തുടങ്ങി. പലപ്പോഴും വീട്ടിൽ വൈകിയേ എത്തൂ. ആൺസുഹൃത്തുക്കളുടെ വണ്ടിയിലായിരിക്കും മിക്കപ്പോഴും വരവ്. ഭർത്താവ് പലവട്ടം വിലക്കിയെങ്കിലും അവർ വകവച്ചേയില്ല.

ഒരിക്കൽ അമ്മ വയനാട്ടിൽ ജോലി ചെയ്തിരുന്ന കാലത്ത് ഒരു സംഭവം നടന്നു. അച്ഛൻ നാട്ടിൽ പോയി. പിറ്റേന്നു രാവിലെയേ വരുകയുള്ളൂവെന്ന് പറഞ്ഞിരുന്നുവെങ്കിലും സന്ധ്യ കഴിഞ്ഞപ്പോൾ മടങ്ങിയെത്തി. അപ്പോൾ വീട്ടിലാകെ ഒരു മേളമായിരുന്നു. അമ്മയ്ക്കൊപ്പം പുറത്തു പഠിച്ചിരുന്ന രണ്ടു സഹപാഠികൾ വീട്ടിലെത്തി. അവർക്കൊപ്പമിരുന്ന് അമ്മ മദ്യപിക്കുകയായിരുന്നു. അച്ഛനെ കണ്ടപ്പോഴേ അമ്മയുടെ മുഖഭാവം മാറി.

''വാസൂ, ഇത് മധു, മറ്റേത് കുര്യൻ. ആഗ്രയിൽ എനിക്കൊപ്പം പഠിച്ചവരാ, പത്തു വർഷത്തിനുശേഷം കാണുകയാ, അതുകൊണ്ട് അടിച്ചുപൊളിക്കാമെന്നു വച്ചു'' അമ്മ അച്ഛനോടു പറഞ്ഞു. അച്ഛൻ സുഹൃത്തുക്കൾക്കു കൈകൊടുത്തു.

''മിസ്റ്റർ. വാസുദേവ് കൂടുന്നില്ലേ?'' മധു ചോദിച്ചു.

''ഇല്ല, നിങ്ങൾ തുടരൂ'' അച്ഛൻ പറഞ്ഞു.

അമ്മ അതേറ്റു പിടിച്ചു. ''കുടിക്കാനോ, ഇയാളോ, ആള് പട്ടരാ, വെണ്ടക്കായ, മുരിങ്ങക്കായ, സാമ്പാർ, ഇഢലി. മദ്യംപോയിട്ട് ഒരു മുട്ടപോലും തിന്നില്ല.'' അച്ഛൻ ഒന്നും മറുപടി പറയാതെ കേട്ടു നിന്നു.

പക്ഷേ അമ്മ വിട്ടില്ല.

''എടാ കുര്യാ, പിന്നെ മറ്റേ കാര്യത്തിലും വീക്കാ.'' ഇതുപറഞ്ഞ് അവർ ഉറക്കെ ചിരിച്ചു.

''നീയല്ലേ ആള്, സ്റ്റെപ്പിനികൾ എത്രയെണ്ണമുണ്ട്?'' മധു ചോദിച്ചു.

അങ്ങനെ പെഗ്ഗുകൾ കൂടുന്നതനുസരിച്ച് സംസാരം വഷളായിക്കൊണ്ടിരുന്നു.

''എടീ സൂസീ, നിനക്ക് നമ്മുടെ പഴയ മാത്തച്ഛനെ ഓർമ്മയുണ്ടോ, നിന്റെ പഠനകാലത്തെ ലൈൻ. അവൻ മദാമ്മയെ കെട്ടി ലണ്ടനിലുണ്ട്, ഒരു പോക്കുപോയാലോ, ഞങ്ങളും കൂടാം.'' കുര്യൻ ഉറക്കെ പറഞ്ഞു.

പാവം അച്ഛൻ ഇതൊക്കെ കേട്ട് ഒരു ജീവച്ഛവംപോലെ ഇരുന്നു.

അമ്മയെ കെട്ടിപ്പുണർന്നാണ് രണ്ടുപേരും ഗുഡ്ബൈ പറഞ്ഞത്. മധു പുറത്തിറങ്ങുന്നതിനിടെ അമ്മയുടെ പിൻഭാഗത്ത് ഒരു നുള്ളും കൊടുത്തു.

അച്ഛനും അമ്മയും തമ്മിൽ ഏറ്റവും രൂക്ഷമായ വഴക്കാണ് അന്ന് നടന്നത്. സഹികെട്ട് അച്ഛൻ അമ്മയുടെ ചെകിടത്തടിച്ചു. അമ്മ അച്ഛനെ തലങ്ങും വിലങ്ങുമടിച്ചു. പിന്നെ അയൽക്കാരൊക്കെ കേൾക്കുംവിധം ഉറക്കെ ആക്രോശിച്ചു.

''നീ പോടാ സ്കൗണ്ട്രൽ, തന്തയില്ലാത്ത നായേ, ഞാൻ മദ്യപിക്കും, ചിലപ്പോൾ കൂട്ടുകാർക്കൊപ്പം കിടക്ക പങ്കിടും. നിന്നെപ്പോലുള്ള അഴകൊഴമ്പനെ എനിക്കു വേണ്ട, നീ പോയി ചാവ്.''

അന്നുരാത്രി അച്ഛൻ വീടിന്റെ പടിയിറങ്ങി. പോകുംമുമ്പ് അവനെ ഗാഢമായി കെട്ടിപ്പുണർന്നു. അച്ഛന്റെ നെഞ്ച് വല്ലാതെ വിങ്ങുന്നുണ്ടായിരുന്നു, അവന്റേതും.

''മോനേ ആൽബി, എനിക്കിനി വയ്യെടാ ഈ സ്ത്രീക്കൊപ്പം കഴിയാൻ, നീ എന്നോടു പൊറുക്ക്.''

വയനാട്ടിൽ അത് കാപ്പി പൂക്കുന്ന കാലമായിരുന്നു. ഒറ്റപ്പെടലിന്റെ വേദനയുമായി കൊഴിഞ്ഞ് വീഴുന്ന കാപ്പിപ്പൂക്കളുടെ ഗന്ധം. അച്ഛൻ വാതിൽ തുറന്ന് റോഡിലൂടെ നടന്നു പോകുന്നത് ആൽബി നോക്കിനിന്നു. ഒടുവിൽ അനന്തതയിലേക്കെന്നപോലെ അച്ഛന്റെ രൂപം അപ്രത്യക്ഷമായി.

'നീ പോയി തുലയെടാ, പന്നീടെ മോനേ.''

അമ്മ ഭ്രാന്തിയെപ്പോലെ പുലമ്പുന്നുണ്ടായിരുന്നു.

ആൽബി ടെഡിബിയറിനെ കെട്ടിപ്പിടിച്ചു കിടന്ന് വിങ്ങിപ്പൊട്ടി.

രണ്ട്

ഗുളിക്കടവിലെ കണ്ണന്റെ പീടികയ്ക്കു മുന്നിൽ സന്ധ്യയ്ക്ക് പതിവില്ലാത്ത ഒരാൾക്കൂട്ടം. കറുത്തു മെലിഞ്ഞ ഒരു ചെക്കനെ കണ്ണനും വേറെ രണ്ടുപേരും ചേർന്ന് തലങ്ങും വിലങ്ങും അടിക്കുന്നു. പീടികയിൽ വന്ന ആരുടെയോ പോക്കറ്റിൽ കിടന്ന പഴ്സ് ആ ആദിവാസി ചെക്കൻ മോഷ്ടിക്കാൻ ശ്രമിച്ചതും അവനെ അയാൾ കൈയോടെ പിടികൂടിയതുമാണ് സംഭവം.

''എടാ നായേ, അടിച്ചുകൊല്ലും നിന്നെ ഞാൻ.'' കണ്ണൻ ആക്രോശിക്കുന്നുണ്ടായിരുന്നു. ചെക്കൻ ഉറക്കെ നിലവിളിച്ചു കരഞ്ഞു. അവന്റെ മ്ലാനമായ മുഖം കണ്ടാൽ മനുഷ്യത്വമുള്ളവർക്കൊക്കെ സഹതാപം തോന്നും. പക്ഷേ, ആൾക്കൂട്ടത്തിലുള്ളവർ അവനെ മാറിമാറി അടിച്ചു, കളിയാക്കിച്ചിരിച്ചു. ചെക്കൻ ഉറക്കെ കരഞ്ഞുകൊണ്ടു പറഞ്ഞു.

''എന്നെ അടിക്കല്ലേ''

''നിന്റെ പേരെന്തെടാ നായേ?'' കണ്ണൻ ചോദിച്ചു.

''ലാൽ.''

''ലാലോ, മോഹൻലാലെന്ന് ഇടാത്തതെന്താ, ഊരിലെ ശരിക്കുള്ള പേരു പറയെടാ.''

''ചെമ്പൻ.''

''കള്ളുകുടിക്കാനല്ലേടാ നീയ് എന്റെ പഴ്സ് മോഷ്ടിക്കാൻ നോക്കിയതു നായേ?'' പഴ്സിന്റെ ഉടമസ്ഥൻ ചോദിച്ചു.

"അല്ല സാറേ കള്ള് കുടിക്കാനല്ല, അമ്മയെ പാമ്പ് കടിച്ചു, അണലി. പച്ചമരുന്നുകൊടുത്തു, പക്ഷേ ഉടനെ ആസ്പത്രിയിലെത്തിക്കണം. ഇരുന്നൂറോ മുന്നൂറോ രൂപ കിട്ടിയാൽ, ഓട്ടോ പിടിച്ച് അമ്മയെ ആസ്പത്രിയിലാക്കാം, അതാ..." അവൻ കരഞ്ഞുകൊണ്ടു പറഞ്ഞു.

"പച്ചക്കള്ളമാ ലാസറേ, ഇവന്മാരൊക്കെ കള്ളന്മാരാ." കണ്ണൻ പറഞ്ഞു.

"ഇവനെ ഇപ്പോൾതന്നെ പൊലീസിലേൽപ്പിക്കണം." ലാസർ അവന്റെ കരണത്ത് അടിച്ചു.

"പൊലീസിനെക്കൊണ്ട് പിടിപ്പിക്കല്ലേ സാറേ, അമ്മയെ ആസ്പത്രിയിലാക്കാൻ ആരുമില്ല. അപ്പൻ കുടിച്ചു ബോധംകെട്ടു കിടക്കുകയാ. ഞാനാ മൂത്ത മകൻ, ബാക്കിയൊക്കെ ചെറിയ പിള്ളാരാ, അമ്മ ചത്തുപോയാപ്പിന്നെ..." ചെമ്പൻ ദയനീയമായി അപേക്ഷിച്ചു.

പക്ഷേ കണ്ണനും കൂട്ടരും ചെക്കൻ പറഞ്ഞതൊന്നും വകവച്ചില്ല. അവനെ പൊലീസ്സ്റ്റേഷനിലേക്ക് കൂട്ടിക്കൊണ്ടുപോയി. സ്റ്റേഷനിലെ ഹെഡ്കോൺസ്റ്റബിൾ തമ്പി അവനെ തലങ്ങും വിലങ്ങുമടിച്ചു.

"തിരുട്ടുപ്പയലേ, ചവിട്ടി കൊന്നിടുവേൻ, തിരുട്ടുനായേ." അയാൾ ഉറക്കെ ആക്രോശിച്ചു.

"അമ്മയെ ആസ്പത്രിയിലാക്കണം സാറേ, വിടുങ്കോ സാറേ" എന്ന് അവൻ വാവിട്ട് കരഞ്ഞിട്ടും തമ്പി കനിഞ്ഞില്ല. ആ രാത്രി സ്റ്റേഷനിലെ ലോക്കപ്പിനുള്ളിൽ അവനെ നഗ്നനായി ഇരുത്തി. നൈറ്റ് ഡ്യൂട്ടിക്കാർ വെള്ളമടിച്ചുവന്ന് അവനെ കളിയാക്കി, അസഭ്യം പറഞ്ഞു.

പിറ്റേന്നു രാവിലെയാണ് ചെമ്പനെ വിട്ടത്. തലേന്നു രാത്രിതന്നെ അവന്റെ അമ്മ മരിച്ചിരുന്നു. ചെമ്പൻ എത്തുമ്പോഴേക്ക് ഊരിലെ മൂപ്പന്റേയും കുരുളാട്ടിയുടെയും പണ്ടാരിയുടേയും നേതൃത്വത്തിൽ അമ്മയെ അടക്കാനുള്ള ഒരുക്കം തുടങ്ങിയിരുന്നു. വേദന അടക്കാനാവാതെ ചെമ്പൻ ഇളയതുങ്ങൾക്കൊപ്പം നിലവിളിച്ച്, ഒക്കെ കണ്ടു നിന്നു. ചെമ്പന്റെ അച്ഛൻ വെള്ളൻ ഇതൊന്നും വലിയ കാര്യമായി കണ്ടില്ല. അയാൾക്കു ലഹരിയായിരുന്നു എല്ലാം. നേരം വെളുത്താൽ ഉടൻ പട്ടയടിക്കണം. രാത്രിവരെ അതു തുടരും. അതിനുള്ള വക അയാൾ പണിയെടുത്തുണ്ടാക്കും. വീട്ടിലെ ഭക്ഷണത്തിനുള്ള വക അയാളുടെ ഭാര്യ കൂലിപ്പണി ചെയ്താണ് ഉണ്ടാക്കിയിരുന്നത്. മരണാനന്തര കർമങ്ങളൊക്കെ ചെമ്പൻതന്നെ ചെയ്തു. ഊരിലുള്ളവർക്ക് ചോറുകൊടുക്കുന്ന ചടങ്ങുണ്ടായിരുന്നു. പക്ഷേ അതിനുള്ള പണമൊന്നും കൊടുക്കാൻ വെള്ളൻ തയ്യാറായില്ല. ഊരുമൂപ്പന്റെ വക ഓരോ കട്ടൻചായ മാത്രം.

ശവമടക്കു കഴിഞ്ഞ് ചെമ്പൻ ഭവാനിയിൽ മുങ്ങിക്കുളിച്ചു. ജീവിതം ഒരു ചോദ്യചിഹ്നംപോലെ തോന്നി. അവൻ നദീതീരത്തുള്ള വലിയ

ആലിനു കീഴിലിരുന്നു. മരത്തിൽ കൂട്ടംകൂടിയിരുന്ന കൊറ്റികൾ പരേതാത്മാവിനു ശാന്തി നേരാനെന്നപോലെ നിശ്ശബ്ദരായി ഇരിക്കുന്നുണ്ടായിരുന്നു. അമ്മയെ ഓർത്തപ്പോൾ ചെമ്പന്റെ നെഞ്ച് വല്ലാതെ വിങ്ങി. ഒട്ടിയ വയറുമായി കല്ലും മണ്ണും ചുമന്ന് മക്കളെ പോറ്റിയ പാവം അമ്മ. മദ്യത്തിൽ മുങ്ങി ജീവിക്കുന്ന അപ്പൻ. ചെമ്പന് ഇളയതുങ്ങളായി നാലുപേരുണ്ടായിരുന്നു, രണ്ട് ആണും രണ്ടു പെണ്ണും. രണ്ടുമുറി മാത്രമുള്ള ഒരു കൂരയിലായിരുന്നു അവരൊക്കെ കഴിഞ്ഞിരുന്നത്.

ഭക്ഷണം കഴിക്കാനും ഉറങ്ങാനും മാത്രമേ അപ്പൻ കൂരയിലെത്താറുള്ളൂ. കാണുമ്പോഴൊക്കെ മദ്യലഹരിയിലായിരിക്കും.

ചില ദിവസങ്ങളിൽ അമ്മയെ അസഭ്യം പറയും, മർദ്ദിക്കും. കുട്ടികൾക്കു മുന്നിൽവച്ച് ബലാൽക്കാരമായി പ്രാപിക്കും. മരിച്ചപ്പോഴും അമ്മ ഗർഭിണിയായിരുന്നു.

അമ്മ മരിച്ചത് ഒരുവിധത്തിൽ നന്നായെന്ന് ചെമ്പനു തോന്നി. ഈ ദുരിതങ്ങളിൽനിന്ന് രക്ഷപ്പെട്ടല്ലോ.

ഊരിൽ ഇരുട്ടു പരന്നു. അന്നും അപ്പൻ വഴിയിൽ കുടിച്ചു ബോധം കെട്ട് കിടക്കുന്നത് ചെമ്പൻ കണ്ടു. കൂരയിൽ അവനും സഹോദരങ്ങളും മാത്രം. മരണത്തിന്റെ ദൂതനെപ്പോലെ കുറ്റാക്കൂരിരുട്ട് അവരെ ഭയപ്പെടുത്തിക്കൊണ്ടിരുന്നു.

മൂന്ന്

അമ്മയുമായുള്ള അയൽക്കാരന്റെ സൗഹൃദം ദിവസം കഴിയുംതോറും കൂടിവന്നു. ആൽബിക്ക് അതേറെ അരോചകമായിത്തോന്നി. രാജനെന്നാണ് അയാളുടെ പേര്. അയാൾക്കു നാട്ടിൽ ഭാര്യയും മക്കളുമൊക്കെയുണ്ട്. എന്നിട്ടും അമ്മയുടെ പുറകെയാണ് അയാളെപ്പോഴും.

ക്വാർട്ടേഴ്സുകളിൽ താമസിക്കുന്ന കുറേ കുട്ടികൾ ആൽബിയുടെ കൂട്ടുകാരായി. എല്ലാവരുമൊത്ത് ക്വാർട്ടേഴ്സിനു മുന്നിലെ പുൽത്തകിടിയിൽ എന്നും വൈകിട്ട് ക്രിക്കറ്റ് കളിക്കും. ചൂളമടിക്കുന്ന കാറ്റേറ്റ്, കാടും മലയും പുഴയുമൊക്കെ കണ്ടുകൊണ്ടുള്ള കളി അവനു പുതിയ അനുഭവമായിരുന്നു.

അന്ന് കളികഴിഞ്ഞു മടങ്ങിയെത്തുമ്പോൾ ഉമ്മറത്തെ കതക് ചാരിയിരിക്കുന്നു. ആൽബി കതക് തുറന്ന് അകത്തേക്കു കയറി. അമ്മയും രാജനും സോഫയിൽ ഒരുമിച്ചിരുന്നു മദ്യപിക്കുന്നതാണ് അവൻ കണ്ടത്.

''കളി കഴിഞ്ഞോ ആൽബീ, പഠിത്തമൊക്കെ എങ്ങനെയുണ്ട്?''

രാജൻ വളിച്ച ചിരിയുമായി ചോദിച്ചു.

അവനൊന്നും മിണ്ടിയില്ല. ഒരു കല്ലെടുത്ത് അയാളുടെ തലയിൽ വീക്കാനാണ് തോന്നിയത്.

അമ്മ ഒരു ലെവലെത്തിയിരുന്നു. അവരവനെ ശ്രദ്ധിച്ചതേയില്ല. ആൽബിക്കു നല്ല വിശപ്പുണ്ടായിരുന്നു. ഒരു പായ്ക്കറ്റ് ബിസ്ക്കറ്റ് പൊട്ടിച്ചു തിന്ന് അവൻ കിടക്കയിൽ ചാരിക്കിടന്നു.

അമ്മയും രാജനും തമ്മിലുള്ള സംഭാഷണം അവൻ ശ്രദ്ധിച്ചു.

''മാഡം എന്തു സുന്ദരിയാ, എന്നാ ഗ്ലാമറാ, മാഡത്തിനെ ഇട്ടേച്ചു പോകാൻ ഭർത്താവ് ശരിക്കും ഷണ്ഡനായിരിക്കണം''

''അയാളെ പോകാൻ പറ, സ്കൗണ്ട്രൽ''

വീണ്ടും ചിയേഴ്സ് വിളികൾ, അശ്ലീല തമാശകൾ.

''അതേ മാഡം, എനിക്കു മധ്യവയസ്കകളോടാ താൽപ്പര്യം, ഭാര്യ സുന്ദരിയാ, പക്ഷേ സെക്സിയല്ല, ഓരോരുത്തർക്കും ഓരോ താൽപ്പര്യമാണല്ലോ, മാഡത്തിനെ കണ്ടിട്ടാണെങ്കിൽ എനിക്ക് ഉറക്കം തന്നെ പോയി. സ്വപ്നത്തിലൊക്കെ മാഡംതന്നെ. ഇന്നലത്തെ സ്വപ്നത്തിൽ എന്തൊക്കെ നടന്നെന്നോ''

അയാളുടെ അശ്ലീലച്ചിരി കേട്ടപ്പോൾ, പോയി കരണത്തൊന്നു പൊട്ടിക്കാനാണ് അവനു തോന്നിയത്. അമ്മ ഇതൊക്കെ കേട്ട് മോശമായി പ്രതികരിക്കുന്നില്ലെന്നത് അവനെ കൂടുതൽ അസ്വസ്ഥനാക്കി.

''അമ്മേ വിശക്കുന്നു.'' ആൽബി മനപ്പൂർവ്വം അവരിരിക്കുന്ന സോഫയിൽ കയറിയിരുന്നുകൊണ്ട് പറഞ്ഞു. രാജൻ അവനെ രൂക്ഷമായി നോക്കി.

''അടുക്കളയിൽ ബ്രഡ്ഡും പഴവും കാണും. ബീഫൊക്കെ ഞങ്ങൾ തീർത്തു. ശല്യപ്പെടുത്താതെ അതെടുത്ത് കഴിക്ക്.'' അമ്മ പറഞ്ഞു.

''അങ്കിളേ സമയം വൈകി, ക്വാർട്ടേഴ്സിലേക്കു പോകുന്നില്ലേ?'' ആൽബി രാജനോടു ചോദിച്ചു.

അയാൾ അൽപ്പം ജാള്യതയോടെ എണീറ്റു. പോകും മുമ്പ് അമ്മയെ നോക്കി അശ്ലീലച്ചുവയോടെ കണ്ണിറുക്കി.

'വൃത്തികെട്ടവൻ.' ആൽബി മനസ്സിൽ കരുതി.

അമ്മ പ്രതികരിക്കുന്നില്ലെന്നു കണ്ടപ്പോൾ ആൽബിക്ക് വല്ലാതെ തോന്നി. അച്ഛൻ പറയുംപോലെ അഴുക്ക സ്ത്രീതന്നെയാണ് അവർ.

ആൽബി ബ്രഡ്ഡും പഴവും കഴിച്ചശേഷം കുറച്ചു സമയം പഠിച്ചു. അവന്റെ പഠനമൊക്കെ തോന്നുംപടിയായിരുന്നു. അമ്മ അതൊന്നും ശ്രദ്ധിക്കാറേയില്ല.

ജനാലയിലൂടെ ആൽബി മലനിരകളിലേക്ക് നോക്കി. ഊരിലെ വെട്ടം അണഞ്ഞിട്ടില്ല. വെളുത്തവാവായിരുന്നു അന്ന്. താഴ്വാരത്തിന് അരപ്പട്ട ചുറ്റിയതുപോലെ ഭവാനി തിളങ്ങുന്നുണ്ടായിരുന്നു. ഇക്കിളിപ്പെടുത്തുന്ന കാറ്റ്. വൈകാതെ അവൻ ഉറങ്ങിപ്പോയി.

അടക്കിപ്പിടിച്ച സംസാരം കേട്ട് ആൽബി ഞെട്ടിയുണർന്നു.

‘‘ആൽബി ഉറങ്ങിയോ മാഡം?''

‘‘ഉറങ്ങിക്കാണും, താൻ അകത്തേക്കു വാ.''

പിന്നെ കട്ടിലിന്റെ നേർത്ത ഞരക്കങ്ങൾ. സിരകളിലൂടെ ദേഷ്യവും നിരാശയുമൊക്കെ അരിച്ചുകയറുമ്പോലെ ആൽബിക്ക് തോന്നി. അച്ഛൻ പറഞ്ഞതു മുഴുവൻ ശരിയാണ്. ശരിക്കും ഒരു മൂതേവി. മദ്യത്തിന്റെയും കാമത്തിന്റേയും ലഹരി മാത്രം സിരകളിലൂടെ ഒഴുകുന്ന യക്ഷി.

ആൽബിക്ക് ശരീരം ചുട്ടുപഴുക്കുന്നതുപോലെ തോന്നി. അടുക്കളയിലെ കറിക്കത്തിയെടുത്തു രണ്ടിനെയും വെട്ടിക്കൊല്ലണം.

അവൻ കണ്ണ് തുറന്ന്, അലങ്കാര ബൾബിന്റെ വെളിച്ചത്തിൽ തിളങ്ങുന്ന ചുവരിലെ ജീസസ്സിന്റെ ചിത്രത്തിലേക്ക് നോക്കി. ജീസസ്സ് അവനോട് ശാന്തനാകാൻ പറയുന്നതുപോലെ. ആൽബിക്ക് തേങ്ങലടക്കാൻ കഴിഞ്ഞില്ല. പുതപ്പ് തലയ്ക്കുമീതെ മൂടിക്കൊണ്ട് അവൻ വിങ്ങിക്കരഞ്ഞു.

നാല്

ഇടവപ്പാതി മലയിറങ്ങി വന്നു. മഴയുടെ തുടക്കം ഭവാനിയിൽ ഊത്തയിളക്കമാണ്, മത്സ്യങ്ങൾ മുട്ടയിടാനെത്തുന്ന കാലം. ഊരിൽ ചെമ്പന്റെ അടുത്ത ചങ്ങാതി വെള്ളാംകരിയായിരുന്നു. അവനേക്കാൾ പ്രായത്തിൽ ഇരുപതു വയസ്സോളം മൂപ്പുള്ളവനാണു വെള്ളാംകരി. ആടുവളർത്തലായിരുന്നു അയാളുടെ ഉപജീവനമാർഗ്ഗം.

പണ്ട് അട്ടപ്പാടി ഊരുകളിലെ എല്ലാ കൂരകളിലും ആടുകളുണ്ടായിരുന്നു. വീട്ടുമുറ്റത്തു തിനയും തുവരയും കൂവരകുമൊക്കെ. കാട്ടിൽ കരനെൽകൃഷി. ആട് വളർത്തിയും കൃഷിചെയ്തും കാട്ടിലെ തേനും മറ്റുമെടുത്തു വിറ്റുമൊക്കെ ജീവിച്ചിരുന്ന കാടിന്റെ മക്കൾ. പക്ഷേ മറുനാടുകളിൽ നിന്ന് വരത്തന്മാർ എത്തിയതോടെ കഥമാറി. ഭൂമിയൊക്കെ അവർ ചുളുവിലയ്ക്കും ചാരായം വാങ്ങിക്കൊടുത്തുമൊക്കെ ആദിവാസികളിൽ നിന്ന് കൈക്കലാക്കി. ഭൂമിയുടെ യഥാർത്ഥ ഉടമകളിന്ന് വരത്തന്മാരുടെ തോട്ടങ്ങളിൽ കൂലിപ്പണി ചെയ്തും അവരുടെ ആടുകളെ മേച്ചുകിട്ടുന്ന തുച്ഛമായ വരുമാനംകൊണ്ടുമൊക്കെ

ജീവിക്കുന്നു. മണ്ണുതേടി വന്നവർ കൗണ്ടർമാരായി, ശരിക്കുള്ള ഭൂവുടമകൾ കൂലിക്കാരും.

വെള്ളാംകരിക്ക് വയസ്സ് അമ്പതോളമായി. കൗണ്ടർമാരുടെ ആട് മേച്ചാണ് കഴിയുന്നത്. കൂലിവേലയാണെങ്കിലും ആടുകളെ സ്വന്തം മക്കളെപ്പോലെയാണ് വെള്ളാംകരി സ്നേഹിക്കുന്നത്. ഓരോന്നിനും ഓരോ പേരുമിട്ടിട്ടുണ്ട്.

''എടീ കാപ്പീ, ബോളേ, വെളുമ്പീ'' എന്നിങ്ങനെ വെള്ളാംകരി ആടുകളെ വിളിക്കും. അവയെ മേച്ച് മലകൾ ഒന്നൊന്നായി താണ്ടി നടക്കും. നല്ല വെയിലാകുമ്പോൾ ചാക്കുകൊണ്ടുണ്ടാക്കിയ 'കുടുസലിനുള്ളിൽ' കിടന്ന് കുറച്ചു മയങ്ങും. അപ്പോൾ വെള്ളാംകരിയുടെ നായ മണിയൻ ആടുകൾക്കു കാവലിരിക്കും.

വെള്ളാംകരിക്ക് ഒരാളോടും ദേഷ്യമോ ശത്രുതയോ ഇല്ലായിരുന്നു, ഊരിലെ ഏറ്റവും പാവപ്പെട്ട ഒരാൾ.

സമയം കിട്ടുമ്പോഴൊക്കെ ചെമ്പൻ വെള്ളാംകരിക്കൊപ്പം കൂടും, ചിലപ്പോൾ ആട് മേക്കാനും.

വെള്ളാംകരി നല്ല പാട്ടുകാരനായിരുന്നു. റേഡിയോ കേൾക്കലായിരുന്നു ഇഷ്ടവിനോദം. അങ്ങനെ പഴയ പാട്ടുകളൊക്കെ അയാൾക്കു മനഃപാഠമായി. അമിതമായി മദ്യപിക്കില്ലെങ്കിലും ദിവസവും പണി കഴിഞ്ഞ് രണ്ടോ മൂന്നോ കവിൾ ചാരായം കുടിക്കും. പിന്നെ പഴയ പാട്ടുകൾ ഉറക്കെ പാടും.

പത്തു വർഷം മുമ്പു നടന്ന ഒരു സംഭവമാണ് വെള്ളാംകരിയുടെ ജീവിതം താറുമാറാക്കിയത്. അയാളുടെ ഭാര്യ പെറ്റുകിടക്കുന്ന സമയം. വെള്ളാംകരി ഒരു ദിവസം ഊരുകാർക്കൊക്കെ വിരുന്ന് നൽകി. അന്നുരാത്രി കൂട്ടുകാർക്ക് ചാരായവും വാങ്ങി നൽകി. വെള്ളാംകരി പതിവില്ലാതെ അന്ന് കുറച്ചധികം മോന്തി.

പാതിരാത്രി ഊരിൽ ഉറക്കെ നിലവിളി കേട്ടു. ഒരു ഒറ്റയാൻ കാടിറങ്ങി ഊരിനടുത്തെത്തിയിരിക്കുന്നു. ആനയുടെ ചൂരടിച്ചുണർന്ന മൂപ്പൻ നിലവിളിച്ച് ആൾക്കാരെ ഉണർത്തി. ഉണർന്നവർ ടോർച്ചടിച്ചു ചുറ്റും നോക്കുമ്പോൾ കൊമ്പൻ കോളനിക്കുള്ളിലുണ്ട്. വാഴയും കപ്പയുമൊക്കെ ചവിട്ടിമെതിച്ച് കലിപൂണ്ടു നിൽക്കുന്ന ഒറ്റയാൻ. ആണുങ്ങളേറെയും കുടിച്ച് ലക്കുകെട്ട് കിടക്കുകയായിരുന്നു.

മൂപ്പൻ പടക്കം കത്തിച്ചെറിഞ്ഞു. കൊമ്പൻ കലിപൂണ്ട് ഊരിലെ കുടിലുകൾക്കുനേരെ പാഞ്ഞു. പെണ്ണുങ്ങളൊക്കെ ഭയന്ന് കുട്ടികളെയും എടുത്തു കുടിലുകൾക്കു പുറത്തിറങ്ങി ഊരിനു വെളിയിലേക്ക് ഓടാൻ തുടങ്ങി.

പെറ്റുകിടക്കുന്ന വെള്ളാംകരിയുടെ ഭാര്യയ്ക്കു സാവധാനം എഴുന്നേൽക്കാനേ ആയുള്ളു. അവർ കുഞ്ഞിനേയുമെടുത്ത് ഒരുവിധം പുറത്തേക്കിറങ്ങുമ്പോൾ മുന്നിലതാ കൊമ്പൻ. മൂപ്പൻ പടക്കം വീണ്ടും

കത്തിച്ചെറിഞ്ഞു. മയക്കംവിട്ട ആണുങ്ങൾ കല്ലെടുത്ത് ആനയെ എറിഞ്ഞു. വെള്ളാംകരിയും ഉണർന്നു.

പിൻതിരിഞ്ഞോടും മുമ്പ് ഒറ്റയാൻ വെള്ളാംകരിയുടെ ഭാര്യയുടെ കാൽ ചുറ്റിപ്പിടിച്ചു. പിന്നെ വലിച്ച് ദൂരേക്കൊരു ഏറ്.

പിറ്റേന്ന് രാവിലെ, തിരച്ചിലിനൊടുവിൽ ഭാര്യയുടെയും പൊക്കിൾക്കൊടി ഉണങ്ങാത്ത മകന്റേയും ഛിന്നഭിന്നമായ ശവശരീരങ്ങളാണ് വെള്ളാംകരി കണ്ടത്. തലയറഞ്ഞു കരയുന്ന വെള്ളാംകരിയെ സമാധാനപ്പെടുത്താൻ ഊരിലാർക്കും കഴിഞ്ഞില്ല. ഭാര്യ മരിച്ചാൽ രണ്ടാമതു കെട്ടുന്നതൊക്കെ ഊരിൽ പതിവാണ്. പക്ഷേ, വെള്ളാംകരി പിന്നെ പെണ്ണുകെട്ടിയില്ല.

ആടുകളായിരുന്നു വെള്ളാംകരിക്ക് ആശ്വാസം, പിന്നെ ചെമ്പനെപ്പോലുള്ള കൂട്ടുകാരും. തന്റെ കുടുംബം നശിപ്പിച്ച ഒറ്റയാനെ ഒരിക്കൽ കൊല്ലുക എന്നതായിരുന്നു വെള്ളാംകരിയുടെ ജീവിതലക്ഷ്യം, അത് അസാധ്യമാണെന്ന് അറിയാമെങ്കിലും.

ഊത്തയിളക്കം ഊരിൽ മീൻ സമൃദ്ധമായി കിട്ടുന്ന കാലമാണ്. ചെമ്പന്റെ നിർബന്ധത്തിനു വഴങ്ങി വെള്ളാംകരിയും മീൻപിടിക്കാൻ കൂടി. ഭവാനിക്കു കുറുകെ അവർ വലകെട്ടി. പിന്നെ തൂപ്പുപയോഗിച്ച് വെള്ളത്തിലടിച്ച് മത്സ്യങ്ങളെ വിരട്ടി. പാറയിലും ചെളിയിലും മുട്ടയിടാൻ പതുങ്ങിയിരുന്ന മത്സ്യങ്ങൾ പേടിച്ചു പാഞ്ഞു വലയിൽ കുടുങ്ങി.

ചെമ്പനും വെള്ളാംകരിക്കും രണ്ടു കുടം നിറയെ മത്സ്യം കിട്ടി. വെള്ളാംകരി ഒരു പിടി മത്സ്യമെടുത്തു ബാക്കി ചെമ്പനു നൽകി. അന്നു ചെമ്പനും ഇളയതുങ്ങളും മീൻകറി കൂട്ടി ഊണ് കഴിച്ചു. അരിയും പലവ്യഞ്ജനങ്ങളുമൊക്കെ പീടികക്കാരനോടു കടം വാങ്ങിയതായിരുന്നു.

അന്നു രാത്രി വെള്ളാംകരിയുടെ കുടിയിൽ നിന്ന് പഴയൊരു സിനിമാപ്പാട്ട് ഉറക്കെ കേട്ടു.

‘‘ഹൃദയം ദേവാലയം
മാനവഹൃദയം ദേവാലയം
പോയ വസന്തം തിരമാല ചാർത്തിയ.....’’

ഊരുമൂപ്പൻ ഭാര്യമാരിൽ മൂത്തവളായ മല്ലിയോടു പറഞ്ഞു.

‘‘എന്തു കഷ്ടമാ പെണ്ണേ, എത്ര സന്തോഷിച്ചു കഴിഞ്ഞവനാ, ഞങ്ങൾ ചോളപ്പാടം കൊയ്യുമ്പോൾ ഏറ്റവും ഉറക്കെ പാടുന്നത് അവനായിരുന്നു. ആ നശിച്ച കൊമ്പൻ അവന്റെ ജീവിതം നശിപ്പിച്ചു.’’

അന്നത്തെ സംഭവമോർത്തപ്പോൾ മല്ലിക്കു വല്ലാത്ത ഭയം തോന്നി. അവൾ മൂപ്പന്റെ ശരീരത്തിൽ കെട്ടിപ്പിടിച്ചു കിടന്നു.

അഞ്ച്

അമ്മയും അയൽക്കാരനുമായുള്ള രാത്രിസംസർഗവും മദ്യസേവയും തുടർന്നു. ആൽബിയുടെ ശരീരത്തിൽ കൗമാരത്തിന്റെ വരവറിയിച്ച് ഹോർമോണുകൾ ശരിക്കും പ്രവർത്തിച്ചു തുടങ്ങിയ കാലമായിരുന്നു അത്. ശബ്ദത്തിലും ശരീരത്തിലുമൊക്കെ മാറ്റങ്ങൾ കണ്ടുതുടങ്ങി. എന്നാൽ അവന്റെ അമ്മ ഇതൊന്നും മനസ്സിലാക്കാൻ കൂട്ടാക്കിയില്ല.

അവന്റെ മനസ്സിൽ പെറ്റമ്മയോടു വല്ലാത്ത വെറുപ്പ് രൂപപ്പെട്ടു തുടങ്ങിയിരുന്നു. അമ്മയും രാജനും തമ്മിലുള്ള ബന്ധത്തിന്റെ രഹസ്യസ്വഭാവമൊക്കെ മാറി. ആൽബി അറിഞ്ഞാലും ഒന്നുമില്ലെന്ന മട്ടിലായി കാര്യങ്ങൾ. പല രാത്രികളിലും അമ്മയുടെ മുറിക്കുള്ളിൽ നിന്ന് അശ്ലീലച്ചുവയുള്ള ചിരിയും സംഭാഷണവും കേട്ടു. ദിവസം കഴിയുംതോറും ആൽബിക്ക് അത് കൂടുതൽ അസഹനീയമായിത്തോന്നി.

ഒരു രാത്രി അമ്മയറിയാതെ അവൻ ഫ്രിഡ്ജിൽനിന്ന് വോഡ്കയെടുത്തു വെള്ളം ചേർത്ത് അകത്താക്കി. കുറച്ചു കഴിഞ്ഞ് വോഡ്ക ഒരു പെഗ്ഗുകൂടി കുടിച്ചു. മദ്യം ഉള്ളിൽ ചെന്നപ്പോൾ അവനു വല്ലാത്ത ധൈര്യം തോന്നി. സിരകളിലേക്കു രക്തം ഇരച്ചുകയറി.

അവൻ എണീറ്റ് അമ്മയുടെ ബെഡ്റൂമിന്റെ കതകിൽ തട്ടി. രാജനാണു കതക് തുറന്നത്. ''എന്താ ആൽബീ, നീ ഉറങ്ങിയില്ലേ?'' ഒരു ജാള്യതയുമില്ലാത്ത അയാൾ ചോദിച്ചു. ആൽബിയുടെ ശരീരമാകെ ദേഷ്യംകൊണ്ട് വിറച്ചു. അവൻ കൈയിലിരുന്ന പേപ്പർവെയ്റ്റ് രാജന്റെ നെറ്റിക്കിട്ടു ശക്തമായി വീക്കി. ചോര വാർന്നൊലിക്കുന്ന നെറ്റിയുമായി അയാൾ പുറത്തു ചാടി.

ശബ്ദം കേട്ട് അവന്റെ അമ്മ മുറിക്കു പുറത്തേക്കിറങ്ങി. അവരുടെ മാറിടം നഗ്നമായിരുന്നു. മദ്യലഹരിയിൽ കാല് നിലത്തുറയ്ക്കുന്നുണ്ടായിരുന്നില്ല. ''വൃത്തികെട്ട സ്ത്രീ'' ആൽബി ഉറക്കെ പറഞ്ഞു. അവർ അവന്റെ ചെകിട്ടത്ത് ആഞ്ഞടിച്ചു. പിന്നെ ചൂലെടുത്ത് അവനെ പൊതിരെ തല്ലി. ''അപ്പന്റെ ഗുണം കാണിക്കുന്നോടാ നായേ, ഞാനെനിക്ക് ഇഷ്ടമുള്ളതു ചെയ്യും, എതിർത്താൽ തന്തയെ ഇറക്കിവിട്ടതുപോലെ നിന്നെയും ഇറക്കിവിടും'' എന്ന് അവർ പുലമ്പുന്നുണ്ടായിരുന്നു.

വൈകാതെ അവർ മദ്യലഹരിയിൽ കിടക്കയിലേക്കു മറിഞ്ഞു. ആൽബിക്ക് ഉള്ളിൽ സന്തോഷമാണ് തോന്നിയത്. തനിക്ക് ആ സ്ത്രീയുടെ ചെയ്തികളെ ആദ്യമായി എതിർക്കാനായിരിക്കുന്നു.

അവൻ ഒരു പെഗ്ഗ് വോഡ്കകൂടി അകത്താക്കി. പിന്നെ കിടക്കയിലേക്കു ചരിഞ്ഞു. ഉറക്കത്തിൽ അവനൊരു സ്വപ്നം കണ്ടു. അവൻ അച്ഛന്റെ കൈ പിടിച്ച് വഴിയിലൂടെ നടക്കുന്നു. പെട്ടെന്ന് വഴിയോരത്തെ

ഓടയ്ക്കുള്ളിൽ നിന്ന് എന്തോ ശബ്ദം. അവനും അച്ഛനും ഓടയ്ക്കുള്ളിലേക്കു നോക്കി. അവിടെ ഒരു വേശ്യ കുറെ പുരുഷന്മാരുമായി രമിക്കുന്നു. അവർ ആൽബിയെയും അച്ഛനേയും പുലഭ്യം പറഞ്ഞു. ആ സ്ത്രിയുടെ മുഖം ശരിക്കും അമ്മയുടേതു പോലെ.

ആൽബിയുടെ ജീവിതം വഴിതെറ്റുകയായിരുന്നു. പിറ്റേന്ന്, തലേദിവസത്തെ സംഭവത്തെക്കുറിച്ച് അമ്മ ഒന്നും സംസാരിച്ചില്ല. ഏതായാലും ഒരു ഗുണമുണ്ടായി, രാജന്റെ വരവ് നിന്നു.

പക്ഷേ മദ്യപാനം അവർ തുടർന്നു, അവരറിയാതെ ആൽബിയും. അമ്മ കിടന്നുകഴിഞ്ഞായിരുന്നു അവന്റെ ഊഴം. മദ്യമെടുത്തശേഷം പകരം വെള്ളം നിറച്ചു വയ്ക്കുന്നതിനാൽ അവർ ഈ കളി അറിഞ്ഞില്ല.

ഒരു ദിവസം പതിവുപോലെ അമ്മ മദ്യലഹരിയിൽ കിടക്കയിലേക്കു ചാരി. രണ്ടു പെഗ്ഗ് അകത്താക്കിയ ആൽബി തന്റെ മുറിയിലേക്കു പോകുംവഴി അമ്മയുടെ മുറിക്കുള്ളിലേക്ക് ഒളിഞ്ഞുനോക്കി. തലയണയെ കെട്ടിപ്പിടിച്ച് ''എന്നെ കെട്ടിപ്പിടിക്ക്'' എന്നും മറ്റും അവർ പുലമ്പുന്നുണ്ടായിരുന്നു.

അമ്മയുമായി വേർപിരിഞ്ഞ ദിവസം അച്ഛൻ ഉറക്കെ ആക്രോശിച്ചത് അവന് ഓർമ്മ വന്നു. ''നാശം, നിനക്ക് കാമഭ്രാന്താണ്, കാണുന്ന പുരുഷന്മാരെയൊക്കെ പ്രാപിക്കാനുള്ള ഭ്രാന്ത്, ഈ കാമഭ്രാന്തുകൊണ്ടുതന്നെ നീ നശിക്കും, യു ആർ എ നിംഫോമാനിയാക്ക്, ദൈവം ഇതൊക്കെ കാണുന്നുണ്ട്.''

ആൽബി ജനാലയ്ക്ക് പുറത്തേക്കു കാറിത്തുപ്പി, പിന്നെ വോഡ്കയുടെ ലഹരിയിൽ മയങ്ങി.

ആറ്

ചെമ്പന്റെ അപ്പൻ കുടിച്ചു മരിച്ചു. സഹോദരങ്ങളെ വളർത്താൻ അവൻ കൂലിപ്പണിക്കു പോയിത്തുടങ്ങി. ഇതിനിടെ അവന്റെ പെങ്ങളായ പൊറിഞ്ചിക്ക് പ്രായമായി. അടുത്ത കുടിയിലെ തുമ്പിയമ്മച്ചിയാണ് ചെമ്പന് വലിയ സഹായിയായിത്തീർന്നത്. ചെമ്പൻ ഇല്ലാത്തപ്പോൾ സഹോദരങ്ങളെ അവർ നോക്കും.

ഒറ്റയ്ക്കായിരുന്നു തുമ്പി അമ്മച്ചിയുടെ താമസം. അവർക്ക് 70 വയസ്സോളം പ്രായം വരും. ഭർത്താവും മക്കളുമൊക്കെ ഉണ്ടായിരുന്ന സ്ത്രീയായിരുന്നു തുമ്പി. അവരുടെ നാൽപ്പതാം വയസ്സിൽ ഭർത്താവ് മലമ്പനി വന്നു മരിച്ചു. കറുത്ത മുത്തുകളെപ്പോലെ രണ്ട് ആൺമക്കളാണ് അവർക്കുണ്ടായിരുന്നത്. തുമ്പി ചുമടെടുത്ത് മക്കളെ

വളർത്തി. മക്കളെ പഠിപ്പിച്ചു വലിയ ആൾക്കാരാക്കണമെന്നായിരുന്നു തുമ്പിയുടെ ആഗ്രഹം. പക്ഷേ പഠിപ്പിക്കാൻമാത്രം പണം പണിയെടുത്തുണ്ടാക്കുകയെന്നത് അവരെ സംബന്ധിച്ച് അസാധ്യമായിരുന്നു.

അങ്ങനെ കഴിയവെ ഊരിൽ ഒരു ക്രിസ്ത്യൻ മിഷനറി സംഘമെത്തി. കുറേപ്പേരെ അവർ മതപരിവർത്തനം നടത്തി ക്രിസ്ത്യാനികളാക്കി. മതം മാറുന്നവരുടെ മക്കളെ പണം ചെലവാക്കി പഠിപ്പിക്കുമെന്നായിരുന്നു അവരുടെ ഉറപ്പ്. തുമ്പിയും ആ ഉറപ്പിൽ വീണു, ക്രിസ്തുമതം സ്വീകരിച്ച് ഏലിയാമ്മയായി. മക്കളെ പള്ളിക്കാർ അവരുടെ സ്കൂളിൽ ചേർത്തു പഠിപ്പിച്ചു.

കുറേക്കാലം കഴിഞ്ഞു. മക്കൾ വളർന്നു സുന്ദരന്മാരായി, ഒരാൾ എട്ടിലും രണ്ടാമൻ ഏഴിലും. ഒരു ദിവസം പള്ളിയിലെ അച്ചൻ ഏലിയാമ്മയെ വിളിച്ചു വരുത്തി ആരാഞ്ഞു.

''ഏലീ, നിന്റെ മക്കളെ ഞങ്ങൾ ജർമ്മനിയിലയച്ചു പഠിപ്പിക്കാൻ പോവുകയാ. സമ്മതമല്ലേ?''

ജർമ്മനിയെന്താണെന്നൊന്നും തുമ്പിക്കറിയില്ല. മക്കളെ നന്നായി പഠിപ്പിച്ചു വലിയ ആളുകളാക്കുമെന്നു മാത്രമേ അവർക്കു മനസ്സിലായുള്ളൂ. അവരത് സമ്മതിക്കുകയും ചെയ്തു. അച്ചൻ കാണിച്ച പേപ്പറിലൊക്കെ ഏലി വിരലടയാളം പതിച്ചു.

അടുത്തയാഴ്ച പള്ളിക്കാരിൽ ഒരാൾ മക്കളെ കൂട്ടിക്കൊണ്ടു പോയി. പിന്നെ അവരെയും കൂട്ടി ജർമ്മനിയിലേക്ക് പറന്നു. മക്കൾ കടൽ കടന്നു പോയെന്ന് തുമ്പി പിന്നീടാണ് തിരിച്ചറിഞ്ഞത്. പഠിത്തം കഴിഞ്ഞ് പിള്ളാർ ഇന്നു വരും നാളെ വരുമെന്നു കരുതി അവർ കാത്തിരുന്നു. അങ്ങനെ വർഷം ഇരുപതുകഴിഞ്ഞു. പള്ളിയിലെ അച്ചനും കപ്യാരുമൊക്കെ സ്ഥലം മാറിപ്പോയി. പിന്നീട് വന്നവർക്ക് ഇതു സംബന്ധിച്ച് വിവരമൊന്നുമില്ലായിരുന്നു.

പാവം തുമ്പി മക്കളെ കണ്ടുപിടിച്ചു തരണമെന്നു പലരോടും അപേക്ഷിച്ചു, എം.എൽ.എയോടും പഞ്ചായത്തു പ്രസിഡന്റിനോടും മന്ത്രിയോടുമൊക്കെ. ഒരു ഗുണവുമുണ്ടായില്ല.

''എന്തിനാ നിങ്ങളിനി മക്കളെ അന്വേഷിക്കുന്നത്. ഒന്നുകിൽ അവർ ജർമ്മനിയിൽ ഉണ്ടാവും അല്ലെങ്കിൽ ചത്തുകാണും. ഏതായാലും നിങ്ങളുടെ കാര്യമൊക്കെ മറന്നിട്ടുണ്ടാവും, അവരെ നിങ്ങളും മറന്നേരെ'' എന്നായിരുന്നു പലരുടെയും മറുപടി.

പെറ്റമ്മയ്ക്ക് സ്വന്തം മക്കളെ മരണംവരെ മറക്കാനാവില്ലല്ലോ. ചാകുംമുമ്പ് മക്കൾ തന്നെ കാണാൻ എത്താതിരിക്കില്ലെന്നുതന്നെ അവർ കരുതി. വയസ്സാവുംതോറും അവരുടെ പ്രതീക്ഷ കുറഞ്ഞു, ജീവിതം കൂടുതൽ ദുഃഖപൂർണവുമായി.

പൊറിഞ്ചിക്കു പ്രായമായപ്പോൾ തുമ്പിയമ്മച്ചി ചെമ്പനോടു പറഞ്ഞു.

“എടാ ചെമ്പാ, നീ ഇവളെ പുറത്തൊന്നും അധികം വിടേണ്ട. കൗണ്ടർ ചെക്കന്മാരുടെ കണ്ണിൽപെട്ടാൽ ശല്യമാ, കഴുകൻ കണ്ണുമായി ആ ഏജന്റ് മാപ്പിളയും കറങ്ങി നടക്കുന്നുണ്ട്. കെട്ട് കഴിയും വരെ അവൾ കൂരയ്ക്കുള്ളിൽത്തന്നെ കഴിയട്ടെ”

ചെമ്പനും അതു സമ്മതമായി. പൊറിഞ്ചി ശരിക്കും സുന്ദരിയായിരുന്നു, അവളുടെ അമ്മയെപ്പോലെ വെളുപ്പും. ഇളയ പിള്ളാർക്കൊക്കെ ഭക്ഷണം ഉണ്ടാക്കി വിളമ്പാനും അവരുടെ കാര്യങ്ങൾ നോക്കാനുമൊക്കെ പൊറിഞ്ചിക്ക് ഒരു മടിയുമുണ്ടായിരുന്നില്ല. ഊരിലെ നല്ലൊരു ചെക്കനെക്കൊണ്ട് അവളെ കെട്ടിക്കണമെന്ന് ചെമ്പൻ ആഗ്രഹിച്ചു.

പക്ഷേ അതിനിടെ വേറൊരു സംഭവം നടന്നു. ഊരിലെ കറപ്പന് തേനെടുക്കാൻ പോയപ്പോൾ ഒരു തത്തമ്മയെ കിട്ടിയിരുന്നു. അയാളത് തന്റെ മക്കൾക്കു സമ്മാനിച്ചു. ഒരു ദിവസം ഏജന്റ് മാപ്പിള തത്തമ്മയെ വാങ്ങാൻ ഊരിലെത്തി. ബഷീറെന്നാണ് അയാളുടെ പേര്. തത്തമ്മയ്ക്കു വില പറയുന്നതിനിടെ തൊട്ടടുത്ത കുടിയിലെ പൊറിഞ്ചിയെ അയാളുടെ കഴുകൻകണ്ണുകൾ ശരിക്കും കണ്ടു.

“ചെമ്പന്റെ പെങ്ങളാ നീ? നീ അങ്ങു വളർന്നു മൊഞ്ചത്തിയായല്ലോടീ,” അയാൾ ചോദിച്ചു. തുമ്പിയമ്മച്ചി തെറി പറഞ്ഞു പായിക്കും വരെ അയാളവിടെ ചുറ്റിക്കറങ്ങി.

അടുത്തയാഴ്ച ഊരിലെ ചെറുപ്പക്കാരൊക്കെ തേനെടുക്കാൻ കാട് കയറി. ചെമ്പനും സംഘത്തിൽ കൂടി. തേനിൽ ഒരു പങ്ക് കിട്ടിയാൽ വിറ്റ് കുറച്ചു പണമുണ്ടാക്കാം. ഇളയതുങ്ങൾക്കു ഡ്രസ്സ് വാങ്ങിക്കൊടുക്കണം. പൊറിഞ്ചി പ്രായമായശേഷം ഒന്നും വാങ്ങിനൽകാൻ കഴിഞ്ഞില്ലെന്നത് അവനെ അലട്ടിയിരുന്നു.

വൈകിട്ടോടെ സെർച്ച് ലൈറ്റും കുടിക്കാനുള്ള കഞ്ഞിയും ചുട്ട ഉണക്കമീനുമൊക്കെയെടുത്തു സംഘം കാടുകയറി, വൈകാതെ കാട്ടിനുള്ളിൽ കൂരിരുട്ടായി. ആനയുടെ ചൂരടിച്ചാൽ എല്ലാവരും പലവാക്കിനോടും വീണ്ടും ഒന്നിച്ചു കൂടും. തേനടയുള്ള മരം മൂപ്പന്റെ മകനായ ചേന്ദൻ കണ്ടുവച്ചിരുന്നു. മരത്തിനടുത്ത് എത്തിയ ഉടൻ എല്ലാവരും ചേർന്ന് ഈറ ശേഖരിച്ചു. പിന്നെ അതുപയോഗിച്ച് ഏണി കെട്ടിയുണ്ടാക്കി. കഞ്ഞിയും ചുട്ട മീനും കഴിച്ചു ക്ഷീണം മാറ്റി. ചേന്ദൻ സെർച്ച് ലൈറ്റും ചൂട്ടുമായി മരത്തിൽ കയറി തേനീച്ചകളെ പുകച്ചു പായിച്ചു. തേനട മുറിച്ച് കുട്ടയിൽ വച്ച് വടമുപയോഗിച്ച് കെട്ടിയിറക്കി. വെളുക്കുംവരെ അവർ പണിതുടർന്നു. തേനടയൊക്കെ എടുത്തശേഷം ഊരിലേക്ക് മടങ്ങി. ഊരിൽ തന്നെ കാത്തിരിക്കുന്നത് ഹൃദയഭേദകമായ സംഭവമാണെന്നു ചെമ്പൻ അറിഞ്ഞേയില്ല.

ഊരിലെ ചെറുപ്പക്കാർ കാട് കയറിയ വിവരം ബഷീർ അറിഞ്ഞിരുന്നു. അയാളത് കൂട്ടുകാരായ കൗണ്ടർ ചെക്കൻമാരെ അറിയിച്ചു.

അതിൽ ശരിക്കും വഴിതെറ്റിയ ചിലരുണ്ടായിരുന്നു. മല്ലപ്പ കൗണ്ട റുടെ മകനായ മണിയായിരുന്നു അവരുടെ നേതാവ്. മദ്യവും കഞ്ചാവു മടിച്ച് ഊരിലെ പെണ്ണുങ്ങളെ ശല്യപ്പെടുത്തി നടക്കുന്ന സംഘമാ യിരുന്നു അവരുടേത്.

ബഷീർ മണിയെ പറഞ്ഞു കൊതിപ്പിച്ചു.

‘‘കൗണ്ടരേ, നല്ല വെണ്ണപൊലൊരു പെണ്ണ്, ഊരിലെ ചെമ്പന്റെ പെങ്ങളാ, നല്ല പുതുചരക്ക്, ചെറുപ്പക്കാരൊക്കെ തേനെടുക്കാൻ പോയി, നമുക്ക് വേട്ടയ്ക്കിറങ്ങിയാലോ? ’’

അങ്ങനെ മണിയും സംഘവും വേട്ടയ്ക്കിറങ്ങി. ഭവാനിയുടെ തീരത്തിരുന്ന് മദ്യപാനവും കഞ്ചാവുവലിയുമായിരുന്നു ആദ്യം. ലഹരി ശരിക്കും തലയ്ക്കു പിടിച്ചപ്പോൾ നല്ല ഒച്ചയിൽ പാട്ടു തുടങ്ങി.

പൊറിഞ്ചിയും സഹോദരങ്ങളും കൂരയിൽ കിടന്ന് ഉറങ്ങുകയാ യിരുന്നു. പാതിരാത്രി കതകിൽ മുട്ടുന്നതു കേട്ടു. ചെമ്പൻ രാവി ലെയേ മടങ്ങിയെത്തുവെന്ന് അവൾക്കറിയാമായിരുന്നു. ബഷീർ തുമ്പിയമ്മച്ചിയുടെ ശബ്ദത്തിൽ പറഞ്ഞു. ‘‘മോളേ പൊറിഞ്ചി, വാതിൽ തുറക്ക്, എനിക്കൊരു മേലായ്ക.’’ പൊറിഞ്ചി പെട്ടെന്നു വാതിൽ തുറന്നു. രണ്ടു മൂന്നുപേർ ഒരു മിന്നായം പോലെ ഉള്ളി ലേക്ക് കയറി. നിലവിളിക്കാൻ വായ തുറക്കുംമുമ്പ് ഒരാൾ പുറകെ നിന്ന് വായ പൊത്തിപ്പിടിച്ചു. തന്നെ എങ്ങോട്ടോ കൊണ്ടുപോവുക യാണെന്ന് അവൾക്കു തോന്നി. കൈകാലുകളൊക്കെ അനക്കാൻ പോലും വയ്യാത്തവിധം പൂണ്ടടക്കം പിടിച്ചിട്ടുണ്ടായിരുന്നു.

ഭവാനിയുടെ തീരത്തുള്ള ആൽമരത്തിനു കീഴെയാണ് അവർ അവളെ കൊണ്ടുപോയത്. ഓരോരുത്തരായി പൊറിഞ്ചിയെ ബലാൽക്കാരമായി പ്രാപിക്കാൻ തുടങ്ങി. അവൾക്ക് അനങ്ങാൻ പോലുമാവുമായിരുന്നില്ല. ഇതിനിടെ ആരോ തലയ്ക്കു ശക്തമായി അടിച്ചു. ബോധം വരുമ്പോൾ ശരീരമാകെ വേദനയും നീറ്റലും. വസ്ത്രമൊക്കെ അവന്മാർ കീറിപ്പറിച്ചുകളഞ്ഞിരുന്നു. പരിസര ത്തൊന്നും ആരുമുണ്ടായിരുന്നില്ല. പുകയുന്ന ഒരു തീകുണ്ഡവും ഒഴിഞ്ഞ മദ്യകുപ്പികളും മാത്രം.

പൊറിഞ്ചിക്കു ദുഃഖം സഹിക്കാനായില്ല. ഭവാനിയിൽ ചാടിച്ചത്താ ലെന്തെന്ന് അവൾ ചിന്തിച്ചു. പക്ഷേ ഇളയതുങ്ങളേയും ചെമ്പനേയും ഓർത്തപ്പോൾ മനസ്സു വന്നില്ല. അമ്മ മരിക്കുംമുമ്പ് മൂത്ത മകളായ അവളുടെ കൈ പിടിച്ച് പ്രതീക്ഷയോടെ നോക്കിയ നിമിഷം ഓർമ്മ വന്നു. പൊറിഞ്ചി വേച്ചു വേച്ചെണീറ്റു. പിന്നെ ഊര് ലക്ഷ്യമാക്കി ജീവച്ഛവംപോലെ നടന്നു. ആ നാടിന്റെ വിയർപ്പും രക്തവും ബീജവും വിസർജ്യവുമൊക്കെ ഏറ്റുവാങ്ങുന്ന ഭവാനി ഒരു മൂകസാക്ഷിയെ പ്പോലെ ഒഴുകി.

ഏഴ്

ആൽബിക്കു പഠിത്തത്തോടുള്ള താൽപ്പര്യം കുറഞ്ഞു. അട്ടപ്പാടിയിലെ സ്കൂളിലേറെയും ആദിവാസി കുട്ടികളായിരുന്നു. അവരിൽ വേലുവായിരുന്നു അവന്റെ ഏറ്റവുമടുത്ത ചങ്ങാതി. വേലു അനാഥനായിരുന്നു. അപ്പൻ അവന്റെ ബാല്യത്തിലേ മരിച്ചു. അപ്പന്റെ മരണശേഷമായിരുന്നു അവന്റെ ജനനം. അതുകൊണ്ട് ഊരിൽ അമ്മയ്ക്കു കൂത്തിച്ചിയെന്ന പേരു വീണു, അവരുടെ മകന് കൂത്തിച്ചിക്കുണ്ടായ മകനെന്നും. അമ്മ രണ്ടു വർഷംമുമ്പ് ക്ഷയം ബാധിച്ചു മരിച്ചു. അപ്പൂപ്പനൊപ്പമാണ് വേലുവിന്റെ താമസം. വേലു മദ്യപിക്കും. കഞ്ചാവ് വലിക്കും. കാടിനേയും ആനയേയുമൊന്നും അവനു പേടിയില്ല. വേലു ക്ലാസിലൊക്കെ വല്ലപ്പോഴുമേ കയറാറുള്ളൂ. ക്രമേണ ആൽബിയും അങ്ങനെയായി. രാവിലെ ക്ലാസിൽ കയറിയാൽ ഇന്റർവെൽ സമയത്തു പുറത്തുചാടും. നാല് അധ്യാപകരും ഹെഡ്മാസ്റ്ററും മാത്രമുള്ള സ്കൂളായിരുന്നു അത്. ഒരു സമയത്ത് രണ്ടു പേരിൽ കൂടുതൽ കാണില്ല, കുട്ടികൾ ക്ലാസ്സിൽ ഇരിക്കുന്നുണ്ടോ എന്നു ശ്രദ്ധിക്കാനൊന്നും അധ്യാപകർ മെനക്കെട്ടിരുന്നില്ല.

ഒരു ദിവസം പതിവുപോലെ ആൽബി വേലുവിനൊപ്പം ക്ലാസ്സു കട്ടുചെയ്തിറങ്ങി. കാടിനുള്ളിൽ അവനൊരു സ്ഥിരം താവളമുണ്ടായിരുന്നു. ഒരു അരുവിയും അതിനെടുത്ത് ഒരു വലിയ മരവും അതിലൊരു പഴയ ഏറുമാടവും. ചുറ്റുപാടും കാട്ടുചേമ്പ് നിറയെ വളർന്നിട്ടുണ്ട്.

വേലു ചേമ്പിനിടയിൽ പരതിയശേഷം ഉണക്കവാഴയിലയിൽ കെട്ടിപ്പൊതിഞ്ഞ നിലയിൽ ഒരു കുപ്പി കൈയ്യിലെടുത്തു. പോക്കറ്റിൽ സൂക്ഷിച്ചിരുന്ന പ്ലാസ്റ്റിക് ഗ്ലാസ്സിൽ കുപ്പിയിൽനിന്ന് ചാരായം പകർന്ന് ഒറ്റവലിക്ക് അകത്താക്കി. പിന്നെ ഗ്ലാസ്സ് വീണ്ടും നിറച്ച് ആൽബിക്കു നീട്ടി. ആൽബി അതു കുടിച്ചു.

വേലു ഒരു ഗ്ലാസ്സും കൂടി മോന്തിക്കൊണ്ട് സംസാരം തുടങ്ങി.

''ആൽബി, നിന്റെ അമ്മ നന്നായി കുടിക്കും അല്ലേടാ, നിങ്ങടെ ക്വാർട്ടേഴ്സിലെ തൂപ്പുകാരൻ ബദരി ഞങ്ങളുടെ ഊരിലാ കഴിയുന്നേ, അവൻ പറഞ്ഞതാ.''

വേലു തുടർന്നു. ''അവർ കഴിഞ്ഞയാഴ്ച ഒരു സാറിനൊപ്പം ഒരു ദിവസം മുഴുവൻ ടൗണിൽ മുറിയെടുത്തു കഴിഞ്ഞു. ഇതവരുടെ സ്ഥിരം പരിപാടിയാണെന്ന് ബദരി പറഞ്ഞു. നിന്റെ അപ്പനെവിടെയാടാ, അയാൾ ഇതൊന്നും അറിയുന്നില്ലേ?

ആൽബിയുടെ ദേഹത്തും മനസ്സിലും വല്ലാത്ത പുകച്ചിൽ തോന്നി. വേലുവിന്റെ കൈയിൽ നിന്ന് കുപ്പിവാങ്ങി നാലഞ്ച് കവിൾ ഒറ്റയടിക്ക് അവൻ അകത്താക്കി. വേലു ഒരു പുഴുങ്ങിയ മുട്ട അവന്റെ നേർക്കു നീട്ടി. അവനതു വാങ്ങി വിഴുങ്ങി. തല പെരുക്കുംപോലെ

ആൽബിക്കു തോന്നി, വല്ലാത്ത ലഹരി. ''അവർ അഴുക്ക സ്ത്രീയാ, ശരിക്കും അഴുക്ക സ്ത്രീ.'' അവൻ പുലമ്പി.

''നീ എണീക്കെടാ, നമുക്കു ഭവാനിയിൽ കുളിക്കാം.'' വേലു പറഞ്ഞു.

ആൽബി ഒരുവിധം എണീറ്റു. വേലു അവനെ താങ്ങിപ്പിടിച്ചു. ഉച്ചയായിരുന്നതിനാൽ ഭവാനിയിലെ വെള്ളത്തിനു ചൂടുണ്ടായിരുന്നു, എന്നാലും വെള്ളത്തിൽ മുങ്ങിക്കിടന്നപ്പോൾ ആൽബിയുടെ പരവേശം കുറച്ചു മാറി, ഭവാനി അവനെ പുണർന്നു തഴുകി ആശ്വസിപ്പിച്ചതുപോലെ. അടിത്തട്ടിലെ പരുപരുത്ത മണൽപരപ്പ് അവന്റെ ഉപ്പൂറ്റിയിൽ ഇക്കിളികൂട്ടി.

''എടാ ആൽബീ, നീ നാളെ നൂറുരൂപയുമായി വരണം, നമുക്കൊരിടംവരെ പോകാം.'' വേലു പറഞ്ഞു.

പിറ്റേന്ന് അമ്മയുടെ ബാഗിൽനിന്ന് അവരറിയാതെ എടുത്ത നൂറുരൂപയുമായാണ് ആൽബിയെത്തിയത്. ഉച്ചയൂണ് കഴിഞ്ഞ് വേലുവിനൊപ്പം അവൻ സ്കൂളിൽ നിന്ന് പുറത്തുചാടി.

''നമുക്കെന്റെ ഊരിനടുത്തുവരെ പോകാം.'' വേലു പറഞ്ഞു. പോകുംവഴി സ്ഥിരംതാവളത്തിൽ വച്ച് പട്ടയടിക്കാനും കഞ്ചാവ് പുകയ്ക്കാനും അവർ മറന്നില്ല.

ഊരിലെത്തിയതും വേലു പറഞ്ഞു. ''ആണുങ്ങളൊക്കെ പണിക്കും ചാരായമടിക്കാനുമൊക്കെ പോയിരിക്കുകയാ.''

ഊരിലെ പെണ്ണുങ്ങൾ തമ്മിൽ അടക്കം പറഞ്ഞു. ''കൂത്തീടെ മകനൊപ്പം ഇവനാരാ.''

രണ്ടുപേരും ഊര് വിട്ടിറങ്ങി കുറച്ചു ദൂരം നടന്നു. ഓലമേഞ്ഞ ഒരു ചായക്കടയ്ക്കു മുന്നിൽ വേലു നിന്നു, പിന്നെ ആൽബിയേയും കൂട്ടി ഉള്ളിലേക്കു കയറി.

''വാസന്തിചേച്ചിയേ....'' അവൻ നീട്ടിവിളിച്ചു. കറുത്തു സുന്ദരിയായ ഒരു സ്ത്രീ പുറത്തുവന്നു. ആരും നോക്കിയിരുന്നു പോകുന്ന വടിവൊത്ത ശരീരം.

''എടാ ചെക്കാ, നിന്നെക്കണ്ടിട്ട് കുറെ നാളായല്ലോ, ഇതാരാ?'' ആൽബിയെ സ്നേഹത്തോടെ നോക്കിക്കൊണ്ട് അവർ ചോദിച്ചു.

''ഇവൻ ഒരു ആപ്പീസറുടെ മോനാ, പേര് ആൽബി.''

വേലു പരിചയപ്പെടുത്തി. ചായക്കടയിലെ ബെഞ്ചിന്റെ ഒരറ്റത്ത് മൂടിയും താടിയുമൊക്കെ നീട്ടിവളർത്തിയ പ്രാകൃതനായ ഒരാൾ ഇരുപ്പുണ്ടായിരുന്നു.

''ചേച്ചിയുടെ കെട്ടിയോനാ, നൊസ്സാ ആൾക്ക്.'' വേലു പറഞ്ഞു.

പിന്നെ വാസന്തിച്ചേച്ചിയെ നോക്കി അവൻ കണ്ണിറുക്കി. അറിയാത്ത ഭാവത്തിൽ ആൽബിയുടെ പോക്കറ്റിൽനിന്ന് നൂറുരൂപാ എടുത്ത ശേഷം തിരിച്ചിട്ടു. വാസന്തിച്ചേച്ചി വേലുവിന്റെ കൈയിൽ പിടിച്ചു. വേലു ആൽബിയെ നോക്കി കണ്ണുറിക്കിയശേഷം പറഞ്ഞു: ''നീ പോയിട്ടു വാടാ.''

ശരിക്കും ഇരുണ്ട മുറിയായിരുന്നു അത്. ഒരു പായയും തലയണയും തറയിൽ ചുരുട്ടിവച്ചിട്ടുണ്ട്. ചേച്ചി പായ നിവർത്തിയിട്ടു. പിന്നെ ആൽബിയെ മാറോടു ചേർത്തുപിടിച്ച് പായിൽ കിടന്നു. അതുവരെ അനുഭവിക്കാത്ത സുഖവും സ്നേഹവുമാണ് തുടർന്നുള്ള നിമിഷങ്ങൾ അവനു സമ്മാനിച്ചത്. അമ്മയുമായി രമിക്കുന്ന രാജന്റെ രൂപം അവന്റെ മനസ്സിൽ തികട്ടിവന്നു. താൻ ആ അഴുക്ക സ്ത്രിയോടും പുരുഷനോടും പകരം വീട്ടുന്നതുപോലെ അവനു തോന്നി.

അടുത്തതു വേലുവിന്റെ ഊഴമായിരുന്നു. പോകുമുമ്പ് അവർ രണ്ടുപേർക്കും ദോശ ചുട്ടു നൽകി.

അങ്ങനെ വാസന്തിച്ചേച്ചി അവനു പ്രിയപ്പെട്ടവളായി. 'മോനേ' എന്നാണ് ആൽബിയെ അവർ വിളിച്ചിരുന്നത്. അവരുടെ മാറിടത്തിൽ മാത്രമല്ല ശരീരത്തിന്റെ ഓരോ ഇഞ്ചിലും സ്നേഹത്തിന്റെ ചൂരുണ്ടായിരുന്നു. തനിക്കു കിട്ടാതെ പോയ സ്നേഹം അവൻ വാസന്തിചേച്ചിയിൽ നിന്ന് ഈടാക്കി. ഓരോ തവണ പോകുമ്പോഴും അവരുടെ ഭർത്താവിന്റെ കൈയിൽ അവൻ നാണയത്തുട്ടുകൾ തിരുകും. രാജൻ ചെയ്യുന്നതുപോലുള്ള തെറ്റല്ലേ താനും ചെയ്യുന്നതെന്ന് അവനു തോന്നിയിരുന്നു. അതേ സമയംതന്നെ ഗൂഢമായ ഒരു പ്രതികാരത്തിന്റെ സുഖവും അവൻ അനുഭവിച്ചു.

എട്ട്

പൊറിഞ്ചിക്കുണ്ടായ അനുഭവം ചെമ്പനെ വല്ലാതെ ബാധിച്ചു. പക്ഷേ ഊരുകാർക്ക് അതു പുത്തരിയല്ലായിരുന്നു. കൗണ്ടർമാരുടെ അതിക്രമങ്ങൾ അവരുടെ ജീവിതത്തിന്റെ ഭാഗമായി മാറിയിരുന്നു.

എന്നാൽ ചെമ്പന് സങ്കടവും നിരാശയും രോഷവും അടക്കാനായില്ല. തുമ്പിയമ്മച്ചി പൊറിഞ്ചിയുടെ മുറിവുകളിൽ പച്ചമരുന്ന് അരച്ചു തേച്ചു, അവളെ മാറോടു ചേർത്ത് ആശ്വസിപ്പിച്ചു.

സംഭവം നടന്ന് അടുത്ത ദിവസംതന്നെ ചെമ്പൻ അഗളി പൊലീസ് സ്റ്റേഷനിലെത്തി എസ്.ഐയെ കണ്ട് നടന്ന സംഭവമൊക്കെ പറഞ്ഞു.

''ഞങ്ങളെ സഹായിക്കണം സാറേ, ആ കൗണ്ടർ പിള്ളാരെ അറസ്റ്റു ചെയ്തു ജയിലിലടയ്ക്കണം'' ചെമ്പൻ അപേക്ഷിച്ചു.

എന്നാൽ കൗണ്ടർ ചെക്കന്മാരുടെ മദ്യവും പണവും വാങ്ങുന്ന അയാൾ ചെമ്പനെ പുച്ഛിച്ചു ചിരിക്കുകയാണുണ്ടായത്.

''എടാ ചെക്കാ, നിന്റെ പെങ്ങളെ അവർ ബലാത്ക്കാരം ചെയ്തതിനെന്താ തെളിവ്, അവൾ പൈസയ്ക്കു വേണ്ടി അവന്മാർക്കൊപ്പം അഴിഞ്ഞാടിയതാണെങ്കിലോ, അതോ നീയും അറിഞ്ഞുകൊണ്ടായിരുന്നോ, ഇതൊക്കെ. ഒടുവിൽ കണക്കു പറഞ്ഞു തെറ്റിയപ്പോൾ പരാതിയായി, അല്ലേടാ?''

ചെമ്പന് ആ പരിഹാസം സഹിക്കാനാവുമായിരുന്നില്ല. അടുത്തതായി ഹെഡ് കോൺസ്റ്റബിൾ തമ്പിയുടെ ഊഴമായിരുന്നു.

''എടാ പെറുക്കി, നിന്റെയൊക്കെ ഊരിൽ ഇതൊക്കെ സാധാരണയല്ലേ, ഒരു പെണ്ണും നാലഞ്ച് ആണും. നിന്റെ പെങ്ങൾക്കു മാത്രമെന്താ പ്രശ്നം, അവൾക്കും ശീലമാകട്ടെ, ഭാവിയിൽ നാലഞ്ച് കെട്ടുകയും ചെയ്യാം''

ചെമ്പന്റെ നിയന്ത്രണം വിട്ടു. അവൻ തമ്പിയെ അടിക്കാൻ കൈയോങ്ങി. പൊലീസുകാർ എല്ലാവരുംകൂടി അവനെ തലങ്ങും വിലങ്ങും തല്ലി.

''ഊരുതെണ്ടി ചെക്കന്റെ അഹങ്കാരം കണ്ടില്ലേ, കൊന്നുകുഴിച്ചുമൂടും നായേ, ഇനി ഇക്കാര്യവും പറഞ്ഞ് നിന്നെ ഇവിടേക്കു കണ്ടുപോകരുത്.'' എസ്.ഐ. ആക്രോശിച്ചു.

പൊള്ളുന്ന മനസ്സുമായി ചെമ്പൻ ഊരിലേക്കു മടങ്ങി. താൻ അമ്പേ തോറ്റതുപോലെ അവനു തോന്നി, അപ്പന്റെ കടുത്ത മദ്യപാനം കണ്ടുവളർന്ന ചെമ്പന് മദ്യത്തോടു വെറുപ്പായിരുന്നു. പക്ഷേ എല്ലാം മറക്കാൻ അന്നു കുടിച്ചാലെന്തെന്ന് അവനു തോന്നി. എന്നാൽ നാല് സഹോദരങ്ങൾ കൂരയിൽ തന്നെയും കാത്തിരിക്കുന്നുണ്ടെന്ന ചിന്ത അവനെ അതിൽനിന്ന് പിൻതിരിപ്പിച്ചു.

ഊരിലെത്തിയതും ചെമ്പൻ മൂപ്പന്റെ കുടിയിലെത്തി.

''മൂപ്പാ, ആ കൗണ്ടർ ചെക്കന്മാർ എന്റെ പെങ്ങളുടെ ജീവിതം തുലച്ചു, അവന്മാരെ എനിക്ക് എങ്ങനെയും കൊല്ലണം. എനിക്ക് കുത്തിക്കൊല്ലണം അവന്മാരെ.'' ചെമ്പൻ പറഞ്ഞു.

മൂപ്പൻ അവനെ ആശ്വസിപ്പിച്ചു. ''എടാ ചെമ്പാ, എനിക്ക് വയസ്സ് കുറേയായി, കൗണ്ടർമാരുടെ വേണ്ടാതീനങ്ങൾ കുറെ കണ്ടിട്ടുണ്ട്. നമുക്ക് തിരിച്ചൊന്നും ചെയ്യാനാവില്ലെടാ. അവർക്കു പണമുണ്ട്, പൊലീസുണ്ട്. നടന്ന സംഭവമൊക്കെ നീ മറന്നേക്ക്. പൊറിഞ്ചിയെ നമുക്ക് ഊരിലെ മാരനെക്കൊണ്ട് കെട്ടിക്കാം. അവന്റെ ഭാര്യ ചത്തിട്ട് ആറു മാസം കഴിഞ്ഞു. എന്തേ?''

ചെമ്പൻ മറുപടിയൊന്നും പറഞ്ഞില്ല. അവന്റെ ഉള്ള് ചുട്ടുനീറുന്നുണ്ടായിരുന്നു. പിറ്റേന്നു രാവിലെ കത്തിയും അരയിൽ തിരുകി മണിയുടെ വീട് ലക്ഷ്യമാക്കി അവൻ നടന്നു.

വഴിക്കുവച്ച് മണിയും കൂട്ടുകാരും ബൈക്കുകളിൽ പാഞ്ഞു വരുന്നതു ചെമ്പൻ കണ്ടു. ചെമ്പനെ കണ്ടതും അവർ ബൈക്കുകൾ ചവിട്ടിനിർത്തി. പിന്നെ ഉറക്കെ ഹോണടിച്ചും ആക്സിലേറ്റർ കൂട്ടി ബൈക്കുകൾ ഇരപ്പിച്ചും അവനെ ചുറ്റാൻ തുടങ്ങി. ‘‘നീയാണോടാ നായിന്റെ മോനേ പൊലീസ് സ്റ്റേഷനിൽ പരാതിയുമായി പോയത്, നിന്റെ പെണ്ണുങ്ങളെ ഞങ്ങളിനിയും പൊക്കും. നീ എന്തു ചെയ്യുമെടാ നായേ.’’

ചെമ്പൻ അരയിലെ കത്തിയെടുത്തു വീശി. പക്ഷേ അവർ ആറു പേരുണ്ടായിരുന്നു. അവരവനെ വളഞ്ഞിട്ട് തല്ലി. വീണുകിടന്ന ചെമ്പന്റെ മുഖത്ത് മണി മൂത്രമൊഴിച്ചു.

‘‘കുടിക്കെടാ നായേ, പിന്നെ നിന്റെ വീട്ടിൽപോയി പെണ്ണുങ്ങളോട് ഒരുങ്ങിയിരിക്കാൻ പറ. അടുത്ത ഞായറാഴ്ച ഞങ്ങൾ വീണ്ടും വരും. നീ അവൾക്കൊരു മണക്കുന്ന സോപ്പും നല്ലൊരു ഷഡ്ഡിയും വാങ്ങിക്കൊട്, പൈസ ഞാൻ തരാം.’’

മണി ഉറക്കെ വിളിച്ചുകൂവി.

വേദനിക്കുന്ന മനസ്സും ശരീരവുമായി ചെമ്പൻ ഊരിലേക്കു വേച്ചു വേച്ചു നടന്നു. വഴിയിൽവച്ച് അവൻ വെള്ളാംകരിയെ കണ്ടു. കെട്ടിപ്പിടിച്ചു കരഞ്ഞുകൊണ്ട് അവൻ പറഞ്ഞു.

‘‘എനിക്കവന്മാരെ കൊല്ലണം അണ്ണാ, അല്ലെങ്കിൽ അവന്മാർ വീണ്ടും വരും. പൊറിഞ്ചിയെ ഇനിയും ഉപദ്രവിക്കും.’’ വെള്ളാംകരി അവനെ ആശ്വസിപ്പിക്കാൻ കിണഞ്ഞു ശ്രമിച്ചെങ്കിലും സാധിച്ചില്ല.

‘‘ഇനി അങ്ങനെ സംഭവിച്ചാൽ ഒന്നുകിൽ ഞാൻ ചാവും, അല്ലെങ്കിൽ അവരെ കൊല്ലും.’’

ചെമ്പൻ കരഞ്ഞു പറഞ്ഞുകൊണ്ടിരുന്നു. വെള്ളാംകരി കുറച്ചു സമയം എന്തോ ചിന്തിച്ചിരുന്നു, പിന്നെ പറഞ്ഞു.

‘‘എടാ ചെമ്പാ, അവന്മാരെ നേരിട്ട് നിനക്കൊന്നും ചെയ്യാനാവില്ല, പിന്നെ നമ്മളെ സഹായിക്കാൻ പൊലീസും മറ്റാരുമില്ല. ഒരു വഴിയേയുള്ളൂ. പക്ഷേ ശരിക്കും മരണക്കളിയാ.’’

‘‘എന്തായാലും വേണ്ടില്ല, പറയണ്ണാ.’’

‘‘ഊരിലെ തണ്ടാരി കുറകൻ, അയാൾക്ക് പറ്റും അവമ്മാരെ തീർക്കാൻ, നീ വിഷമിക്കേണ്ട, നമുക്കു നാളെ കുറകനെ കാണാം. സന്ധ്യ കഴിഞ്ഞ് ഒരു കുപ്പി ചാരായവുമായി ഞാൻ അങ്ങേക്കരയിലെ കുറ്റിക്കാട്ടിലെത്തും. അയാളെ അവിടേക്കു വിളിക്കാം, നീയും പോര്.’’

പറഞ്ഞതുപോലെ പിറ്റേന്നു സന്ധ്യ കഴിഞ്ഞ് ചെമ്പൻ കുറ്റിക്കാട്ടിലെത്തി. അവിടെ വെള്ളാംകരിയും കുറകനുമുണ്ട്. കുറകൻ ചാരായം മോന്തിക്കൊണ്ടിരിക്കുന്നു.

‘‘അതുവേണോടാ വെള്ളാംകരി?’’ കുറകൻ ചോദിക്കുന്നുണ്ടായിരുന്നു.

‘‘വേണം തണ്ടാരി, വേറെ വഴിയില്ല, പാവം ചെക്കനും ഇളയതുങ്ങളും.’’ വെള്ളാംകരി പറഞ്ഞു.

കുറകൻ ചാരായം മുഴുവൻ മോന്തി. ചേമ്പിലയിൽ പൊതിഞ്ഞു വച്ചിരുന്ന ചുട്ട കിളിയിറച്ചി തിന്നു. പിന്നെ പറഞ്ഞു: ‘‘ശരി, അടുത്ത ഞായറാഴ്ച കടവിനടുത്തു ഞാനെത്തും. അവിടെയല്ലേ കൗണ്ടർ ചെക്കന്മാർ ചാരായം കുടിക്കാനെത്തുന്നത്. ഞാൻ വരാം.’’

ഞായാറാഴ്ചയായി. വല്ലാത്ത വിഷമവും ഭയവുമായാണ് ചെമ്പൻ അന്നെണീറ്റത്. നടന്ന സംഭവങ്ങൾ ഇളയതുങ്ങളോട് അവൻ പറഞ്ഞിരുന്നില്ല. കൗണ്ടർചെക്കന്മാരെ കുറകൻ എങ്ങനെ ഒറ്റയ്ക്കു കൈകാര്യം ചെയ്യുമെന്ന് എത്ര ആലോചിച്ചിട്ടും അവനു മനസ്സിലായില്ല. എന്നാൽ വെള്ളാംകരിക്ക് ഉറപ്പുണ്ടായിരുന്നു, കുറകൻ കാര്യം നടത്തുമെന്ന്.

രാത്രിയോടെ ചെമ്പൻ വെള്ളാംകരിക്കൊപ്പം പതുങ്ങി ഭവാനിയുടെ തീരത്തെത്തി. മണിയും കൂട്ടരും തമ്പടിക്കുന്ന സ്ഥലത്തിനു സമീപമുള്ള കാട്ടിൽ അവർ പതുങ്ങിയിരുന്നു. വെള്ളാംകരി പ്രത്യേക ശബ്ദത്തിൽ കൂവി. മരങ്ങൾക്കിടയിൽ നിന്ന് കുറകൻ സാവധാനം പുറത്തേക്കിറങ്ങി. അയാളുടെ കൈയിലൊരു മുളങ്കുഴലുണ്ടായിരുന്നു, പച്ചില മരുന്ന് അരച്ചതായിരുന്നു അതു നിറയെ. അയാളത് ചെമ്പനും വെള്ളാംകരിക്കും നൽകി ദേഹത്തു പുരട്ടാൻ ആവശ്യപ്പെട്ടു. മൂന്നു പേരും പതുങ്ങിയിരുന്നു.

കുറച്ചു കഴിഞ്ഞപ്പോൾ ബൈക്കുകളുടെ മരണപ്പാച്ചിലിന്റെ ശബ്ദം കേട്ടു. മണിയും സംഘവുമെത്തി. അവർ ആദ്യം ഒരു എമർജൻസി ലാമ്പ് കത്തിച്ചുവച്ചു. പിന്നെ അതിനു ചുറ്റുമിരുന്നു മദ്യപിക്കാൻ തുടങ്ങി.

‘‘ഇന്നവളെ ശരിക്കും അനുഭവിക്കണം, അവളുടെ സഹോദരനെങ്ങാനും എതിർത്താൽ അവന്റെ രണ്ടുകാലും ചവിട്ടിയൊടിക്കണം.’’ മണി പറയുന്നതു ചെമ്പൻ കേട്ടു.

കുറകൻ അടക്കിയ ശബ്ദത്തിൽ പറഞ്ഞു.

‘‘ഞാൻ അവനെ വിളിക്കാൻ പോവുകയാ, നിങ്ങൾ രണ്ടാളും ആ ആലിന്റെ വള്ളിയിൽ തൂങ്ങിക്കയറി ഉയരത്തിലുള്ള കൊമ്പിലിരുന്ന് നോക്കിക്കോ.’’

കുറകൻ കൈകൂപ്പി മല്ലീശ്വരനെ പ്രാർത്ഥിച്ചു. പ്രത്യേക ശബ്ദത്തിൽ ഉറക്കെ എന്തോ മന്ത്രം പറഞ്ഞു. പിന്നെ വിരലുകൾകൊണ്ട് അൻപതെണ്ണി. വെള്ളാംകരിയും ചെമ്പനും ആലിന്റെ മുകളിൽ കയറിയിരുന്നു. അമ്പതെണ്ണിത്തീർന്നതും കുറകൻ പ്രത്യേക ശബ്ദത്തിൽ വീണ്ടും മന്ത്രം പറഞ്ഞ്, ഉറക്കെ ചിലച്ചുകൊണ്ട് വള്ളിയിൽ തൂങ്ങി ആലിൽ കയറി.

എമർജൻസി ലാമ്പിന്റെ ഭാഗത്തേക്കു നോക്കാൻ കുറകൻ ആംഗ്യം കാട്ടി, ചെമ്പൻ മരങ്ങൾക്കിടയിൽ സൂക്ഷിച്ചുനോക്കി. തിളങ്ങുന്ന രണ്ടു കണ്ണുകൾ. പിന്നെ ഒരു ചിന്നംവിളി. കൊമ്പ് കുലുക്കി, ദേഹം നിറയെ പൊടിയും ചളിയുമായി ഒരു ഒറ്റയാൻ. അത് എമർജൻസി ലാമ്പിന്റെ പ്രകാശത്തിലേക്ക് ഓടിയിറങ്ങി. അവിടെ കണ്ടതിനെയൊക്കെ തുമ്പിക്കൈയിൽ കോരിയെറിഞ്ഞും ചവിട്ടിയും കൊമ്പു കുത്തിയും താറുമാറാക്കി. മണിയെ കാലിൽ ചുറ്റിയെറിഞ്ഞു. പിന്നെ വയറ്റിൽ കൊമ്പു തുളച്ചുകയറ്റി. രണ്ടുപേരെ ചവിട്ടിയരച്ചു. ഒരാളെ തുമ്പിക്കൈയിൽ തൂക്കിയെടുത്ത് കടവിലെ പാറക്കെട്ടിൽ അടിച്ചു. ഓടാൻ ശ്രമിച്ച ബഷീറിനെ കൊമ്പിൽ കോർത്തെടുത്തു.

ചെമ്പൻ ശ്വാസമടക്കിപ്പിടിച്ച് എല്ലാം കണ്ടു. ഭയത്തിന്റെ പാരമ്യത്തിലായിരുന്നു മനസ്സെങ്കിലും ഗൂഢമായ ഒരു സന്തോഷവും അവൻ അനുഭവിക്കുന്നുണ്ടായിരുന്നു. മനുഷ്യത്വമില്ലാത്ത ആ നായ്ക്കൾക്ക് അർഹിക്കുന്ന ശിക്ഷതന്നെ കിട്ടിയെന്ന് അവൻ കരുതി. കുറേസമയം കഴിഞ്ഞ്, താഴെയിറങ്ങാമെന്ന് കുറകൻ ആംഗ്യം കാണിച്ചു. ഒറ്റയാൻ കാട്ടിലേക്കു മടങ്ങിയെന്ന് ചൂര് മണത്ത് അയാൾ കണ്ടെത്തിയിരുന്നു.

ആന കൗണ്ടർപിള്ളാരെ കൊന്ന സംഭവം പിറ്റേന്ന് നാടാകെ അറിഞ്ഞു. ആനയെ മന്ത്രമോതി വിളിച്ചുവരുത്തിയതാണെന്ന് കുറകനും വെള്ളാംകരിയും ചെമ്പനും മാത്രമേ അറിഞ്ഞിരുന്നുള്ളൂ.

ഒമ്പത്

വേലു ആൽബിയുടെ ആത്മമിത്രമായി മാറിയിരുന്നു. 'അല്ലൂ' എന്നാണ് ആൽബിയെ അവൻ വിളിച്ചത്. കൗമാരത്തിലെ സാഹസങ്ങൾ അവർ തുടർന്നു. മദ്യപാനം കൂടിയതോടെ ആൽബിയുടെ ശരീരത്തിലും മാറ്റങ്ങളുണ്ടായി. മുഖം കടുത്തു, കണ്ണുകൾ ലഹരി ബാധിച്ചതുപോലെയായി.

നല്ല നീന്തൽക്കാരനായിരുന്നു വേലു. മദ്യപാനവും ഭക്ഷണവും കഴിഞ്ഞാൽ അവൻ ഭവാനിയിലേക്കെടുത്തു ചാടും ഒപ്പം ആൽബിയും.

പലയിനം പക്ഷികളുടെ ശബ്ദമനുകരിക്കാൻ വേലുവിനാവും. ചില പ്പോൾ പക്ഷികൾ ആ ശബ്ദം കേട്ടു തിരികെ കൂകും.

ഒരിക്കൽ ഭവാനിയുടെ തീരത്ത്, കണ്ടുപരിചയമില്ലാത്ത ഒരാളെ ആൽബി കണ്ടു. മുഷിഞ്ഞ വസ്ത്രവും ഷേവുചെയ്യാത്ത മുഖവുമുള്ള പ്രാകൃതനായ ഒരാൾ.

"ഇതാണു വരാൽ ഷംസു." വേലു അയാളെ ചൂണ്ടിക്കൊണ്ടു പറഞ്ഞു.

"വരാലോ, അതു മത്സ്യത്തിന്റെ പേരല്ലേ?" ആൽബി ചോദിച്ചു. വേലു മറുപടി പറഞ്ഞില്ല. ആൽബിയുടെ കൈയ്യും പിടിച്ച് ഷംസു വിന്റെ അടുത്തെത്തി.

"എടാ വേലു, വാലിൽ ചുവന്ന വരയുള്ള ചുണ്ടൻ മീനിനെ നീ അടുത്തെങ്ങാനും കണ്ടിരുന്നോ?" അയാൾ ചോദിച്ചു.

"എന്റെ വരാലണ്ണാ, ചുവന്ന വരയുള്ള ചുണ്ടനെ ഞങ്ങൾ ഇന്ന ലെയും കണ്ടു, ഒരെണ്ണത്തെ പിടിച്ചു ചൂട്ടുതിന്നു. ദേണ്ടെ അപ്പുറത്തെ കുളിക്കടവിലാ കണ്ടത്." വേലു പറഞ്ഞു, പിന്നെ ആൽബിയെ നോക്കി അവൻ കണ്ണിറുക്കി.

വരാൽ ചൂണ്ടയും വലയുമായി കുളിക്കടവിലേക്കു നീങ്ങി. കോഴി ക്കോടുകാരനാണ് വരാൽ ഷംസു. ഇടക്കിടെ അട്ടപ്പാടിയിലെത്തും. മത്സ്യങ്ങളെക്കുറിച്ചു പഠിക്കുന്നയാളാണ്. അവയെ നിരീക്ഷിക്കാൻ നാടാകെ ചുറ്റിനടക്കും.

അട്ടപ്പാടിയിലെത്തിയാൽ മാസങ്ങളോളം തങ്ങും, ചിലപ്പോൾ ഒന്നോ രണ്ടോ ദിവസംകൊണ്ട് മടങ്ങും. കോഴിക്കോട്ടെ ഒരു ഗവേഷണ കേന്ദ്രത്തിലാണ് മൂപ്പർക്കു പണി, ഭാര്യയും മക്കളുമൊക്കെയുണ്ട്, പക്ഷേ, മീനുകളെ തേടി നടക്കുമ്പോൾ കുടുംബകാര്യമൊക്കെ അയാൾ മറക്കും.

സിഗരറ്റ് വലി മാത്രമാണ് വരാലിന്റെ ദുശ്ശീലം. ശമ്പളത്തിൽ ഒരു നല്ല പങ്ക് പാവങ്ങൾക്ക് അയച്ചുകൊടുക്കും. ബാക്കിയേ വീട്ടിലെത്തുക യുള്ളൂ. ഭക്ഷണത്തിനും പ്രത്യേക സമയമൊന്നും മൂപ്പർക്കില്ല. ചില പ്പോൾ മീനുകളെ നിരീക്ഷിച്ച് ഒരു ദിവസം മുഴുവൻ ജലപാനമില്ലാതെ നദിക്കരയിലിരിക്കും, മീനുകളെ കണ്ടാൽ കോരുവലയിൽ പിടിച്ച് കുപ്പിയിലാക്കും. പിന്നെ ഫോട്ടോയെടുക്കും.

മത്സ്യങ്ങളെക്കുറിച്ച് അഗാധമായി അറിവുള്ളതു കാരണം സഹ ഗവേഷകരിൽ വരാലിനോട് അസൂയയുള്ളവരായിരുന്നു ഏറെയും. നല്ല വഴക്കാളിയുമായിരുന്നു വരാൽ ഷംസു. മീനുകളെക്കുറിച്ച് തെറ്റായ വിവരങ്ങൾ ആരു പറഞ്ഞാലും ഖണ്ഡിക്കും. അതു ഡയറ ക്ടറാണോ പറഞ്ഞത്, പൊതുവേദിയിൽ വച്ചാണോ പറഞ്ഞതെ ന്നൊന്നും നോക്കില്ല. ഈ സ്വഭാവം അയാളെ അനഭിമതനാക്കി.

വേലുവും ആൽബിയും ആലിന്റെ ചുവട്ടിലിരുന്ന് കഞ്ചാവ് ബീഡി വലിച്ചു. സമയം നാലരയോളമായി.

‘‘അമ്മ വരുംമുമ്പ് വീട്ടിലെത്തണം, പോയാലോ?’’ ആൽബി ചോദിച്ചു.

‘‘നിൽക്കെടാ, ഇപ്പോഴൊരു രസം കാണാം’’ എന്നായിരുന്നു വേലുവിന്റെ മറുപടി.

കുറച്ചു സമയം കഴിഞ്ഞപ്പോൾ വരാൽ ഷംസു കൈയിൽ വലയുമായി ഓടുന്ന കാഴ്ചയാണ് ആൽബി കണ്ടത്, പുറകെ നാലഞ്ച് ആദിവാസി സ്ത്രീകൾ. അവർ ഉറക്കെ അസഭ്യം പറയുന്നുണ്ടായിരുന്നു.

വരാൽ, പെണ്ണുങ്ങളുടെ കുളിക്കടവിൽ കുളിസീൻ കാണാൻ വന്നതാണെന്നാണ് അവർ കരുതിയത്.

‘‘അയ്യോ, ഞാൻ മീനിനെ നോക്കാൻ വന്നതാണേ’’ എന്നുറക്കെ വിളിച്ചുകൊണ്ടായിരുന്നു വരാലിന്റെ മരണപ്പാച്ചിൽ.

‘‘എടാ നീ പണി പറ്റിച്ചല്ലേ?’’ ആൽബി വേലുവിനോടു ചോദിച്ചു. രണ്ടുപേരും കുറേസമയം ആർത്തുചിരിച്ചു.

അന്നു മടങ്ങുംവഴി വേലു ആൽബിയോടു പറഞ്ഞു. ‘‘എടാ അല്ലൂ, എന്റെ അപ്പൻ മുങ്ങിമരിച്ചതാ, നിനക്കറിയാമോ?’’

ആൽബിക്ക് അതു ഞെട്ടിക്കുന്ന വിവരമായിരുന്നു. വേലു ആ കഥ പറഞ്ഞു. അത്യാവശ്യം മദ്യപിക്കുന്നയാളായിരുന്നു വേലുവിന്റെ അച്ഛനായ കേളു. എന്നാൽ അമിതമായ ആസക്തിയൊന്നുമുണ്ടായിരുന്നില്ല. പണികഴിഞ്ഞു മടങ്ങുംവഴി അൽപ്പം കഴിക്കും, പിന്നെ മുക്കാലിയിലെ പീടികയിൽ നിന്ന് വീട്ടുകാർക്കുവേണ്ടി വടയോ ബോണ്ടയോ വാങ്ങി വീട്ടിലേക്കു മടങ്ങും. വേലു അന്ന് ജനിച്ചിട്ടില്ല.

ഒരു മഴക്കാലത്തായിരുന്നു ആ സംഭവം. മീനുകൾ മഴവെള്ളപ്പാച്ചിലിൽ മുട്ടയിടാനായി താഴേക്കു വരുന്ന ‘ഊത്തയിളക്ക’ കാലമായിരുന്നു അത്. ഇക്കാലത്തു നദിയുടെ മുകൾഭാഗത്തു നിന്നുള്ള മണലൊക്കെ താഴെയടിയും. അടിത്തട്ടിൽ മെത്തപോലെ പതുപതുത്ത മണൽ. അതുകൊണ്ടുതന്നെ നദിയുടെ ആഴം കുറഞ്ഞിരിക്കും. വീണ്ടും ശക്തിയായി മഴവെള്ളപ്പാച്ചിൽ വരുമ്പോൾ ഈ മണലൊക്കെ ഒലിച്ചുപോകും.

മണലടിഞ്ഞ ദിവസം കേളു മീൻപിടിക്കാമെന്നു കരുതി. ചൂടിനു കുറച്ചു ചാരായം മോന്തി ഉറ്റാലുമായി നദിയുടെ മധ്യത്തിലേക്കു നീന്തി. പക്ഷേ കേളുവിന് അറിയാൻ പാടില്ലാത്ത ഒന്നു സംഭവിച്ചിരുന്നു. മണൽവീറ്റ് ജീവിക്കുന്ന കുറെപ്പേർ അന്നു രാവിലെ ആ പ്രദേശത്തെ മണലൊക്കെ കോരിയെടുത്തിരുന്നു. മണൽതിട്ടയിൽ

അഗാധമായ ഗർത്തങ്ങൾ രൂപംകൊണ്ടു. മഴയുറച്ചപ്പോൾ അവ ചുഴികളായി മാറി. കേളു ആ ചുഴികളിലൊന്നിൽപെട്ടു.

രണ്ടുദിവസം കഴിഞ്ഞാണ് കേളുവിന്റെ ശവം തീരത്തടിഞ്ഞത്, നീർനായകൾ കടിച്ചു വികൃതമാക്കിയ ശവം.

അപ്പന്റെ മരണശേഷം വേലുവിന്റെ അമ്മയുടെ ജീവിതമാകെ താളംതെറ്റി. കൗണ്ടർമാർ കോളനികളിൽ തേർവാഴ്ച നടത്തുന്ന കാലം. തോട്ടത്തിൽ കൂലിപ്പണിക്കുപോയ വേലുവിന്റെ അമ്മ വെള്ളച്ചി അവരുടെ വലയിൽപ്പെട്ടു. കൗണ്ടർമാർ അവരെ നിരന്തരം ഉപയോഗിച്ചെന്നു മാത്രമല്ല ആഫീസർമാർക്കു കാഴ്ചവയ്ക്കുകയും ചെയ്തു. ഇതിനിടെ അവർ വേലുവിനെ പ്രസവിച്ചു.

വൈകാതെ അവരിൽ ക്ഷയത്തിന്റെ ലക്ഷണങ്ങൾ കണ്ടുതുടങ്ങി. ഊരിൽ മെഡിക്കൽ ക്യാമ്പു നടന്നപ്പോഴാണ് അതു തിരിച്ചറിഞ്ഞത്, ഏതോ മാംസദാഹിയുടെ സമ്മാനം.

വൈകാതെ വെള്ളച്ചി എല്ലും തോലുമായി. മരിക്കുംമുമ്പ്, കുഞ്ഞായിരുന്ന വേലുവിന്റെ കൈ പിടിച്ച് നെഞ്ചോടു ചേർത്തുകൊണ്ട് പതറിയ ശബ്ദത്തിൽ അവർ പ്രാർത്ഥിച്ചു.

“മല്ലീശ്വരാ കാക്കണേ, എന്റെ ചെക്കനെ കാക്കണേ.”

അമ്മയുടെ മരണശേഷം വേലു മൂത്തച്ഛന്റെ സംരക്ഷണയിലായി. അവനും മുത്തച്ഛനും ഒറ്റപ്പെട്ട ജീവിതമാണ് ഊരിൽ നയിച്ചിരുന്നത്. ഊരിലുള്ളവർക്ക് അവൻ കൂത്തിച്ചിയുടെ മകനായിരുന്നു.

പത്ത്

തുമ്പിയമ്മച്ചിയാണ് അതു ശ്രദ്ധിച്ചത്, പൊറിഞ്ചിക്കു വയറ്റിലുണ്ട്. ചെമ്പന് അതു ഹൃദയഭേദകമായ അറിവായിരുന്നു. കൗണ്ടർ ചെക്കൻമാരിലൊരാളുടെ കുഞ്ഞിനെയാണ് തന്റെ പെങ്ങൾ വയറ്റിൽ ചുമക്കുന്നതെന്ന ചിന്ത ചെമ്പന്റെ ഉറക്കം കെടുത്തി. ഭർത്താവില്ലാതെ പെറുന്നവർ ഊരിൽ കൂത്തിച്ചികളാണ്. അവർക്കും അവരുടെ വീട്ടുകാർക്കും ഊര് അയിത്തം കൽപ്പിക്കും.

പൊറിഞ്ചിയുടെ സ്ഥിതി ചെമ്പനേക്കാൾ കഷ്ടമായിരുന്നു. കൗണ്ടർമാർ തന്നെ ബലാൽക്കാരമായി പ്രാപിച്ച അന്നുതന്നെ ഭവാനിയിൽ ചാടിച്ചത്തിരുന്നെങ്കിലെന്ന് അവളാഗ്രഹിച്ചു.

തുമ്പിയമ്മച്ചി രണ്ടുപേരെയും സമാധാനപ്പെടുത്തി. ഒതളങ്ങ തിന്നാൻ തുനിഞ്ഞ പൊറിഞ്ചിയെ അതിൽനിന്ന് പിൻതിരിപ്പിച്ചു. ഒടുവിൽ ചെമ്പനും തുമ്പിയമ്മച്ചിയും കൂടിയാലോചിച്ച് ഒരു തീരുമാനത്തിലെത്തി,

ഗർഭം കലക്കാം. ജാരസന്തതിയെ പ്രസവിക്കേണ്ട. ഊരിലാരും അറിയാതെ അതു ചെയ്യാം.

പൊറിഞ്ചിക്കു വിഷമമുണ്ടായിരുന്നു. തന്നത് എത്ര വൃത്തികെട്ടവനാണെങ്കിലും വയറ്റിൽ വളരുന്ന സന്തതിയോട് ഏതമ്മയ്ക്കും സ്നേഹം തോന്നും.

''കൊച്ചിനെ പെറ്റിട്ട് കുട്ടികളില്ലാത്ത ആർക്കെങ്കിലും കൊടുത്താലോ അണ്ണാ?'' പൊറിഞ്ചി മടിച്ചുമടിച്ചു ചെമ്പനോടു ചോദിച്ചു.

ചെമ്പനു വല്ലാതെ ദേഷ്യം വന്നു. അവൻ പൊറിഞ്ചിയുടെ മുടി ചുറ്റിപ്പിടിച്ച് അവളുടെ ചെകിട്ടിലടിച്ചു.

''നിനക്ക് കൂത്തിച്ചിയാകണോടീ, കൗണ്ടർ ചെക്കന്മാരുടെ കൊച്ചിനെ പെറണോടീ?'' അവൻ ചോദിച്ചു.

പൊറിഞ്ചിക്കു മറുപടിയൊന്നും ഉണ്ടായിരുന്നില്ല. അന്നത്തേത് ഉറക്കമില്ലാത്ത രാത്രിയായിരുന്നു, പൊറിഞ്ചിക്കും ചെമ്പനും. ജാരസന്തതിയാണെങ്കിലും സ്വന്തം ഗർഭപാത്രത്തിലാണല്ലോ അതു വളരുന്നത്. ഒടുവിൽ അവൾ മനസ്സിനെ കല്ലാക്കി, ഗർഭം കലക്കാൻ സമ്മതിച്ചു. തുമ്പിയമ്മച്ചിയും ചെമ്പനും ആലോചിച്ച് അതിനൊരു സമയവും കണ്ടെത്തി.

അടുത്തമാസം മല്ലീശ്വരൻ ക്ഷേത്രത്തിൽ ഉത്സവമാണ്, ശിവരാത്രി. അന്ന് ഊരുകാരൊക്കെ അവിടേക്കു പോകും. ആട്ടവും പാട്ടുമൊക്കെയായി ഒരു മേളമാണ്. അതിനിടെ ആരുമറിയാതെ കാര്യം സാധിക്കാം.

ശിവരാത്രിയുടെ തലേന്ന് പൂജാരിമാർ തടിമിടുക്കുള്ള ചില ചെറുപ്പക്കാർക്കൊപ്പം മല്ലീശ്വരൻമുടി കയറി. അയ്യായിരത്തോളം അടി ഉയരമുള്ള മലയാണത്, ഊരുകാർക്ക് മല്ലീശ്വരൻ എന്ന പരമശിവന്റെ ആസ്ഥാനവും. മല്ലീശ്വരൻമുടിയുടെ ഉച്ചിയിലുള്ള പുണ്യവിളക്ക് കത്തിച്ചു, അവിടെയുള്ള തടാകത്തിൽനിന്നുള്ള പുണ്യജലവുമായി അവർ താഴേക്കിറങ്ങി. താഴെ ഭവാനിയുടെ തീരത്ത് ശ്രീമല്ലീശ്വര ക്ഷേത്രമുണ്ട്. ആട്ടവും പാട്ടുമൊക്കെയായി ശബ്ദമുഖരിതമായിരുന്നു ക്ഷേത്രത്തിനു ചുറ്റുപാടും. മലയും കാടുമിറങ്ങി ആദിവാസികളൊക്കെ ഉത്സവത്തിന്റെ ഭാഗമാകാനെത്തി. ശരിക്കും ഉറക്കമില്ലാത്ത രാത്രിയായിരുന്നു അത്. തമിഴൻമാർ കോയമ്പത്തൂരുനിന്ന് കടലയും കരിമ്പും ഈത്തപ്പഴവുമൊക്കെക്കൊണ്ട് എത്തിയിരുന്നു, ബലൂണും കളിപ്പാട്ടവും പോലെ പലവക വേറെയും. അട്ടപ്പാടിയിൽ അത് ആഹ്ലാദത്തിന്റെയും ഭക്തിയുടെയും രാത്രിയായിരുന്നു.

എന്നാൽ ചെമ്പന്റെ കുടിയിൽ മാത്രം മൂകത തളംകെട്ടിനിന്നു. തുമ്പിയമ്മച്ചി പപ്പക്കയുടെ വേരും കരുപ്പട്ടിയും അരച്ച് സത്തെടുത്തു പൊറിഞ്ചിക്കു കുടിക്കാൻ നൽകി, അരക്കവിൾ വീതം ഇടവിട്ട്

നാലു തവണ. സാധാരണ നാലാമത്തെ കവിൾ കുടിക്കുമ്പോൾ ഗർഭം കലങ്ങി പുറത്തുവരേണ്ടതാണ്. പക്ഷേ ജാരസന്തതി പിടി വിട്ടില്ലെന്നു തുമ്പിയമ്മച്ചിക്കു തോന്നി.

തുമ്പി അടുത്ത പ്രയോഗം നടത്തി. പപ്പയ്ക്കാവേരും എരുക്കിൻ വേരും അരച്ച് പൊറിഞ്ചിയുടെ അടിവയറ്റിൽ തേച്ചു പിടിപ്പിച്ചു. ഒരു മണിക്കൂറോളം കഴിഞ്ഞപ്പോൾ അവൾ വേദനകൊണ്ട് പുളയാൻ തുടങ്ങി. ഗർഭപാത്രത്തിൽ നിന്ന് ഭ്രൂണം പിടിവിട്ടു. രക്തത്തോടൊപ്പം അതു പുറത്തേക്കു വന്നു. തുമ്പിയമ്മച്ചി രക്തമൊക്കെ തുടച്ചുമാറ്റി. മഞ്ഞൾപ്പൊടി അവിടെ വാരിപ്പൊത്തി. പിന്നെ കാട്ടമരിയിട്ടു തിളപ്പിച്ച വെള്ളം പൊറിഞ്ചിക്കു കുടിക്കാൻ നൽകി. ഗർഭാശയം ശുദ്ധമാക്കാനുള്ള പ്രയോഗം.

പൊറിഞ്ചി വല്ലാതെ തളർന്നിരുന്നു. തുമ്പിയമ്മച്ചി അവളുടെ വായിലേക്ക് ചൂടുകഞ്ഞി പകർന്നു. ഇളയതുങ്ങളൊക്കെ ഉത്സവത്തിനു പോയിരുന്നു. ചെമ്പൻ മാത്രം വല്ലാതെ മിടിക്കുന്ന ഹൃദയവുമായി കൂരയ്ക്കു പുറത്ത്.

കഞ്ഞി കുടിച്ചശേഷം പൊറിഞ്ചി തുമ്പിയമ്മച്ചിയുടെ കൈയിൽ മുറുകെ പിടിച്ചു. അവളുടെ കാൽപാദത്തിനു ചുറ്റും നിലത്ത് അരുവി പോലെ ചോര തളംകെട്ടുന്നത് അവർ നടുക്കത്തോടെ കണ്ടു. പൊറിഞ്ചി വേദന സഹിക്കാതെ കണ്ണ് മിഴിച്ചു. പിന്നെ ജീവൻ വെടിഞ്ഞു.

തുമ്പി ഉറക്കെ നിലവിളിച്ചു. ചെമ്പൻ കൂരയ്ക്കുള്ളിലേക്കോടിക്കയറി. പൊറിഞ്ചിയെ അവൻ രണ്ടുകൈയിൽ കോരിയെടുത്തു. അവനു സഹിക്കാനായില്ല.

"ചതിച്ചല്ലോ കടവുൾ സ്വാമി." അവൻ ഉറക്കെ നിലവിളിച്ചു കരഞ്ഞു.

മല്ലീശ്വരൻ ക്ഷേത്രത്തിൽ കതിനാവെടികൾ കാതടിപ്പിക്കുന്ന ശബ്ദത്തിൽ പൊട്ടി. ഒന്നും ചെയ്യാൻ കഴിയാതെ ജീവച്ഛവംപോലെ ചെമ്പൻ. ആന ചവിട്ടിമെതിച്ചു കൊന്ന കൗണ്ടർ ചെക്കന്മാരുടെ പ്രേതങ്ങൾ തനിക്കു ചുറ്റും ഉറക്കെ കൂകിവിളിച്ച് ഉന്മാദനൃത്തമാടുന്നതുപോലെ അവനു തോന്നി. അവൻ പൊറിഞ്ചിയെ താഴെക്കിടത്തി. ചെമ്പന്റെ വായിൽ നിന്ന് നുരയും പതയും വന്നു. വേച്ച് വേച്ച് അവൻ താഴെ വീണു. എന്തു ചെയ്യണമെന്നറിയാതെ തുമ്പിയമ്മച്ചി വലിയ വായിൽ നിലവിളിച്ചു.

ഉത്സവപ്പിറ്റേന്ന് പൊറിഞ്ചി മരിച്ച വിവരം ഊരാകെ അറിഞ്ഞു. അവൾ ഗർഭിണിയാണെന്നത് ആരും മനസ്സിലാക്കിയില്ല. ഊരിലെ ആചാരപ്രകാരം മുളകൊണ്ടുണ്ടാക്കിയ ശവമഞ്ചത്തിൽ പൊറിഞ്ചിയുടെ മൃതശരീരം കിടത്തി. ബന്ധുക്കളും ഊരുകാരും ശവത്തിനു

മീതെ മല്ലിവെള്ളം തളിച്ചു. നെറ്റിക്കാശ് പതിച്ചു. ശവപ്പറയാട്ടം തുടങ്ങി.

തല മുണ്ഡനം ചെയ്ത ചെമ്പൻ വിങ്ങുന്ന മനസ്സോടെ ചടങ്ങുകളിൽ പങ്കെടുത്തു. എന്താണു സംഭവിച്ചതെന്നറിയാതെ മൂന്നു പൈതങ്ങൾ ഒക്കെ കണ്ടുനിന്നു.

പതിനൊന്ന്

പത്താംക്ലാസ്സു പരീക്ഷ കഴിഞ്ഞു, റിസർട്ടും വന്നു. ആൽബി തോറ്റു, വേലുവും. പഠിത്തത്തിനു താൽക്കാലികമായി വിട. അല്ലെങ്കിൽത്തന്നെ പഠിത്തമെന്നത് അവർക്ക് ഏറെക്കുറെ അന്യമായിരുന്നു. സ്കൂളിൽ രാവിലെ പോയി ഹാജർ വയ്ക്കുന്നതു നിന്നെന്നു മാത്രം. ചാരായം കുടിച്ചും വാസന്തിചേച്ചിയുടെ വീട്ടിൽ ഇടയ്ക്കിടെ പോയും ഭവാനിയിൽ കുളിച്ചും കാടുകയറിയുമൊക്കെ അവർ നേരംപോക്കി.

ആൽബിയുടെ തോൽവി അവന്റെ അമ്മയെ വലുതായൊന്നും ബാധിച്ചില്ല. റിസൾട്ടറിഞ്ഞ ദിവസം നിർത്താതെ ചീത്തവിളിച്ചു, അത്രതന്നെ.

വേലുവിന്റെ ഊരിൽ ആൽബി നിത്യസന്ദർശകനായി. വേലുവിന്റെ കുടിക്കു തൊട്ടടുത്തായിരുന്നു തോലന്റെ കുടി. തോലന്റെ മകളായിരുന്നു ചിരുത, കറുത്ത ഒരു കൊച്ചുസുന്ദരി. ആൽബിയെ കാണുമ്പോഴെക്കെ ചിരുത ചിരിക്കും, അപ്പന്റെ കണ്ണുവെട്ടിച്ച് ആൽബിയോടു സൊള്ളും.

ആൽബി ഒരിക്കൽ കുടിയിലെത്തിയപ്പോൾ വേലു പറഞ്ഞു. ‘‘ചിരുതയ്ക്കു പ്രായമായി, അവളെ തീണ്ടാപ്പുരയിലാക്കി.’’

തീണ്ടാപ്പുരയിലേക്ക് ആൽബി സൂക്ഷിച്ചു നോക്കി. അതിനുള്ളിൽ നിന്ന് ജനാലയിലൂടെ രണ്ടുകണ്ണുകൾ തന്നെ ശ്രദ്ധിക്കുന്നത് ആൽബി കണ്ടു.

‘‘എടാ അല്ലൂ, നീയിനി അവളോടു സൊള്ളുന്നതു സൂക്ഷിച്ചു വേണം. ഊരിലെ ആരെങ്കിലും കണ്ടാൽ എനിക്കാ പ്രശ്നം.’’ വേലു പറഞ്ഞു.

പക്ഷേ ഊരിൽ പോകുമ്പോഴൊക്കെ അവളെ പാത്തും പതുങ്ങിയും കാണാനും സംസാരിക്കാനും അവൻ മറന്നില്ല. മാനസികമായി മാത്രമല്ല ആരും കാണാത്തപ്പോൾ ശാരീരികമായും അവരടുത്തു. എന്നാൽ അത് അധികകാലം നീണ്ടുനിന്നില്ല.

ഒരു ദിവസം ഊരിലെത്തിയപ്പോൾ അവിടെയാകെ ഉത്സവമേളം.

“ചിരുതയുടെ കെട്ടാ.” വേലു പറഞ്ഞത് ആൽബി ഞെട്ടലോടെ കേട്ടു.

“ആരാടാ അവളെ കെട്ടിയത്, അവൾക്കു കെട്ടുപ്രായമായില്ലല്ലോ?”

“അതാ രസം, അവളുടെ അപ്പൻതന്നെ, അമ്മയെ രണ്ടാമതു കെട്ടിയയാൾ, തോലൻ. ചിരുതയുടെ ശരിക്കുള്ള അപ്പൻ മുമ്പേ മരിച്ചിരുന്നു. തോലൻ കുട്ടിക്കൊപ്പം അവരെ സ്വീകരിക്കാൻ തയ്യാറായി. നാല് വർഷം മുമ്പ് ചിരുതയുടെ അമ്മയും മരിച്ചു. ചിരുത പ്രായ മാകുന്നതു നോക്കിയിരിക്കുകയായിരുന്നു ആ പന്നി.”

പതിനെട്ട് വയസ്സു പ്രായമുള്ള ചിരുതയും അമ്പതു കഴിഞ്ഞ തോലനും. ആൽബിക്കു വല്ലാത്ത ദേഷ്യവും നിരാശയും തോന്നി.

“നീ വാ, നമുക്കൊന്നു വീശാം.” ആൽബി പറഞ്ഞു. അയലത്തെ കൂരയുടെ അഴിജനാലയിലൂടെ നിറഞ്ഞ രണ്ടു കണ്ണുകൾ അവനെ നോക്കുന്നുണ്ടായിരുന്നു.

ചിരുതയുടെ കെട്ടുകഴിഞ്ഞതോടെ ഊരിലേക്കുള്ള ആൽബി യുടെ വരവ് കുറഞ്ഞു. ഇക്കാലത്തുതന്നെ അവനെ വല്ലാതെ വിഷമി പ്പിച്ച ഒരു സംഭവംകൂടി നടന്നു.

വേലുവും അവനും ഒരു ശനിയാഴ്ച ഉച്ചയ്ക്ക് വാസന്തിചേച്ചിയെ കാണാനിറങ്ങി. പതിവില്ലാത്ത ഒരു ആൾക്കൂട്ടം അവിടെ കണ്ടു.

“ആ വട്ടൻതന്ത ചത്തു കാണും” വേലു പറഞ്ഞു. ആൾക്കൂട്ട ത്തിൽ അവരും കൂടി.

“എന്താണു പറ്റിയതെന്നറിയില്ല, വാസന്തിയുടെ നിലവിളി ഉറക്കെ കേട്ടു.” ഒരാൾ പറയുന്നുണ്ടായിരുന്നു.

വൈകാതെ പൊലീസെത്തി വീടിന്റെ കതക് ചവിട്ടിപ്പൊളിച്ചു. കുറച്ചു കഴിഞ്ഞ് വാസന്തിചേച്ചിയുടെ ഭർത്താവിന്റെ കൈയിൽ പിടിച്ചുകൊണ്ട് ഒരു പൊലീസുകാരൻ പുറത്തേക്കിറങ്ങി. അയാളുടെ കൈയിലെ ചോര പുരണ്ട കത്തി തോർത്തുപയോഗിച്ച് പൊലീസു കാരൻ കൈക്കലാക്കിയിരുന്നു. അയാൾ നൊസ്സ് കൂടിയതുപോലെ വല്ലാതെ ചിരിക്കുന്നുണ്ടായിരുന്നു.

വൈകാതെ ഒരു ആംബുലൻസെത്തി. വാസന്തിചേച്ചിയുടെ ചോരയിൽ കുളിച്ച മൃതശരീരം സ്ട്രെച്ചറിലെടുത്ത് ആംബുലൻസിൽ കയറ്റുന്നത് ആൽബിയും വേലുവും നോക്കിനിന്നു.

“അവനു വട്ടുമൂത്ത് കുത്തിക്കൊന്നതാ, കൊല്ലം ആറേഴായി നൊസ്സായിട്ട്, ഓനെ പോറ്റാനാ പാവം വാസന്തി ഈ പണിയൊക്കെ ചെയ്തത്.”

കൂട്ടത്തിലൊരാൾ വിഷമത്തോടെ പറഞ്ഞു.

നാട്ടുകാർക്കേറെയും ഹൃദയഭേദകമായ കാഴ്ചയായിരുന്നു അത്. വാസന്തിയുടെ സ്നേഹം ആവോളം നുകർന്നവരായിരുന്നു അവർ, അവളുടെ മാറിടത്തിലും അടിവയറ്റിലുമൊക്കെ തങ്ങളുടെ കാമവും നൈരാശ്യവും വേദനയുമൊക്കെ ഒഴുക്കിക്കളഞ്ഞവർ.

ഒരാഴ്ച ആൽബി വീട്ടിൽനിന്ന് പുറത്തേക്കിറങ്ങിയതേയില്ല. ആഴ്ചയിൽ രണ്ടോ മൂന്നോ ദിവസം രാജനുമൊത്ത് ടൗണിൽ മുറിയെടുത്തു കഴിഞ്ഞിരുന്ന സൂസന് അതൊരു ബുദ്ധിമുട്ടായി.

അങ്ങനെയിരിക്കെ ഒരു ദിവസം പഴയ സംഭവത്തിന്റെ തനിയാവർത്തനം അരങ്ങേറി. അമ്മയുടെ പഴയ സുഹൃത്തുക്കൾ വിരുന്നുകാരായെത്തിയതിനു ആൽബി സാക്ഷിയായി. വൈകിട്ടു തുടങ്ങിയ പാർട്ടി പാതിരാത്രിവരെ തുടർന്നു. അതുകഴിഞ്ഞ് സൂസൻ സുഹൃത്തുക്കൾക്കൊപ്പം അവരുടെ കാറിൽ കയറി.

''നമുക്ക് കോയമ്പത്തൂരിൽ റൂമെടുത്തു കിടക്കാം, ഇന്ന് സെക്സ് നൈറ്റായി ആഘോഷിക്കാം.'' ഒരാൾ ഉറക്കെ പറയുന്നുണ്ടായിരുന്നു. ആൽബിക്കു തല പെരുക്കുന്നതുപോലെ തോന്നി.

''അമ്മേ, ഈ രാത്രി ഇവർക്കൊപ്പം എവിടേക്കാ?'' അവൻ ദേഷ്യത്തോടെ ചോദിച്ചു.

അവരുടെ കൂടെയുണ്ടായിരുന്ന ഒരുത്തൻ പറഞ്ഞു. ''എടീ സൂസീ, ചെക്കനു പാലുവല്ലതും വേണമെങ്കിൽ കൊടുത്തേച്ചു വാ.''

ആൽബിക്കതു സഹിക്കാനായില്ല.

''നീ പോടാ നായേ.'' അവൻ ഉറക്കെ വിളിച്ചു പറഞ്ഞു.

സൂസൻ കൈ നിവർത്തി ശക്തിയോടെ ആൽബിയുടെ ചെകിട്ടിലടിച്ചുകൊണ്ടു പുലമ്പി. ''നായേ, നീ ആ പന്നപ്പട്ടരുടെ സ്വഭാവം കാണിച്ചാൽ ഞാൻ ചവിട്ടിപ്പുറത്താക്കും. എനിക്ക് ഇഷ്ടമുള്ളിടത്തു ഞാൻ പോകും, തന്തയില്ലാത്തവനേ.''

അവർ കാറിൽ കയറിപ്പോയി. അവരുടെ ശരീരം പിൻസീറ്റിലിരുന്നവന്റെ മടിയിലേക്കു മറിയുന്നത് ആൽബി അറപ്പോടെ നോക്കിനിന്നു.

ക്വാർട്ടേഴ്സിൽ കയറിയ ഉടൻ അവൻ തന്റെ വസ്ത്രങ്ങളൊക്കെ ഒരു ബാഗിൽ തിരുകിക്കയറ്റി. അമ്മയുടെ അലമാരയിലിരുന്ന പണമെടുത്തു. പിന്നെ അവിടം വിട്ടിറങ്ങി. കൂരിരുട്ടിന് അവനെ പിൻതിരിപ്പിക്കാനായില്ല. കാറ്റ് വല്ലാതെ ചൂളമടിച്ചു വീശുന്നുണ്ടായിരുന്നു, കറുത്തവാവിൽ ഭവാനി തിളക്കമറ്റ് ഒഴുകുന്നു. നേരം വെളുക്കുംവരെ ആൽബി മുക്കാലിയിലുള്ള ഒരു കടത്തിണ്ണയിൽ കിടന്നുറങ്ങി. രാവിലെ ബസ്സ് കയറി അച്ഛന്റെ വീട് തേടിയുള്ള യാത്ര അവനാരംഭിച്ചു, വേലുവിനോടുപോലും യാത്ര പറയാതെ....

ഏറ്റുമാനൂരിലായിരുന്നു വാസുദേവശർമ്മയുടെ വീട്. വിലാസ മൊക്കെ അവന്റെ പക്കലുണ്ടായിരുന്നു. അച്ഛനെ വിളിച്ചു വിവരം പറയാതെ നേരിട്ടുപോയി കാണാമെന്നായിരുന്നു ആൽബിയുടെ ചിന്ത. അച്ഛൻ വിളിച്ചിട്ടും അവൻ അച്ഛനെ വിളിച്ചിട്ടും ആറേഴുമാസ മായിരുന്നു. താളംതെറ്റിയ ജീവിതത്തിൽ അതിനെവിടെ സമയം.

ഏറ്റുമാനൂർ ക്ഷേത്രത്തിനടുത്തുള്ള തെരുവിലെ ഒരാളോടു ചോദിച്ചപ്പോൾ വീട് കൃത്യമായി അവനു പറഞ്ഞുകൊടുത്തു. അങ്ങനെ ഒടുവിൽ അവൻ അച്ഛന്റെ വീടിനു മുന്നിലെത്തി. തീരെ കൊച്ചായി രുന്നപ്പോൾ രണ്ടോ മൂന്നോ തവണ പോയ ഓർമ്മയേ അവനുള്ളൂ. വീടിന്റെ ഉമ്മറത്ത് വയസ്സായ ഒരാൾ ചാരുകസേരയിൽ കിടക്കുന്നുണ്ട്. മുഖച്ഛായയിൽ നിന്നും അതു തന്റെ മുത്തച്ഛനാണെന്നു ആൽബിക്കു മനസ്സിലായി.

''ആരാ, എന്താ വേണ്ടേ?'' അദ്ദേഹം ചോദിച്ചു.

''ഞാൻ ആൽബി, എന്റെ അച്ഛൻ വാസുദേവ ശർമ്മയെ കാണാൻ വന്നതാ.'' ആൽബി പറഞ്ഞു.

അദ്ദേഹം ചാരുകസേരയിൽ നിന്ന് എണീറ്റുകൊണ്ട് കയർത്തു.

''ആ ശവത്തിന്റെ മകനല്ലേ നീയ്, എന്റെ മകന്റെ ജീവിതം നശി പ്പിച്ച കുലടയായ സ്ത്രീയുടെ മകൻ, ഇങ്ങോട്ട് കയറുകപോലും വേണ്ട, പൊയ്ക്കോ, എനിക്കു കാണുകകൂടി വേണ്ട.''

ബഹളംകേട്ട് മധ്യവയസ്കയായ ഒരു സ്ത്രീ പുറത്തേക്കു വന്നു. അവർ ആൽബിയോടു കാര്യമൊക്കെ ചോദിച്ചറിഞ്ഞു. ആൽബി യുടെ അച്ഛന്റെ ഇളയ സഹോദരിയായിരുന്നു അവർ. മുത്തച്ഛനെ അവർ സമാധാനിപ്പിച്ച് വീടിനുള്ളിലേക്കു കൊണ്ടുപോയി. പിന്നെ പുറത്തുവന്ന് പറഞ്ഞു. ''അച്ഛനു ശരിക്കും വിഷമമുണ്ട്. എന്തു നല്ല മനുഷ്യനാണെന്നോ എന്റെ ഏട്ടൻ, ഈ കല്യാണം വേണ്ടെന്നു ഞങ്ങളൊക്കെ പറഞ്ഞതാ, കേട്ടില്ല. പാവം ശരിക്കും അനുഭവിച്ചു.''

''എന്റെ അച്ഛൻ?''

''നിന്റെ അമ്മയുമായി വേർപെട്ടശേഷം കുറേക്കാലം ഇവിടെ ഞങ്ങൾക്കൊപ്പമായിരുന്നു. എപ്പോഴും മുറിക്കുള്ളിൽ അടച്ച് ഒരേ ഇരിപ്പുതന്നെ. ജോലിയൊക്കെ ഉപേക്ഷിച്ചു. നാലു മാസം മുമ്പ് ഇവിടം വിട്ടു. ഇപ്പോൾ കാശിയിലുണ്ട്, ഞങ്ങളുടെ ഒരു ബന്ധു അവിടെവച്ചു കണ്ടു. സന്ന്യാസിയാകാനുള്ള വഴിയിലാത്രെ. അവി ടത്തെ ഒരു ആശ്രമത്തിന്റെ വിലാസം ബന്ധു എഴുതിത്തന്നിട്ടുണ്ട്. നീയ് വിഷമിക്കേണ്ട, ഇവിടെ നിന്നോളൂ. അച്ഛൻ ദണ്ണംകൊണ്ടു പറഞ്ഞതാ, കാര്യമാക്കേണ്ട.'' അവർ പറഞ്ഞു.

ആറുമാസത്തോളം ആൽബി അവിടെ കഴിഞ്ഞു. മാമി അവന് പാൽക്കഞ്ഞിയും ചക്കവരട്ടിയുമൊക്കെ ഉണ്ടാക്കി നൽകി. സ്വന്തം

പുത്രനെപ്പോലെ സ്നേഹിച്ചു. മുത്തച്ഛന്റെ ദേഷ്യമൊക്കെ ദിവസങ്ങൾക്കകം മാറി. അദ്ദേഹം അവനെ സ്നേഹിക്കാൻ തുടങ്ങി. ആത്മീയകാര്യങ്ങളിൽ ഏറെ അറിവുള്ള വ്യക്തിയായിരുന്നു അദ്ദേഹം.

അച്ഛനെ ഒരിക്കലെങ്കിലും നേരിട്ട് കാണണമെന്നും സംസാരിക്കണമെന്നുമുള്ള ആഗ്രഹം ആൽബിയുടെ മനസ്സിൽ ഏറിവന്നു. മദ്യപാനശീലമൊക്കെ അവനെ വിട്ടകന്നിരുന്നു. ജീവിതത്തോടു പോരാടി വിജയിക്കണമെന്ന വാശി മനസ്സിനു കരുത്തേകി. മുത്തച്ഛന്റെ സ്നേഹവും ഉപദേശവുമാണ് എല്ലാത്തിനും കാരണമായത്. ഒടുവിൽ ഒരു ദിവസം മുത്തച്ഛൻ നൽകിയ പണവും വാങ്ങി ആൽബി അച്ഛനെ കാണാൻ കാശിയിലേക്കു തിരിച്ചു.

പന്ത്രണ്ട്

അട്ടപ്പാടിയിൽ ചാരായംവാറ്റ് വ്യാപകമായിരുന്നു. കൗണ്ടർമാരും അവരുടെ പിണിയാൾമാരായ ആദിവാസികളുമാണ് ഇതു ചെയ്തിരുന്നത്. മദ്യത്തിന് അടിമപ്പെട്ട ആദിവാസികൾ കിട്ടിയ പണമൊക്കെ കുടിച്ചു കളഞ്ഞു. ഭാര്യമാരെയും മക്കളെയും ഉപദ്രവിക്കുന്നതു നിത്യസംഭവമായി.

ചിരുതയെ കെട്ടിയ തോലന് എപ്പോഴും അവളെ സംശയമായിരുന്നു. നന്നായി ചാരായം കുടിക്കുന്നവനായിരുന്നു തോലൻ. ചെറുപ്പക്കാരിയായ തന്റെ ഭാര്യയെ ഊരിലെ പിള്ളേർ കൈവയ്ക്കുമോ എന്നായിരുന്നു അയാളുടെ പേടി. അവളെ കൂരയ്ക്ക് പുറത്തിറങ്ങാൻ പോലും അയാൾ അനുവദിച്ചില്ല. മിക്കദിവസവും ചാരായം കുടിച്ചു വന്ന് ചിരുതയെ മർദ്ദിക്കും, അസഭ്യം പറയും. പാതിരാത്രി എണീറ്റ് അവൾ പായിലുണ്ടോയെന്നു തപ്പിനോക്കും. ഇതൊക്കെയായിട്ടും സംശയം തീർന്നില്ല. ഒടുവിൽ ഒരു ദിവസം ചിരുതയോട് പുറത്തു പോകാനായി ഒരുങ്ങിവരാൻ ആവശ്യപ്പെട്ടു. അവൾക്കു സന്തോഷമായി, കെട്ടുകഴിഞ്ഞ് ആദ്യമായാണ് അവളെ പുറത്തു കൊണ്ടുപോകുന്നത്.

ഷോളയൂരിലുള്ള ഒരു ആദിവാസി ഊരിലെ ബന്ധുവിനെ കാണാനെന്നു പറഞ്ഞാണ് തോലൻ അവളെ കൂട്ടിയത്. ഷോളയൂരിലെ ഒരു കൂരയ്ക്കു മുന്നിലെത്തിയപ്പോൾ അയാൾ 'കാളിയമ്മച്ചീ' എന്നുറക്കെ വിളിച്ചു. നന്നേ വയസ്സായ ഒരു സ്ത്രീ പുറത്തിറങ്ങി വന്നു, അവരെ തിണ്ണയിലിരിക്കാൻ ക്ഷണിച്ചു. ചിരുതയെ അമ്മച്ചി അടിമുടി നോക്കി. "ഇവൾ പെഴയാണോടാ ചെക്കാ?" അവർ ചോദിച്ചു.

"അതെ അമ്മച്ചീ, വേറെ വഴിയില്ല" എന്നായിരുന്നു തോലന്റെ

മറുപടി. അവർ എന്താണു സംസാരിക്കുന്നതെന്നു ചിരുതയ്ക്കു പിടികിട്ടിയില്ല.

കാളിഅമ്മച്ചി ചിരുതയെ ഉള്ളിലേക്കു കൂട്ടിക്കൊണ്ടുപോയി. പിന്നെ ഒരു ഗ്ലാസ് ആട്ടിൻപാലിൽ എന്തോ കലക്കിയതു കുടിക്കാൻ നൽകി. എന്താണു പാലിൽ ചേർത്തതെന്നു ചോദിച്ചപ്പോൾ ക്ഷീണം മാറ്റാനുള്ള മരുന്നെന്നായിരുന്നു കാളിയമ്മച്ചിയുടെ മറുപടി. പാല് കുടിച്ചതും ചിരുത മയങ്ങിവീണു. അമ്മച്ചി അവളുടെ പാവാട അഴിച്ചു മാറ്റി. അടിവയറ്റിൽ എന്തോ അരച്ചത് തേച്ചുപിടിപ്പിച്ചു. പിന്നെ മൂർച്ച യുള്ള ഗ്ലാസ് ചീളുകൊണ്ട് ചിരുതയുടെ കന്ത് അരിഞ്ഞുമാറ്റി. അവിടെ നിന്നും ചീറ്റിയ രക്തത്തിനു മീതെ മഞ്ഞൾപ്പൊടി വാരിപ്പൊത്തി.

മയക്കം മാറിയപ്പോൾ ചുളുക്കിപ്പിടിക്കുന്ന വേദനകൊണ്ട് ചിരുത ഉറക്കെ നിലവിളിച്ചു. ഒരു ദിവസം അവളവിടെ കഴിഞ്ഞു. പിറ്റേന്ന് തോലനൊപ്പം വേച്ചുവേച്ച് ഊരിലേക്ക് മടങ്ങി. സ്വന്തം അച്ഛനെ പ്പോലെ കരുതിയിരുന്നവനാണ് തന്നെ ഒടുവിൽ കെട്ടിയതും ഓമനിക്കേണ്ട കൈകൊണ്ട് ബലാൽക്കാരമായി മാംസക്കൊതി തീർ ത്തതും ഒടുവിൽ ചതിച്ച് അംഗഭംഗം വരുത്തിയതും. ശരീരത്തേ ക്കാൾ മനസ്സിനാണു ചിരുതയ്ക്കു നീറ്റൽ തോന്നിയത്.

തോലനാകട്ടെ, ശരിക്കും ആശ്വസമാണ് തോന്നിയത്. തന്റെ ഭാര്യ യ്ക്കിനി ലൈംഗികാസക്തി ഉണ്ടാവില്ലെന്നും അന്യപുരുഷന്മാരെ തേടി അവൾ പോകില്ലെന്നും അയാൾക്കുറപ്പായിരുന്നു. അന്നു രാത്രി സമാധാനമായി അയാളുറങ്ങി. എന്നാൽ ആൽബി എന്ന ചെക്കന്റെ സന്തതിയാണ് ചിരുതയുടെ ഗർഭപാത്രത്തിൽ വളരുന്നതെന്ന വിവരം അയാൾ അറിഞ്ഞിരുന്നില്ല.

പതിമ്മൂന്ന്

കോട കുടിക്കാൻ ആനക്കൂട്ടങ്ങൾ നാട്ടിലിറങ്ങി. അട്ടപ്പാടിയിൽ വേനലായിരുന്നു. വന്യമൃഗങ്ങൾ വെള്ളത്തിനായി നെട്ടോട്ടമോടുന്ന കാലം. അതിനിടയിലാണ് കാട്ടിൽ രഹസ്യമായി നടത്തുന്ന വാറ്റു കേന്ദ്രങ്ങൾ അവ മണത്തറിഞ്ഞത്. വെള്ളമെന്നു കരുതി കോട കുടിച്ച ആനകൾ ശരിക്കും മദ്യത്തിന് അടിമപ്പെട്ടു. പൂസായ അവ നാട്ടിലിറങ്ങി കൃഷിയൊക്കെ ചവിട്ടിമെതിച്ചു. കൂരകളുടെ മേൽക്കൂ രകൾ കൊമ്പിൽ കോർത്തെടുത്തു. കോട കുടിച്ച് വഴിയിൽ മറിഞ്ഞു കിടന്ന ചിലർ ആനകളുടെ കാൽക്കീഴിൽപ്പെട്ട് കൊല്ലപ്പെട്ടു.

ചെമ്പന്റെ ഊരുമൂപ്പൻ അഞ്ചാമത്തെ ഭാര്യയുമായി കിടക്ക പങ്കിടു മ്പോഴാണ് പൂസായ ആന എത്തി കൂരയുടെ മേൽക്കൂര പൊക്കിയത്.

നഗ്നരായ മൂപ്പനും ഭാര്യയും ഇറങ്ങിയോടി, മറ്റു ഭാര്യമാരും ഒരു ഡസനോളം മക്കളും പുറകെ. ദുരിതത്തിനിടയിലും ഊരുകാർക്ക് ചിരിക്കാനുള്ള വകയായി.

ഏതായാലും എക്സൈസും പൊലീസും ചെയ്യാത്തത് ആനകൾ ചെയ്തു. ആഴ്ചകൾകൊണ്ട് വാറ്റുകേന്ദ്രങ്ങളൊക്കെ ആനകൾ തകർത്തു തരിപ്പണമാക്കി. കൗണ്ടർമാർ കാട്ടിൽ വാറ്റാൻ മടിച്ചു. കോട കിട്ടാതായപ്പോൾ ആനശല്യവും കുറഞ്ഞു. പക്ഷേ ആദിവാസികൾ കുടി നിർത്തിയില്ല. കോട പാണ്ടിയിൽ നിന്നെത്തി. ആനക്കട്ടിയിലെ മദ്യശാലയിൽ നിന്ന് വിദേശമദ്യവും എത്തി.

ഭവാനിയിൽ ചാടിച്ചത്താലെന്തെന്ന് ചെമ്പനു പലതവണ തോന്നി. ഇളയതുങ്ങളെ ഓർത്തപ്പോൾ അതു ചെയ്യാനായില്ല. എന്തൊക്കെയായാലും അവറ്റകളെ പോറ്റിവളർത്തണമെന്ന് അവൻ ഒടുവിൽ തീരുമാനിച്ചു. അതിനായി കൂലിപ്പണിചെയ്തും കാടുകയറി തേനും മരുന്നുചെടികളും ശേഖരിച്ചും ചെമ്പൻ പണമുണ്ടാക്കി.

നടന്ന സംഭവങ്ങളൊക്കെ തുമ്പിയമ്മച്ചിയേയും വല്ലാതെ ഉലച്ചു, അതോടൊപ്പം കുറ്റബോധവും അവരെ കാർന്നുതിന്നുന്നുണ്ടായിരുന്നു. പൊറിഞ്ചിയുടെ മരണത്തിനു താനാണു കാരണമെന്ന ചിന്തയിൽനിന്ന് അവർക്കു മുക്തിനേടാനായില്ല. ഒടുവിൽ അവർ രോഗിയായി. ഉറക്കം പോയി, ഭക്ഷണത്തോടു വിരക്തിയും. അവർ എല്ലും തോലുമായി. ചെമ്പനും ഇളയതുങ്ങളും തുമ്പിയമ്മച്ചിയെ നന്നായി നോക്കി. കിടക്കപ്പായിൽവെച്ചുതന്നെ കഞ്ഞി വായിൽ പകർന്നു. ക്ഷീണം മാറാൻ മരുന്ന് വാങ്ങി നൽകി.

പക്ഷേ തുമ്പിയമ്മച്ചിയുടെ ക്ഷീണം മാറിയില്ല. ക്രമേണ സംസാരം നന്നേ കുറഞ്ഞു. എപ്പോഴും മച്ചിൽ നോക്കി അങ്ങനെ കിടക്കും. വല്ലപ്പോഴും അവ്യക്തമായി പുലമ്പും.

ചിലപ്പോൾ മക്കളെക്കുറിച്ചു പറയും.

‘‘എന്റെ മക്കൾ വരും, നല്ല തടിമിടുക്കുള്ള കുട്ടന്മാരായിക്കാണും, അമ്മയെ കാണാൻ നല്ല സാരിയൊക്കെ വാങ്ങി വരും.’’

മറ്റു ചിലപ്പോൾ പാവം പൊറിഞ്ചി, അവളെ കൊന്നതു ഞാനാ എന്നു പറയും.

ചെമ്പൻ അവരുടെ നിറഞ്ഞ കണ്ണുകൾ തുടയ്ക്കും. ഇങ്ങനെ പറഞ്ഞ് ആശ്വസിപ്പിക്കും.

‘‘ഒക്കെ വിധിയാ അമ്മച്ചീ, അവളെ കൊന്നതു നിങ്ങളല്ല, ഞാനാ. എല്ലാം എന്റെ കുറ്റമാ.’’

തുമ്പിയമ്മച്ചിയുടെ ആരോഗ്യം ദിനംപ്രതി ക്ഷയിച്ചുവന്നു. ഒടുവിൽ ഒരുദിവസം മക്കളെ കാണണമെന്ന സ്വപ്നം ബാക്കിയാക്കി

തുമ്പി മരിച്ചു. അവരുടെ മരണാനന്തര ചടങ്ങുകളൊക്കെ ചെമ്പൻ തന്നെയാണ് ചെയ്തത്.

തുമ്പി മരിച്ച് ഒരാഴ്ച കഴിഞ്ഞ് ഒരു ദിവസം വലിയൊരു കാറ് ഊരിലെത്തി. അതിൽ നിന്ന് സായ്പ്പും മദാമ്മയും പുറത്തിറങ്ങി, കൂടെ ബർമുഡ ധരിച്ച കറുത്ത നിറമുള്ള രണ്ടു ചെറുപ്പക്കാരും. ഊരിലെ ആൾക്കൊരൊക്കെ കാറിനു ചുറ്റും കൂടി. സായ്പ്പ് ഇംഗ്ലീഷിൽ എന്തോ ഒക്കെ ചോദിച്ചു. ആർക്കും മനസ്സിലായില്ല. ചെറുപ്പക്കാരോട് സായ്പ്പും മദാമ്മയും സംസാരിക്കുന്നതും നിസ്സഹായത കാണിക്കാൻ കൈമലർത്തി കാണിക്കുന്നതുമൊക്കെ ഊരുകാർ നോക്കിനിന്നു. ഇതിനിടെ ഊരുമൂപ്പന്റെ അഞ്ചാമത്തെ മകൻ അവിടെ ഓടിയെത്തി. പത്താം ക്ലാസ് പാസ്സായ അവന് മുറിഇംഗ്ലീഷ് വശമുണ്ടായിരുന്നു. അവൻ സായ്പ്പിനോട് സംസാരിച്ച് കാര്യം മനസ്സിലാക്കി.

ചെറുപ്പക്കാരെ വർഷങ്ങൾക്കുമുമ്പ് സായ്പ്പും മദാമ്മയും ദത്തെടുത്തതാണ്. ഈ ഊരിലെ ഏലിയാമ്മ എന്ന തുമ്പിയമ്മച്ചിയുടെ മക്കളാണ് അവർ. തുമ്പിയുടെ ക്രിസ്ത്യൻ പേരാണ് ഏലിയാമ്മ. ഊരുകാർ ഇതറിഞ്ഞപ്പോൾ അത്ഭുതപ്പെട്ടു. പെണ്ണുങ്ങൾക്കു കരച്ചിൽ വന്നു. മൂപ്പന്റെ ഭാര്യമാരിലൊരാൾ നിലവിളിച്ചുകൊണ്ടു പറഞ്ഞു.

''പാവം തുമ്പി, മക്കളെ കാത്തുകാത്തിരുന്ന് ഒടുവിൽ കാണാതെ ചത്തു, ചത്ത് ഏഴാം പക്കം മക്കളെത്തി, ഒരമ്മയ്ക്കും ഈ ഗതി വരുത്തല്ലേ മല്ലീശ്വരാ....''

സായ്പ്പിനും കൂട്ടർക്കും വൈകാതെ കാര്യമൊക്കെ പിടികിട്ടി. മൂപ്പന്റെ മകൻ മുറിഇംഗ്ലീഷും ആംഗ്യഭാഷയും കൊണ്ട് നടന്നതൊക്കെ ധരിപ്പിച്ചു. മക്കൾക്കു കാണാൻ അമ്മയുടെ ഒരു ഫോട്ടോ പോലുമില്ലായിരുന്നു. ചെമ്പൻ തുമ്പിഅമ്മച്ചിയുടെ കുഴിമാടം മക്കൾക്കു കാട്ടിക്കൊടുത്തു. അതിനടുത്തിരുന്ന് മക്കൾ പ്രാർത്ഥിച്ചു. പിന്നെ തുമ്പിക്കായി കൊണ്ടുവന്ന സാരികളും മിഠായിയുമൊക്കെ ഊരുകാർക്ക് നൽകി.

പോകുംമുമ്പ് മൂപ്പന്റെ മോൻ, ചെമ്പനെ അവർക്കു പരിചയപ്പെടുത്തി. അമ്മയെ അവസാനകാലത്തു നോക്കിയയാളെ മക്കൾ കെട്ടിപ്പിടിച്ച് നന്ദി പറഞ്ഞു. പിന്നെ ജനിച്ച മണ്ണിനോടു വിടപറഞ്ഞ് അവർ കാറിൽ കയറി തിരിച്ചുപോയി.

അട്ടപ്പാടിയിൽ അന്നു പതിവില്ലാതെ ആകാശം കറുത്ത് മേഘാവൃതമായി. നാടിന്റെ ദുഃഖം ഘനീഭവിച്ചതുപോലെ കനത്ത വേനൽ മഴ പെയ്തു.

പതിന്നാല്

കാശിയിലേക്കുള്ളത് ആൽബിക്കു ശരിക്കുമൊരു തീർത്ഥയാത്ര തന്നെയായിരുന്നു. മദ്യവും മദിരാക്ഷിയുമൊക്കെ ഉപേക്ഷിച്ച പുതു ജീവിതത്തിൽ മനസ്സിനെ കൂടുതൽ ശുദ്ധമാക്കാനുള്ള യാത്ര.

യാത്രയ്ക്കിടെ ജീവിതത്തിൽ പിന്നിട്ട ഓരോ സംഭവങ്ങളായി അവന്റെ മനസ്സിൽ തെളിഞ്ഞു. അമ്മയെക്കുറിച്ചോർത്തപ്പോൾ അപ്പൂപ്പൻ പറഞ്ഞ വിഷ്ണുപുരാണത്തിലെ ഭാഗമാണ് ആൽബി ഓർമ്മിച്ചത്. ''അല്ലയോ മൈത്രേയാ, കലിയുഗത്തിലെ സ്ത്രീകൾ ചപലകളും ഭർത്താക്കന്മാരെ വകവയ്ക്കാത്തവരുമായിരിക്കും. അവർ കള്ളം പറയുന്നവരും സ്വാർത്ഥമനസ്ക്കരും വഴക്കാളികളുമായിരിക്കും. അധമന്മാരായ പുരുഷന്മാരോടായിരിക്കും അവരുടെ ചങ്ങാത്തം. അവർ ഭർത്താക്കന്മാരെ വഞ്ചിച്ച് പരപുരുഷന്മാരോടു രമിക്കും.''

അമ്മയെ പിരിഞ്ഞതിൽ ആൽബിക്ക് ഒട്ടും വിഷമം തോന്നിയില്ല. വേലുവിനെക്കുറിച്ചും ചിരുതയെക്കുറിച്ചുമോർത്തപ്പോൾ അവന്റെ മനസ്സ് തേങ്ങി.

സത്ന, അലഹബാദ് തുടങ്ങി പല സ്റ്റേഷനുകൾ താണ്ടി ട്രെയിനൊടുവിൽ വാരണാസിയിലെത്തി. പുണ്യനഗരമെന്ന് അപ്പൂപ്പൻ വിശേഷിപ്പിച്ച കാശിയിലിറങ്ങിയതും അവന് അനിർവ്വചനീയമായ ഒരു ശാന്തത തോന്നി, വൈകാതെ അച്ഛനെ കാണാനാകുമെന്ന പ്രതീക്ഷയിൽ നിന്നുണ്ടായ ആഹ്ലാദവും.

കാശിയിൽ അതു ശൈത്യകാലമായിരുന്നു. റെയിൽവേസ്റ്റേഷനു മുന്നിലെ ചായ്‌വാലയുടെ പക്കൽ നിന്നും അവൻ ചൂടു ചായ വാങ്ങി കുടിച്ചു. സ്റ്റേഷനു മുന്നിൽ കൂട്ടംകൂടിയിരിക്കുന്ന നാടോടിസംഘത്തിലെ ബാലൻ തണുപ്പകറ്റാൻ ഹുക്ക വലിക്കുന്നത് അവൻ കൗതുകത്തോടെ നോക്കി.

കുറെ റിക്ഷാവാലകൾ അവന്റെ പുറകെ കൂടി. ഒരെണ്ണത്തിൽ കയറിയശേഷം മാമി തന്ന മേൽവിലാസം ആൽബി വായിച്ചു, 'മുക്തി ഭവൻ, അസിഘാട്ടിനു സമീപം, ഗൊദോളിയ, കാശി.' റോഡും ഇടുങ്ങിയ ഗല്ലികളും താണ്ടി സൈക്കിൾറിക്ഷ നീങ്ങി. ഇരുവശത്തുമുള്ള ദൂത്‌വാലകളും പാൻവാലകളുമൊക്കെ രാവിലെ കച്ചവടം തുടങ്ങാനുള്ള തിരക്കിലാണ്.

റിക്ഷാവാല യാത്രയ്ക്കിടെ എന്തോ ഒക്കെ പുലമ്പുന്നുണ്ടായിരുന്നു. ഡങ്കാറാം എന്നാണ് അയാളുടെ പേര്. താഴ്ന്ന ജാതിയിൽപ്പെട്ടവനായിരുന്നു ഡങ്കാറാം. നാട്ടിലെ മുന്തിയ ജാതിക്കാർ താഴ്ന്ന ജാതിക്കാരെ 'ചമാർ' എന്നാണു വിളിച്ചിരുന്നത്. റിക്ഷാചവിട്ടു പോലുള്ള ശാരീരികായാസം കൂടുതൽ വേണ്ട ജോലിയാണ് അവർ ചെയ്തിരുന്നത്.

ഡങ്കാറാമിനു വീടൊന്നുമുണ്ടായിരുന്നില്ല. റോഡിന്റെ ഓരത്ത് ഒരു ടെന്റു കെട്ടിയായിരുന്നു അയാളുടെയും ഭാര്യയുടെയും താമസം. വാരണാസിക്കടുത്തുള്ള മധോപ്പൂറാണ് സ്വദേശം. അവിടെനിന്നും ജീവിക്കാനുള്ള വക കണ്ടെത്താൻ ഇവിടെയെത്തിയതാണ്.

ദിവസവും രാവിലെ റിക്ഷയുമായി ഡങ്കാറാം നഗരത്തിലിറങ്ങും. രാവേറുംവരെ ചവിട്ടിയാലും ഭക്ഷണം കഴിക്കാനും ദേശീശരാബ് കുടിക്കാനുമുള്ള പണമേ അയാളെക്കൊണ്ട് സമ്പാദിക്കാൻ കഴിഞ്ഞിരുന്നുള്ളൂ. കുറേ പണിയെടുത്ത് പണമുണ്ടാക്കിയശേഷം മടങ്ങാമെന്നു കരുതിയാണ് ഇവിടേക്കു വന്നത്. പക്ഷേ വർഷം പത്തായിട്ടും അത് ആഗ്രഹം മാത്രമായി ശേഷിച്ചു. വയസ്സ് മുപ്പതേ ആയിട്ടുള്ളുവെങ്കിലും കഠിനമായ അദ്ധ്വാനം അയാളെ വൃദ്ധനെപ്പോലെയാക്കി.

അതൊന്നുമായിരുന്നില്ല ഡങ്കാറാമിന്റെ ഏറ്റവും വലിയ ദുഃഖം. എന്തെങ്കിലും വച്ചുവിളമ്പിക്കഴിക്കാമെന്നും കൂട്ടിന് ഒരാളാകുമെന്നും കരുതിയാണ് ഭാര്യയെ അയാളൊപ്പം കൂട്ടിയത്. എന്നാലതു വലിയ മനോവിഷമത്തിനു കാരണമായി.

ഡങ്കാറാം ഇല്ലാത്ത സമയത്തു നഗരത്തിലെ ഗുണ്ടാസംഘങ്ങളിൽപ്പെട്ട ചിലർ അയാളുടെ ഭാര്യയെ ബലാൽക്കാരമായി പ്രാപിച്ചു. അവളെ ഗ്രാമത്തിൽ തിരികെക്കൊണ്ടാക്കാൻ അയാൾ പലതവണ ആലോചിച്ചു. പക്ഷേ അവിടെയും സ്ഥിതി മെച്ചമായിരുന്നില്ല. വയസ്സായ അച്ഛനും അമ്മയുമേ നാട്ടിലുള്ളൂ. ആൺതുണയില്ലാതെ കഴിഞ്ഞാൽ സമീന്താർമാരുടെ മക്കൾ സംഘമായെത്തി കടത്തിക്കൊണ്ടുപോകും, കൂട്ടമായി ബലാത്സംഗം ചെയ്യും.

വേറെ വഴിയില്ലാത്തതിനാൽ അയാൾ എല്ലാം സഹിച്ച് റിക്ഷാ ചവിട്ടു തുടർന്നു. മണ്ണെണ്ണയുടെ അസഹ്യമായ ഗന്ധമുള്ള നാടൻ ചാരായം കുടിച്ച് ജീവിതവ്യഥകൾ മറക്കാൻ ശ്രമിച്ചു. റിക്ഷ ചവിട്ടുമ്പോഴൊക്കെ ആരോടെന്നില്ലാതെ തന്റെ ഭാര്യയ്ക്കു സ്വൈര്യം നൽകാത്തവരെ അയാൾ തെറിപറഞ്ഞുകൊണ്ടിരിക്കും.

''സാലാ, ഭോസടീവാലാ, മാംചൂത്'' എന്നിങ്ങനെ....

സൈക്കിൾ റിക്ഷ ഒടുവിൽ മുക്തിഭവന്റെ മുന്നിലെത്തി. ഡങ്കാറാമിനു പണം കൊടുത്തശേഷം ആൽബി ഉള്ളിലേക്കു കടന്നു. പന്നാലാൽ എന്ന മേൽനോട്ടക്കാരൻ ആൽബിയെ ചോദ്യഭാവത്തിൽ നോക്കി. താൻ വാസുദേവശർമയുടെ പുത്രനാണെന്ന് ആൽബി പറഞ്ഞു.

''ലേക്കീൻ ശർമാജീ തോ ഹരിദ്വാർ ഗയാഹൈ, വഹാം സെ വൈഷ്ണോദേവി, കൈലാസ്..... കബ് വാപ്പസ് ആയേഗാ, മുഝെ നഹീം പതാ'' സൂക്ഷിപ്പുകാരൻ പറഞ്ഞു.

ആൽബിക്കു വല്ലാത്ത ദുഃഖവും നിരാശയും തോന്നി. പന്നാലാൽ അവനെ ആശ്വസിപ്പിച്ചു. ശർമാജി ഇടയ്ക്ക് ഇങ്ങനെ യാത്ര പോകാറുണ്ടെന്നും മടങ്ങിവരുമെന്നും പറഞ്ഞ് അയാൾ അവന്റെ മനസ്സിൽ പ്രതീക്ഷ പകർന്നു.

പന്നാലാൽ അവനെ മുക്തിഭവന്റെ ഉള്ളിലേക്കു ക്ഷണിച്ചു. പിന്നെ ഒരു ചെറിയ മുറി കാണിച്ചുകൊണ്ട് പറഞ്ഞു.

''തും യഹീം രഹ് സക്തേ ഹോ ഭായീ.''

കടുകെണ്ണയുടെ ഗന്ധമുള്ള ഇരുണ്ട മുറിക്കുള്ളിൽ തണുപ്പു മാറ്റാൻ പുതയ്ക്കുന്ന രജായിയും മുഷിഞ്ഞ കുറച്ചു വസ്ത്രങ്ങളുമാണുണ്ടായിരുന്നത്. മെഴുക്കു പിടിച്ച ജനാലയഴിക്കിടയിലൂടെ ഗംഗാനദി കാണാം. പരലോകത്തേക്കുള്ള ജലപാതപോലെ ഒഴുകുകയാണ് ഗംഗ.

നല്ല യാത്രാക്ഷീണമുണ്ടായിരുന്നതിനാൽ രജായി പുതച്ചുകൊണ്ട് അവനുറങ്ങി. പന്നാലാലിന്റെ ശബ്ദം കേട്ടാണ് ഉറക്കം കഴിഞ്ഞ് അവനുണർന്നത്. പ്രഭാതകൃത്യങ്ങൾ നിർവ്വഹിക്കാൻ അയാളാവശ്യപ്പെട്ടു. ശരീരത്തിൽ പുരട്ടാൻ കടുകെണ്ണയും പല്ല് തേക്കാൻ വേപ്പിൻ തണ്ടും നൽകി.

പന്നാലാൽ അവനോട് കുളിക്കാൻ തയ്യാറായി വരാനാവശ്യപ്പെട്ടു. അയാൾക്കൊപ്പം അവൻ ഗംഗാതീരത്തെ അസിഘട്ടിന്റെ പടികളിറങ്ങി, പന്നാലാൽ മന്ത്രം ഉരുവിട്ട് ഗംഗയിൽ മുങ്ങി. ആൽബിയും ഒപ്പംകൂടി.

മണികർണികാ ഘാട്ടിൽ ശവം കത്തിയെരിയുന്നുണ്ടായിരുന്നു. 'രാം നാം സത്യ ഹൈ, രാം നാം സത്യ ഹൈ' എന്ന ശബ്ദത്താൽ മുഖരിതമായ അന്തരീക്ഷം. മൃതശരീരത്തെ ദഹിപ്പിച്ച് അനന്തതയിലേക്കുയരുന്ന അഗ്നിധൂളികൾ.

''ആത്മാവാണ് ശാശ്വതസത്യം, ശരീരം വഴിയമ്പലം മാത്രം'', അപ്പൂപ്പന്റെ വാക്കുകൾ ആൽബി ഓർമ്മിച്ചു.

മുക്തിഭവനിൽ മടങ്ങിയെത്തിയതും പന്നാലാൽ പൂരിയും ഉരുളക്കിഴങ്ങുകറിയും അവനു നൽകി. കഴിക്കുന്നതിനിടെ അയാൾ സംസാരിച്ചുകൊണ്ടിരുന്നു.

''ഭായീ, നിന്റെ മുറിയിൽ താമസിച്ചിരുന്നത് ഒരു മദ്രാസിയായിരുന്നു; വെങ്കിട്ടരാമൻ. അയാളുടെ ഭാര്യ മുമ്പേ മരിച്ചു. മക്കളൊക്കെ വിദേശത്താ. ഒരു മാസം മുമ്പ് മരിക്കാനായി കാശിയിൽ വന്നു. കഴിഞ്ഞയാഴ്ച മരിച്ചു. ഞങ്ങൾതന്നെ ഘാട്ടിൽ ദഹിപ്പിക്കാൻ ഏർപ്പാടു ചെയ്തു. മക്കളെ അറിയിക്കേണ്ടെന്നാ അയാൾ പറഞ്ഞത്, ഭാഗ്യവാനാ, കാശിയിൽവച്ചു മരിക്കാൻ കഴിഞ്ഞല്ലോ, ഇനി അയാൾക്കു ജന്മമുണ്ടാകില്ല. സർവ്വേശ്വരനിൽ ലയിക്കും, മോക്ഷ് പ്രാപ്ത് കരേഗാ.'' പന്നാലാൽ പറഞ്ഞു.

മുക്തിഭവനിൽ കഴിഞ്ഞയാഴ്ച വയസ്സായ ഒരു സ്ത്രീ മരിക്കാനെത്തിയെന്നും പേര് സരസ്വതീദേവിയാണെന്നും മലയാളിയാണെന്നും പന്നാലാലിൽ നിന്ന് ആൽബിയറിഞ്ഞു.

വൈകുന്നേരത്തു മുക്തിഭവനിലെ സത്സംഗിൽ ആൽബി പങ്കെടുത്തു. ഏറെയും നല്ല പ്രായമായ ആൾക്കാരായിരുന്നു. ചിലർ ബന്ധുക്കൾക്കൊപ്പം കാശിയിൽ മരിക്കാനെത്തിയവർ, ചിലർ ബന്ധുക്കളെ ഉപേക്ഷിച്ചെത്തിയവർ, മറ്റു ചിലരാകട്ടെ, ബന്ധുക്കളാൽ ഉപേക്ഷിക്കപ്പെട്ട് എത്തിയവർ. പന്നാലാൽ പറഞ്ഞ മലയാളിസ്ത്രീയെ അക്കൂട്ടത്തിൽ കണ്ടില്ല.

സത്സംഗം കഴിഞ്ഞപ്പോൾ ആൽബി അവരെക്കുറിച്ചു തിരക്കി. ഒരു ബന്ധുവാണത്രെ സരസ്വതീദേവിയെ മുക്തിഭവനിൽ കൊണ്ടാക്കിയത്. വന്നപ്പോഴേ വല്ലാതെ അവശയായിരുന്നു അവർ. കൊണ്ടാക്കിയയാൾ വന്ന അന്നുതന്നെ മടങ്ങി.

കുഷ്ഠരോഗ വിമുക്തയാണ് സരസ്വതി. വെളുത്തു സുന്ദരിയും കുലീനയുമായ സ്ത്രീ. കുഷ്ഠരോഗം അവരുടെ വിരലുകൾക്ക് മാത്രമെ വൈരൂപ്യമുണ്ടാക്കിയുള്ളൂ.

എന്തായാലും അവരെ കാണാമെന്ന് ആൽബി തീരുമാനിച്ചു. അവർ മുറിക്കു പുറത്ത് ഇറങ്ങാറില്ലെന്ന് പന്നാലാൽ പറഞ്ഞു. ഇരുണ്ട മുറിയിൽ മരണം കാത്തു കഴിയുന്നു.

സത്സംഗും അത്താഴവും കഴിഞ്ഞശേഷം ആൽബി തന്റെ ആഗ്രഹം പന്നാലാലിനോടു പറഞ്ഞു. അത്താഴം താൻ കൊണ്ടു കൊടുക്കാമെന്ന് ആൽബി പറഞ്ഞപ്പോൾ, അവർ ഭക്ഷണം കഴിക്കാറില്ലെന്നായിരുന്നു പന്നാലാലിന്റെ മറുപടി. ദാഹജലം മാത്രം കുടിക്കും.

ഒടുവിൽ ഒരു കൂജ നിറയെ വെള്ളവുമായി ആൽബി സരസ്വതീദേവിയുടെ മുറിക്കു മുന്നിലെത്തി മുട്ടിവിളിച്ചു. എന്തുവേണമെന്ന ചോദ്യം ഉള്ളിൽ നിന്ന് കേട്ടു, വല്ലാതെ ക്ഷീണിതമായ ശബ്ദം.

''ഞാൻ മലയാളിയാണ്, അമ്മയോട് സംസാരിക്കണം.'' ആൽബി പറഞ്ഞു.

വേണ്ട, പൊയ്ക്കോളൂ എന്നായിരുന്നു മറുപടി. പക്ഷേ, ആൽബി പോയില്ല. അവിടെത്തന്നെ ഇരുന്നു. ഒടുവിൽ കതക് തുറന്ന് അവർ പുറത്തേക്കിറങ്ങി. മുക്തിഭവനിലെ മൂന്നാം നിലയിലായിരുന്നു അവരുടെ മുറി. ജനാലയ്ക്കടുത്ത് നിലത്ത് അവരിരുന്നു. ജനാലയിലൂടെ ഗംഗയെ തഴുകിയെത്തുന്ന തണുത്ത കാറ്റടിക്കുന്നുണ്ടായിരുന്നു. ഘട്ടിൽ കത്തുന്ന ചിതയിലെ തീനാളങ്ങളുടെ പ്രതിഫലനം അവരുടെ മുഖത്തെ തേജസ്സ് കൂട്ടി. മൂന്നാം നിലയിൽ, ഇടനാഴിയിലുള്ള പഴയ ഒരു ബൾബിന്റേതൊഴിച്ചാൽ പ്രകാശം നന്നേ കുറവായിരുന്നു.

അവർ കണ്ണുകൾ മേൽപ്പോട്ടേക്കുയർത്തി രാമനാമം ജപിച്ചു. പിന്നെ ആൽബിയോടു ചോദിച്ചു- ''മോനെവിടുന്നാ, ഇവിടെ ആർക്കെങ്കിലും കൂട്ടുവന്നതാണോ?''

അച്ഛനെ തേടിയെത്തിയതാണെന്ന് ആൽബി മറുപടി പറഞ്ഞു. പിന്നെ അവരെക്കുറിച്ചു തിരക്കി. കുറച്ചു സമയം അവർ മൗനിയായി ഗാഢചിന്തയിലിരുന്നു. പിന്നെ പതിഞ്ഞ ശബ്ദത്തിൽ സംസാരിക്കാൻ തുടങ്ങി.

''മരിക്കും മുമ്പ് ആരോടെങ്കിലും എല്ലാം പറയണമെന്നായിരിക്കും ഈശ്വരന്റെ ഇച്ഛ. അതിനൊരു നിമിത്തമായിട്ടായിരിക്കും മോനെത്തിയത്. ഞാനൊരു വലിയ കുടുംബത്തിലാ ജനിച്ചത്, ശരിക്കും ഭൂസ്വത്തും പണവും. കാഴ്ചയിലും ഏറെ സുന്ദരിയായിരുന്നു. അച്ഛനമ്മമാരുടെ ഏകസന്തതി. അമേരിക്കയിൽ ജോലിയുള്ള ഒരു എൻജിനീയറെയാണ് എനിക്കു വരനായി അച്ഛൻ കണ്ടെത്തിയത്. വിവാഹശേഷം അഞ്ചുവർഷം ഭർത്താവൊന്നിച്ച് അമേരിക്കയിൽ കഴിഞ്ഞു. ഒരു മകളുമുണ്ടായി. അവൾക്ക് ഒരു വയസ്സായപ്പോഴേക്ക് ദൈവം ഈ ജന്മത്തെ പരീക്ഷിക്കാൻ തുടങ്ങി. വിരലിന്റെ അഗ്രത്തു ചൊറിച്ചിൽപോലെയാണ് രോഗം കണ്ടത്. കുഷ്ഠമാണെന്നു വൈകാതെ സ്ഥിരീകരിച്ചു. ഭർത്താവ് എന്നെയും കുഞ്ഞിനെയും നാട്ടിൽ കൊണ്ടാക്കി കടന്നു.

അമ്മ മരിച്ചിരുന്നു, അച്ഛൻ ഒരു വശം തളർന്നു കിടപ്പിലും. ഭാഗ്യത്തിനു കുഞ്ഞിനെ രോഗം ബാധിച്ചിരുന്നില്ല. അവളെ അച്ഛന്റെ അനുജന്റെ മകനെ ഏൽപ്പിച്ചു. കുടുംബവീടും സ്വത്തും കൊടുക്കണമെന്നായിരുന്നു അവന്റെ നിബന്ധന. ഞാൻ കുഷ്ഠരോഗ സാനട്ടേറിയത്തിൽ ചികിത്സയ്ക്കു പ്രവേശിച്ചു. രണ്ടു വർഷം കൊണ്ട് രോഗം മുഴുവൻ മാറി. പക്ഷേ വിരലുകളുടെ പകുതി നഷ്ടപ്പെട്ടു. രോഗവിമുക്തയാണെന്ന് ഭർത്താവിനെ അറിയിച്ചു. പക്ഷേ ഒരു മറുപടിയും ലഭിച്ചില്ല. അയാൾ അമേരിക്കയിൽ വേറെ വിവാഹം കഴിച്ചു കഴിയുകയാണെന്നു പിന്നീടറിഞ്ഞു. അങ്ങനെ ശിഷ്ടജീവിതം സാനട്ടേറിയത്തിൽ കഴിയാമെന്നുറപ്പിച്ചു.

അങ്ങനെയിരിക്കെ മകളെ കാണണമെന്ന കലശലായ ആഗ്രഹം വന്നു.

ഒരു ദിവസം കുടുംബവീട്ടിലെത്തി. കുഞ്ഞിനെ ഒന്നു കണ്ടശേഷം മടങ്ങണം, അത്രയേ മനസ്സിലുണ്ടായിരുന്നുള്ളൂ. എന്നാൽ കുടുംബവീട്ടിലെത്തിയപ്പോൾ സ്ഥിതി മറ്റൊന്നായിരുന്നു. അച്ഛന്റെ അനുജന്റെ മകനും ഭാര്യയും എന്നെ വീട്ടിൽ കയറ്റാനോ മകളെ കാണിക്കാനോ കൂട്ടാക്കിയില്ല. മകളെ മറ്റൊരു അകന്ന ബന്ധുവിനെ ഏൽപ്പിച്ചെന്ന് അവർ പറഞ്ഞു. ഉറക്കെ കരഞ്ഞപ്പോൾ മറ്റുള്ളവർ കേൾക്കുമെന്ന് പേടിച്ച് മകളെ കൊടുത്ത വീട്ടുകാരുടെ വിലാസം തന്നു.

ഞാൻ ഏറെ പ്രയാസപ്പെട്ട് അവരെ കാണാനെത്തി. വീടിന്റെ കതക് തട്ടിയതും മധ്യവയസ്കനായ ഒരു പുരുഷനാണു തുറന്നത്, പുറകെ അയാളുടെ ഭാര്യയും ഇറങ്ങി വന്നു.

ഞാൻ കാര്യമൊക്കെ പറഞ്ഞു. ''കുഞ്ഞിനെ ഒന്നു കാണണം. സാനട്ടോറിയത്തിൽ പണിയെടുത്തുണ്ടാക്കിയ പണമുപയോഗിച്ച് അവൾക്കൊരു സ്വർണമാല വാങ്ങിയിട്ടുണ്ട്, അത് കൊടുക്കണം. അത്രേയുള്ളൂ.''

പക്ഷേ വളരെ ക്രൂരമായാണ് അവർ പ്രതികരിച്ചത്. ആ സ്ത്രീ ചൂലെടുത്ത് എന്നെ തല്ലി. വീടിന്റെ പടിക്കപ്പുറത്തു കടത്തിയില്ല. ഇനി ആ ഭാഗത്തു കണ്ടാൽ എന്നെ മാത്രമല്ല മകളെയും കൊല്ലു മെന്ന് അയാൾ ഭീഷണിപ്പെടുത്തി.

അങ്ങനെ വല്ലാതെ വിഷമിച്ച് ഞാൻ മടങ്ങി. സാനട്ടേറിയത്തിൽ തിരിച്ചെത്തിയശേഷം നാട്ടിലെ എന്റെ ഒരു ശേഷക്കാരനു കത്തയച്ചു. കാശിയിൽ എന്നെ ഒന്നെത്തിക്കണം. ചെലവു കഴിച്ച് കുറെ പണം തരാം.

അവൻ സമ്മതിച്ചു. അങ്ങനെയാണ് ഇവിടെ എത്തിയത്. യാത്ര യ്ക്കിടെ മകൾക്കുവേണ്ടി വാങ്ങിയ സ്വർണമാല ശേഷക്കാരനെ ഏൽപ്പിച്ചു. മകളെ കണ്ടെത്തി എങ്ങനെയെങ്കിലും അതു നൽകണ മെന്ന് ആവശ്യപ്പെട്ടു.''

ഇത്രയും പറഞ്ഞ് അവർ തന്റെ കണ്ണ് തുടച്ചു. ആൽബിക്കു വല്ലാത്ത വിഷമം തോന്നി. ''ദുഃഖിക്കേണ്ട അമ്മേ, തുടർജന്മമില്ലാതെ മോക്ഷപ്രാപ്തിയിലെത്തുന്നവരാ കഠിനമായ ദുരനുഭവങ്ങൾക്കു പാത്രമാകുന്നത്, അമ്മ ഭഗവൽസന്നിധിയിലെത്തും.'' ആൽബി പറഞ്ഞു.

അവരെണീറ്റു, അവന് നല്ല ജീവിതം ആശംസിച്ചശേഷം വേച്ചു വേച്ചു മുറിയിലേക്കു പോയി.

അന്നു രാത്രി ആൽബി ഏറെ വൈകിയാണുറങ്ങിയത്. സര സ്വതീദേവിയെക്കുറിച്ചും അവരുടെ മകളെക്കുറിച്ചുമായിരുന്നു അവന്റെ ചിന്ത. മകൾ, ദത്തെടുത്ത ആൾക്കാരുടെ സംരക്ഷണയിൽ സുരക്ഷി തയാണോ, അതോ അവർ അവളെ വിൽക്കുകയോ പീഡിപ്പിക്കു കയോ ചെയ്തിട്ടുണ്ടോ, ശേഷക്കാരൻ സ്വർണമാല മകൾക്കു നൽകി ക്കാണുമോ?.... ഇങ്ങനെ പല ചോദ്യങ്ങൾ ആൽബിയുടെ മനസ്സി ലുയർന്നു.

സരസ്വതീദേവിയെ നിഷ്കാസനം ചെയ്ത ബന്ധുക്കളെക്കുറിച്ച് അവനോർത്തു. സജ്ജനങ്ങൾക്ക് ഒരു മരണം മാത്രം, ദുർജനങ്ങൾ ഓരോ നിമിഷവും മരിക്കുന്നു, ശവങ്ങളെപ്പോലെ ചത്തുജീവിക്കുന്നു.

പതിനഞ്ച്

പൊറിഞ്ചിയുടെ മരണമുണ്ടാക്കിയ ആഘാതം ജീവിതകാലത്തു തന്നെ വിട്ടുമാറില്ലെന്നു ചെമ്പനു തോന്നി. കുറേ കാലം നാട്ടിൽ നിന്ന് മാറിനിൽക്കണമെന്ന തോന്നലുണ്ടായി. ഇളയ പൈതങ്ങളാണ് അതിനു വിഘാതമായി നിന്നത്. എന്നാലും ഒടുവിൽ ജോലിക്കായി എവിടേക്കെങ്കിലും പോകാൻതന്നെ ചെമ്പൻ ഉറപ്പിച്ചു. കുറെ പണം സമ്പാദിച്ച് ഇളയതുങ്ങളെ പോറ്റണം. അതു മാത്രമേ തന്റെ ജീവിതം കൊണ്ട് ഇനി സാധിക്കാനാവൂ എന്ന് അവൻ കരുതി.

മുക്കാലിയിൽ ഉസ്മാൻ എന്നൊരാൾ ചായക്കട നടത്തുന്നുണ്ടായിരുന്നു. അയാൾക്ക് നൂൽപ്പുട്ടുണ്ടാക്കുന്ന കമ്പനിയുണ്ട്. അതിൽ തൊഴിലാളികളെ എടുക്കുന്നതായി ചെമ്പനറിഞ്ഞു. അവൻ ഉസ്മാനെ കണ്ട് ആവശ്യപ്പെട്ടു. ''ഇളയതുങ്ങളെ പോറ്റണം, നൂൽപ്പുട്ടുകമ്പനിയിൽ പണി തരണം ഇക്കാ.''

ഉസ്മാൻ തന്റെ നിബന്ധനകൾ വിശദമാക്കി.

''നൂൽപ്പുട്ടു കമ്പനിയിൽ പണിയൊക്കെ തരാം. മുൻകൂറായി ഇരുപതിനായിരം ഉറുപ്പികയും തരും. പക്ഷേ കേരളത്തിലെമ്പാടും പോകേണ്ടിവരും. അഡ്വാൻസ് വാങ്ങിയാൽ ആറ് മാസം കമ്പനിയിൽ പണിയെടുത്തേ പറ്റൂ. ഇടയ്ക്കിടെ ഊരിൽ പോകാനൊന്നും പറ്റില്ല ചങ്ങായീ. പിന്നെ പണിയുള്ള ദിവസം വൈകിയേ ഉറങ്ങാനാവൂ. താമസവും ഭക്ഷണവും സൗജന്യമായി തരും, മുൻകൂർ പണം കഴിഞ്ഞുള്ള കൂലിയും.''

ചെമ്പൻ സമ്മതിച്ചു. രണ്ടു ദിവസം കഴിഞ്ഞ് ഉസ്മാൻ ഇരുപതിനായിരം രൂപ നൽകി. ചെമ്പൻ 2000 കഴിച്ച് ബാക്കി മൂപ്പനെ ഏൽപ്പിച്ചു.

''മൂപ്പാ, ഞാൻ മടങ്ങിവരും വരെ പൈതങ്ങളെ നോക്കണം. ഭക്ഷണത്തിന് ഒരു മുട്ടും വരാതെ കാക്കണം''.

മൂപ്പൻ സമ്മതിച്ചു. അന്നു രാത്രി ചെമ്പൻ ഇളയതുങ്ങളെ കെട്ടിപ്പിടിച്ചു കിടന്നു. താൻ പോവുകയാണെന്ന് അവരോടു പറഞ്ഞു. ഇളയതുങ്ങൾ കരഞ്ഞു.

''കരയേണ്ട മക്കളേ, കുറേ പണമൊക്കെ സമ്പാദിച്ചശേഷം ഞാൻ വരും, അതുവരെ നിങ്ങൾക്ക് ആഹാരത്തിനു മുട്ടുവരില്ല.''ചെമ്പൻ അവരെ ആശ്വസിപ്പിച്ചു. അതിരാവിലെ പോകുംമുമ്പ് ചെമ്പൻ മൂപ്പനേയും ഭാര്യമാരേയും കണ്ട് പൈതങ്ങളുടെ കാര്യത്തിൽ ഒരിക്കൽക്കൂടി ഉറപ്പുതേടി. ഇളയതുങ്ങളെ ഒരു കേടും വരാതെ നോക്കാമെന്ന് അവർ പറഞ്ഞു.

ഇളയതുങ്ങൾ ഉണരാൻ കാക്കാതെ ചെമ്പൻ യാത്രയായി. ഉസ്മാന്റെ മിനിലോറിയിൽ അവൻ കൂനിക്കൂടിയിരുന്നു. ചുരമിറങ്ങിയപ്പോൾ അവന്റെ മനസ്സിൽ വല്ലാത്ത നീറ്റൽ തോന്നി. ഇതുവരെ നാടുവിട്ട് ഒരിടത്തും പോയിട്ടില്ല. ലോറി കോഴിക്കോട്ടേയ്ക്കു പോകുംവഴി ചെമ്പൻ പലതവണ ഛർദ്ദിച്ചു. ലോറി ഡ്രൈവർ അറിയാവുന്ന അസഭ്യങ്ങളൊക്കെ അവനെ വിളിച്ചു.

കോഴിക്കോട് നഗരത്തിനടുത്തുള്ള മലാപ്പറമ്പിലാണ് വണ്ടിയെത്തിയത്. അവിടെ ഒഴിഞ്ഞ ഒരിടത്തു വണ്ടി നിർത്തി. വൃത്തിഹീനമായ, ടിൻഷീറ്റുകൊണ്ട് മറച്ച അഞ്ചാറു ഷെഡ്ഡുകൾ അവിടെക്കണ്ടു. അതിലൊന്നിൽ താമസിക്കാമെന്ന് മേൽനോട്ടക്കാരനായ നാസർ പറഞ്ഞു.

ഓരോ ഷെഡ്ഡിലും നാലുപേർക്കു കഷ്ടിച്ചു കിടക്കാനുള്ള സ്ഥലമേ ഉണ്ടായിരുന്നുള്ളു. നാസർ ചൂണ്ടിക്കാട്ടിയ ഷെഡിൽ അവൻ തുണി നിറച്ച പ്ലാസ്റ്റിക് കവർ വച്ചു. ഷെഡ്ഡിൽ സിഗരറ്റുകുറ്റികളും പാൻപരാഗിന്റെ കവറുകളുമൊക്കെ ചിതറിക്കിടപ്പുണ്ടായിരുന്നു, മദ്യത്തിന്റെ രൂക്ഷഗന്ധവും.

കൂട്ടത്തിൽ വലിയ ഷെഡ്ഡിലാണ് നാസറിന്റെയും മുതിർന്ന പാചകക്കാരനായ ശിവന്റെയും താമസം. മറ്റുള്ളവരേറെയും ബംഗാളികളും ഒഡീഷാക്കാരുമായിരുന്നു.

അന്നു രാത്രി ചെമ്പന് നൂൽപ്പുട്ടുണ്ടാക്കാനുള്ള പരിശീലനമായിരുന്നു. മാവ് കുഴയ്ക്കലാണാദ്യം. പിന്നെ സേവനാഴിയിൽ നിറച്ചു പിഴിഞ്ഞ് നന്നായി അമർത്തി നൂലുപോലെ ആക്കിയശേഷം കുട്ടുവത്തിൽ നിറച്ച് അടുപ്പത്തുവച്ച് വേവിക്കണം. പിഴിയുന്ന പണിയാണ് ഏറ്റവും ആയാസമുള്ളത്. തുടർച്ചയായി ചെയ്യുമ്പോൾ വിരലുകളും കൈത്തണ്ടയും കഴയ്ക്കും, വേദന സഹിക്കാനാവില്ല. പക്ഷേ നിശ്ചിതയെണ്ണം നൂൽപ്പുട്ട് പിഴിഞ്ഞുണ്ടാക്കിയേ പറ്റൂ.

ദിവസവും രണ്ടു ഷിഫ്റ്റായിരുന്നു, ഉച്ചയ്ക്ക് 12 മണിതൊട്ട് രാത്രി 12 മണിവരെ ഒന്നാം ഷിഫ്റ്റ്. അതുകഴിഞ്ഞ് രാവിലെ നാല് മണിവരെ ഉറക്കം. അഞ്ച് മുതൽ 10 വരെ അടുത്ത ഷിഫ്റ്റ്. 10 മുതൽ 12 വരെ വിശ്രമം. എല്ലാവരും രണ്ടു ഷിഫ്റ്റ് പണിയെടുക്കണം. ദിവസവും 800 രൂപാ ശമ്പളം കിട്ടും, 100 രൂപാ ഭക്ഷണയിനത്തിൽ കുറയ്ക്കും.

വലിയ ഒരു ഷെഡ്ഡായിരുന്നു പാചകപ്പുര. അവിടെവച്ച് നൂലപ്പമുണ്ടാക്കി കാർഡ്ബോർഡ് പെട്ടികളിൽ നിറച്ച് കോഴിക്കോട്ടെ വിവിധ ഭാഗങ്ങളിലുള്ള ഹോട്ടലുകളിലും തട്ടുകടകളിലും ബേക്കറികളിലുമൊക്കെ എത്തിക്കും.

പുതിയ ചുറ്റുപാടും പണികളുമായി പൊരുത്തപ്പെടാൻ ചെമ്പൻ ആദ്യദിവസങ്ങളിൽ ഏറെ പ്രയാസപ്പെട്ടു. കാടിന്റെയും മലനിരകളുടെയും ഉർവ്വരമായ അന്തരീക്ഷത്തിനു പകരം പുകയും കരിയുമൊക്കെ ക്കൊണ്ട് മലിനമായ ചുറ്റുപാട്. പണിക്കാരിൽ ഭൂരിഭാഗവും കടുത്ത മദ്യപാനികളായിരുന്നു. രാവിലെ പണി തുടങ്ങും മുമ്പായി റമ്മോ ബ്രാൻഡിയോ ഒക്കെ വിഴുങ്ങും. പണിക്കിടെയും പണി കഴിഞ്ഞു മൊക്കെ ഇതു തുടരും, ഒപ്പം പാൻപരാഗിന്റെ ചർവ്വണവും. അങ്ങനെ ലഹരിയിൽ മുങ്ങിയ ജീവിതം. പണിക്കാരിൽ അധികവും മുൻ കൂറായി മാസവേതനം കടം വാങ്ങുന്നവരായിരുന്നു. അതുകൊണ്ട് പണി അനിശ്ചിതമായി തുടരും. മദ്യലഹരിയിൽ, വിരലുകളിലെയും കൈത്തണ്ടയിലെയും അസഹനീയമായ വേദന മറന്ന് യന്ത്രം പോലെ അവർ പണിയെടുത്തു.

രാത്രിയിലെ ഉറക്കമായിരുന്നു ഏറ്റവും പ്രയാസകരം. നാലു പേർക്ക് ഒന്നു തിരിഞ്ഞ് കിടക്കാൻ പോലും പറ്റില്ല. പോരെങ്കിൽ കൊതുകിന്റെയും മൂട്ടയുടെയും തേർവാഴ്ചയും.

സഹമുറിയൻമാരിൽ രണ്ടുപേർ ചെമ്പനെപ്പോലെ യുവാക്കളാ യിരുന്നു, മൂന്നാമൻ മധ്യവയസ്ക്കനും. അയാൾ മദ്യമൊന്നും കഴി ക്കില്ല. ചെമ്പന് അയാളോടായിരുന്നു കൂടുതൽ അടുപ്പം.

മംഗൾ എന്നായിരുന്നു അയാളുടെ പേര്. രാത്രി പണികഴിഞ്ഞാൽ യുവാക്കൾ രണ്ടുപേരും ലക്കുകെട്ടുറങ്ങും. അതിനുമുമ്പ് ഉറക്കെ പാട്ടും ബഹളവുമുണ്ടാവും. ഈ സമയത്ത് മംഗളും ചെമ്പനും പുറ ത്തിറങ്ങി തമ്മിൽ സംസാരിച്ചിരിക്കും. കുടിയന്മാർ ഉറങ്ങിയശേഷം ഷെഡ്ഡിൽ കയറിക്കിടക്കും. ഉറക്കമൊക്കെ കണക്കുതന്നെയായിരുന്നു. കണ്ണടച്ചങ്ങനെ കിടക്കും. ഇടയ്ക്കൊന്നു മയങ്ങും, അത്രതന്നെ.

മംഗളിനു പ്രായം 39 ആയിരുന്നു. ഒഡീഷയിലെ ഹനുമാൻപൂർ ഗ്രാമത്തിൽ നിന്നു വന്നതാണ് അയാൾ. അച്ഛനമ്മമാരുടെ ഏക മകൻ. അച്ഛൻ തുണിമില്ലിൽ തൊഴിലാളിയായിരുന്നു. മകനെ പഠി പ്പിച്ച് ഉദ്യോഗസ്ഥനാക്കണമെന്നായിരുന്നു അദ്ദേഹത്തിന്റെ ആഗ്രഹം. മംഗൾ പത്താംക്ലാസ് പാസ്സായ വേളയിൽ അമ്മ അർബുദബാധിതയായി. വൈകാതെ അവർ മരിച്ചു. അച്ഛൻ മാനസികമായി ഏറെ തളർന്നെ ങ്കിലും മകന്റെ ഭാവി മെച്ചപ്പെടുത്തണമെന്ന ചിന്തയുമായി ജോലി തുടർന്നു.

ഇതിനിടയ്ക്ക് മറ്റൊരു അത്യാഹിതവും സംഭവിച്ചു. മില്ലിലെ ജോലി കഴിഞ്ഞുവരുകയായിരുന്ന അയാളെ ഒരു ബൈക്കിടിച്ചു വീഴ്ത്തിയശേഷം കടന്നുകളഞ്ഞു. ഹോസ്പിറ്റലിൽ രണ്ടു മാസ ത്തോളം കിടന്നു. അതുകഴിഞ്ഞ് വീട്ടിൽ കൊണ്ടുപോകാൻ ഡോക്ടർ

പറഞ്ഞു. അച്ഛന്റെ ഓർമ്മശക്തി നഷ്ടമായെന്നും ചികിത്സിക്കാൻ വലിയ തുക വേണ്ടിവരുമെന്നും താനേ ഭേദമായാൽ ഭാഗ്യമെന്നു മാണ് ഡോക്ടർ വെളിപ്പെടുത്തിയത്.

അയാൾക്കു ശാരീരികമായി വലിയ പ്രശ്നങ്ങളൊന്നുമുണ്ടായി രുന്നില്ല. പക്ഷേ മകനോടുപോലും തികഞ്ഞ അപരിചിതനെപ്പോലെ പെരുമാറും. ഇടയ്ക്കു റോഡിലിറങ്ങി ലക്ഷ്യമില്ലാതെ നടക്കും. ഒരു ആക്സിഡന്റുകൂടി ഉണ്ടായാലോ എന്ന ഭയം മംഗളിനെ അലട്ടി. അയാൾ അച്ഛന്റെ നിഴൽപോലെ എല്ലായ്പ്പോഴും ജീവിച്ചു. ഇതി നിടെ മംഗളിന്റെ ബിരുദപഠനം മുടങ്ങി. വർഷം പത്തോളം അങ്ങനെ പോയി. അച്ഛനെ പരിചരിക്കാൻ വേണ്ടി സ്വജീവിതം ഹോമിച്ചവ നെന്നു നാട്ടുകാർ കളിയാക്കി പറഞ്ഞു. പ്രായമായ മാതാപിതാക്കളെ വാർദ്ധക്യകേന്ദ്രങ്ങളിലാക്കി മേനി നടിച്ചു നടക്കുന്നവരായിരുന്നു അവരെ സംബന്ധിച്ച് മിടുക്കർ.

ഒടുവിൽ അച്ഛൻ മരിച്ചു. മരിക്കുംവരെ അയാൾ മകനെപ്പോലും തിരിച്ചറിഞ്ഞില്ല.

അച്ഛന്റെ മരണശേഷം മംഗൾ വീട്ടിൽ തനിച്ചായി. മകനുവേണ്ടി അച്ഛൻ കരുതിവച്ചിരുന്നതിലേറെയും അയാളുടെ ചികിത്സയ്ക്കു തന്നെ ചെലവായി.

മംഗൾ ഗ്രാമത്തിലെ സൈക്കിൾഷോപ്പിൽ തൊഴിലാളിയായി. സൈക്കിളിനു കാറ്റടിക്കലും ചില്ലറ റിപ്പയർ പണികളും. ദിവസവും 300 രൂപ കിട്ടും.

അങ്ങനെ കുറെനാൾ കഴിഞ്ഞു. വയസ്സ് 38 പിന്നിട്ടു. ഗ്രാമത്തി ലാരും മംഗളിനു പെണ്ണുകൊടുക്കാൻ തയ്യാറായില്ല. അച്ഛനുവേണ്ടി ജീവിതം ഹോമിച്ച അവൻ അവരെ സംബന്ധിച്ചു ദുർബ്ബലനും വിഡ്ഢിയുമായിരുന്നു.

കേരളത്തിൽ തൊഴിൽ കിട്ടുമെന്ന് ഒരു പഴയ ചങ്ങാതിവഴി അവ നറിഞ്ഞു. അങ്ങനെയാണ് ഇവിടെ എത്തുന്നത്. കുറെ ധനം സമ്പാ ദിച്ചശേഷം നാട്ടിലെത്തി പെണ്ണുകെട്ടി കുടുംബമായി കഴിയണമെ ന്നാണ് അവന്റെ ആഗ്രഹം. പക്ഷേ അതു നടക്കില്ലെന്ന് അവനറിയാം, പ്രായം ഏറുകയാണല്ലോ.

ഒരിക്കലും വിവാഹിതനാവാൻ കഴിയില്ലെന്ന് അറിഞ്ഞുകൊണ്ടു തന്നെ മംഗൾ തന്റെ ഭാവി ഭാര്യയെ മനസ്സിൽ സങ്കൽപ്പിച്ചു. ജോലി ക്കിടയിലും വിശ്രമവേളയിലുമൊക്കെ അയാൾ അവളെക്കുറിച്ചു പാടി.

“ചന്ദാ നാ തുമേ, താരാ മോട്ടി നാ തുമേ ഹീരാ....”

പതിനാറ്

ആൽബിയുമായി സംസാരിച്ചു നാലുനാൾ കഴിഞ്ഞ് സരസ്വതീദേവി മരിച്ചു. മണികർണികാ ഘാട്ടിൽ അവരുടെ ശവം ദഹിപ്പിച്ചു. അന്ത്യ കർമ്മങ്ങൾ ചെയ്യാനാരും ഉണ്ടായിരുന്നില്ല. പന്നാലാൽ അതൊക്കെ ചെയ്തു. ആൽബി ഘാട്ടിലെ പടികളിലൊന്നിൽ എല്ലാം കണ്ടിരുന്നു.

ചടങ്ങൊക്കെ കഴിഞ്ഞ് പന്നാലാലിനൊപ്പം ആൽബിയും ഗംഗ യിൽ മുങ്ങിക്കുളിച്ചു. ഗംഗാജലത്തിനു മരവിപ്പിക്കുന്ന തണുപ്പുണ്ടാ യിരുന്നു. എന്നാൽ മരിച്ച ആ നല്ല സ്ത്രീയോടുള്ള ആദരവായി അവൻ ഗംഗാസ്നാനത്തെ കരുതി. രാത്രി ഉറങ്ങും മുമ്പ് പന്നാലാൽ പറഞ്ഞു.

''ഭായി, ഇവിടം ഒട്ടേറെ മരണങ്ങൾക്കു സാക്ഷ്യം വഹിച്ചിട്ടുള്ള യിടമാ, ഇവിടെ മരിച്ചാൽ സജ്ജനങ്ങളുടെ ആത്മാവിനു മോക്ഷ പ്രാപ്തിയുണ്ടാകും.''

പന്നാലാൽ മരണത്തിന്റെ ദൂതനാണെന്ന് ആൽബിക്കു തോന്നി. ഇവിടെ മുക്തിഭവനിൽ മരണം നിത്യസന്ദർശകനാണല്ലോ.

ആൽബി ഉറങ്ങാൻ കിടന്നു. താഴെ ഘാട്ടിൽ ''രാം നാം സത്യ ഹൈ'' എന്ന ശബ്ദം കേൾക്കുന്നുണ്ടായിരുന്നു. പതിവുപോലെ പഴയ ഓർമ്മകളൊന്നൊന്നായി അവന്റെ മനസ്സിലേയ്ക്കു വന്നു. ക്രമേണ അവൻ ഉറക്കത്തിലായി.

ഗാഢമായ ഉറക്കത്തിനിടെ കാലിലൂടെ തണുപ്പ് അരിച്ചു കയറും പോലെ ആൽബിക്കു തോന്നി. ആരോ പതിഞ്ഞ ശബ്ദത്തിൽ വിളി ക്കുന്നതുപോലെ, ''തമ്പീ, തമ്പീ...'' ഭീതിയോടെ അവൻ ചെവി കൂർ പ്പിച്ചു.

''ഞാൻ വെങ്കിട്ടരാമൻ.''

ആൽബിക്ക് ഭയംകൊണ്ട് ശബ്ദിക്കാൻപോലുമായില്ല.

''ആ പാവം സ്ത്രീ ഇന്നു പോയല്ലേ?''

ആൽബി ഒന്നും മിണ്ടാതെ കണ്ണടച്ചു കിടന്നു.

''നീ ഭയക്കേണ്ട, ഞാനൊന്നും ചെയ്യില്ല. അവരുടെ കഥ നീ കേട്ടില്ലേ, എന്റെ കഥകൂടി കേൾക്ക്. നല്ലൊരാളിനോട് എല്ലാം പറ യണമെന്നു തോന്നി, അത്രയേയുള്ളൂ.''

ആൽബി നെഞ്ചിടിപ്പോടെ സംഭാഷണം ശ്രദ്ധിച്ചു. ധൈര്യം സംഭ രിച്ച് അവൻ കണ്ണു തുറന്നു നോക്കി. ആരെയും കണ്ടില്ല. വീണ്ടും കണ്ണടച്ചു. ചെവിക്കടുത്തു വീണ്ടും ആ പതിഞ്ഞ ശബ്ദം. ''തമ്പീ, പാലക്കാടായിരുന്നു എന്റെ നാട്. ഒരു പാലക്കാട് ബ്രാഹ്മണൻ. ബാങ്ക് മാനേജരായിരുന്നു, ഭാര്യ വീട്ടമ്മ. രണ്ടു മക്കൾ, ഒരാണും പെണ്ണും.

അവർ വിദേശത്തു കുടുംബമായി കഴിയുന്നു. റിട്ടയറായതോടെ ഞാനും ഭാര്യയും മാത്രമായി.

കുഴൽമന്ദത്തിനടുത്തുള്ള ഗ്രാമത്തിലായിരുന്നു കുടുംബവീട്. മക്കളിലൊരാൾ പാലക്കാട് ടൗണിലൊരു ഫ്ളാറ്റ് വാങ്ങി. ഞങ്ങളോട് അതിൽ താമസിക്കാൻ ആവശ്യപ്പെട്ടു. അങ്ങനെ ഞങ്ങൾ നെൽപ്പാടങ്ങളും മലനിരകളുമൊക്കെയുള്ള മനോഹരമായ ഗ്രാമം വിട്ട് നഗരത്തിലേക്കു താമസം മാറി. ഞങ്ങൾക്കു പ്രിയപ്പെട്ടതായിരുന്നു ആ ഗ്രാമം. ഒട്ടേറെ ചങ്ങാതികളും ബന്ധുക്കളുമൊക്കെ ഉള്ളയിടം. വൈകിട്ട് അമ്പലമുറ്റത്തു വെടിപറഞ്ഞിരിക്കുന്നതിന്റെ രസം ഒന്നുവേറെതന്നെയായിരുന്നു. പക്ഷേ മകന്റെ നിർബന്ധത്തിനു ഞങ്ങൾ വഴങ്ങി. നാട്ടിലെ വീടും സ്ഥലവും വിറ്റ് പണമയയ്ക്കണമെന്ന് മക്കൾ രണ്ടുപേരുമറിയിച്ചു. അങ്ങനെ ചെയ്തശേഷം കാറ്റുപോലും കയറാൻ മടിക്കുന്ന ഫ്ളാറ്റിലായി ഞങ്ങൾ. കോൺക്രീറ്റ് ചുവരുകൾക്കുള്ളിൽ ഒരുതരം കാരാഗൃഹവാസം. റേഡിയോ മാത്രമായിരുന്നു ഞങ്ങൾക്ക് ഏക ആശ്വാസം.

അങ്ങനെ കഴിയവെ, ഞാനൊരു ദിവസം പച്ചക്കറി വാങ്ങാൻ പുറത്തുപോയി. ഗ്യാസിൽ പാചകം ചെയ്ത് അത്ര പരിചയമില്ലാത്ത എന്റെ ഭാര്യയ്ക്ക് ഗ്യാസ് ലീക്ക് ചെയ്ത് ആളിക്കത്തി മാരകമായ പൊള്ളലേറ്റു. ആശുപത്രിയിലായി ഒരാഴ്ചയ്ക്കുള്ളിൽ അവർ മരിച്ചു.

ജോലിത്തിരക്കു കാരണം മകൻ വന്നില്ല. മൃതശരീരം മൂന്ന് ദിവസം മോർച്ചറിയിൽ വച്ചു. നാലാം ദിവസം മകളും അവളുടെ മകനുമെത്തി. അവളുടെ കൂട്ടുകാരിൽ ചിലരൊക്കെ ഫ്ളാറ്റിലെത്തി. പൊള്ളലേറ്റ സ്ഥലം കാണിച്ച് അവൾ കൂട്ടുകാരോട് അപകടത്തെക്കുറിച്ച് നിസ്സംഗമായി വർണിച്ചത് എനിക്ക് അരോചകമായിത്തോന്നി.

മോർച്ചറിയിൽ നിന്ന് ശവശരീരമെത്തി. അന്ത്യകർമ്മമൊന്നും ചെയ്യാൻ അമേരിക്കയിൽ നിന്നെത്തിയ ചെറുമകൻ തയ്യാറായില്ല. അവൻ ഷിറ്റെന്നോ മറ്റോ പിറുപിറുത്തുകൊണ്ട് നടന്നു. ഒടുവിൽ എന്റെ നിർബന്ധത്തിനു വഴങ്ങി മൃതശരീരത്തിൽ കുറച്ചു പൂവിടാൻ അവൻ തയ്യാറായി. ഫ്ളാറ്റു നിവാസികളുടെ അസ്സോസിയേഷൻ സെക്രട്ടറി ഒരു റീത്തുവച്ചു, അത്രതന്നെ. ആംബുലൻസെത്തി ശവശരീരത്തെ ശ്മശാനത്തിലേക്കു കൊണ്ടുപോയി. അങ്ങനെ എല്ലാം കഴിഞ്ഞു. ഒരു ചത്ത പൂച്ചയെ കുഴിച്ചിടുംപോലെ.

ശവസംസ്കാരം കഴിഞ്ഞു പിറ്റേന്നുതന്നെ മകളും ചെറുമകനും മടങ്ങി. സഞ്ചയനവും മരണാനന്തര ചടങ്ങുകളുമൊന്നും വേണ്ടെന്നായിരുന്നു മക്കളുടെ തീരുമാനം.

ഫ്ളാറ്റുമുറിയിൽ ഞാൻ തനിച്ചായി. അപ്പ വേണമെങ്കിൽ അമേരിക്കയ്ക്കു പോരേ എന്ന് മകൾ ഒരു ഓഫർ നൽകിയിരുന്നു. പക്ഷേ

എനിക്കതു സ്വീകാര്യമായില്ല. ഞാനൊരു തീരുമാനമെടുത്തു, പൂച്ച യെപ്പോലുള്ള മരണവും ശവമടക്കും എനിക്കുവേണ്ട. കാര്യം മക്കളെ അറിയിച്ചു. ഫ്ളാറ്റുപൂട്ടി താക്കോൽ സെക്യൂരിറ്റിയെ ഏൽപ്പിച്ചു. പിന്നെ ട്രെയിൻ കയറി ഇവിടെയെത്തി, ഈ മുക്തിഭവനിൽ. കാശി വിശ്വനാഥന്റെ സന്നിധിയിൽവച്ചു മരിച്ചു. ഫ്ളാറ്റിലെ മരണത്തേ ക്കാൾ എത്ര ശാന്തവും സുഖകരവുമാണ് ഈ മരണം. ശംഭോ മഹാ ദേവ....''

ആൽബി ഞെട്ടിയുണർന്നു ചുറ്റും വല്ലാത്ത നിശ്ശബ്ദത, പൂക്കളുടേതു പോലെ എന്തോ ഗന്ധവും.

പതിനേഴ്

വേലുവിന്റെ ഊരിലുള്ള മരുതിയമ്മച്ചി മരിച്ചു. ആട്, മാട്, കോഴി യൊക്കെ വളർത്തി മക്കൾക്കൊപ്പം കഴിഞ്ഞിരുന്നവളായിരുന്നു അവർ.

''അഗ്ഗെ, അഗ്ഗെ'' (അമ്മാ, അമ്മാ) എന്ന് അമ്മച്ചിയുടെ മകളായ ശാരദ ഉറക്കെ നിലവിളിച്ചു. ആടുകളുടെ നിലവിളിയാണ് അതിനും മേലെ കേട്ടത്. ആടുകൾക്കു മരുതി ശരിക്കും അമ്മയായിരുന്നു. ഞൊണ്ടിയായ ഒരാടിന്റെ വിളി, കേട്ടവർക്കു സഹിക്കാനായില്ല. 'കാപ്പി' എന്നാണ് ആ കറുമ്പൻ ആടിന് അമ്മച്ചി പേരിട്ടിരുന്നത്.

എന്നും രാവിലെ തന്റെ പ്രായമൊന്നും വകവയ്ക്കാതെ അമ്മച്ചി ആട് മേയ്ക്കാനിറങ്ങും. കഠിനമായ വെയിലോ ചൂടോ ഒന്നും അവർ കാര്യമാക്കിയിരുന്നില്ല. വെയിലത്തു പുല്ലൊക്കെ കരിഞ്ഞിട്ടുണ്ടാവും. ആടുകൾ അതൊക്കെ ആർത്തിയോടെ തിന്നും. ഉച്ചയാകുമ്പോൾ അമ്മച്ചി കഞ്ഞി കുടിക്കും. വീണ്ടും ആടുകൾക്കൊപ്പം കുന്നും മലയും താണ്ടും. സന്ധ്യയോടെ കുടിയിലേയ്ക്കു മടക്കം.

എന്നും അതിരാവിലെ അമ്മച്ചി എണീക്കും. വീടിനു ചുറ്റും ചാമ, തുവര, റാഗി, കാച്ചിൽ, ധാന്യച്ചീര എന്നിവയുടെ കൃഷിയുണ്ട്. കള യെടുപ്പും നനയുമൊക്കെ അമ്മച്ചിതന്നെ ചെയ്യും. താളത്തിൽ പാടി ക്കൊണ്ടുള്ള മരുതിയമ്മച്ചിയുടെ അദ്ധ്വാനം കാണുന്നവർ നോക്കി നിന്നുപോകും.

''വള്ളി വള്ളി വള്ളി വളന്തണ്ണിലെ

കിള്ളി കിള്ളി കിള്ളി കിളങ്കെടുപ്പോ

വള്ളി കിളങ്കെടുപ്പോ

ലാലെ ലാലെ ലാലെലാലെ ലാലെ ലാലെ....'' എന്നിങ്ങനെയാണ് പാട്ട്.

അങ്ങനെ ശരിക്ക് അദ്ധ്വാനിച്ചു തന്നെയാണ് അറിവുണ്ടായകാലം മുതൽക്കു മരുതി ജീവിച്ചിരുന്നത്. അദ്ധ്വാനത്തിലൂടെയുണ്ടാക്കിയ പണമുപയോഗിച്ച് രണ്ടു പെൺമക്കളെ കെട്ടിച്ചയച്ചു.

ഒരു ദിവസം ആടുമേച്ചു നടന്നപ്പോൾ തള്ളയാടിനെയും കുട്ടിയെയും പുലി പിടിച്ചു. തള്ളയാട് ചത്തു. ആട്ടിൻകുട്ടിയുടെ കാല് നന്നായി മുറിഞ്ഞിരുന്നു. അമ്മച്ചി ആട്ടിൻകുട്ടിയുടെ മുറിവിൽ വേപ്പിലയും മഞ്ഞളും അരച്ചതു തേച്ചു. അമ്മച്ചിയുടെ മൂത്തമകൾ ശാരദ പെറ്റുകിടക്കുകയായിരുന്നു.

‘‘പിള്ളെ, ആടുകുട്ടിക്ക് പാല് കൊടുക്കാ.’’

അമ്മച്ചി ശാരദയോടു പറഞ്ഞു. സ്വന്തം കുഞ്ഞിനൊപ്പം ശാരദ ആട്ടിൻകുട്ടിക്കും പാൽ നൽകി വളർത്തി. മരുതി ആടുമേയ്ക്കാൻ പോകുമ്പോഴൊക്കെ ഞൊണ്ടിയായ കാപ്പിയെ ഒക്കത്തെടുത്തു നടന്നു. വീടിനുള്ളിൽ ഒപ്പം കിടത്തിയുറക്കി. അങ്ങനെ കാപ്പിയെ വളർത്തി വലുതാക്കി.

മരുതിയമ്മച്ചിയുടെ കെട്ടിയോനാണ് കാളിമുത്തു. അയാൾ ജയിലിലാണ്. അമിതമായ മദ്യപാനമാണ് അയാളെ ജയിലിലാക്കിയത്. കുടിക്കാൻ പണം തികയാതെ വന്നപ്പോൾ അയാൾ മോഷണം തുടങ്ങി, പിന്നെ കുത്തുകേസിൽ പ്രതിയായി ജയിലിലായി.

കാളിമുത്തുവിനും മരുതിക്കും പെൺമക്കളെ കൂടാതെ ഒരു മകനുമുണ്ടായിരുന്നു. അച്ഛന്റെ മദ്യപാനവും ആക്രമണവും സഹിക്കാനാവാതെ അവൻ നാടുവിട്ടു.

മരുതിയുടെ മരണം ഊരിലാകെ മ്ലാനത പരത്തി. ശവമടക്കിൽ എല്ലാവരും പങ്കെടുത്തു. പിറ്റേന്ന് മേയ്ക്കാൻ നേരമായപ്പോൾ ആടുകൾ നിലവിളി തുടങ്ങി. ‘‘എനാ സെകത് ’’ (എന്തു ചെയ്യും) ആൾക്കാർ അന്യോന്യം ചോദിച്ചു.

പെറ്റു മൂന്നു മാസം മാത്രമായ മരുതിയുടെ മകൾ ശാരദതന്നെ ആടുകളുടെ ചുമതല ഏറ്റെടുത്തു. അവൾ മേച്ചിൽക്കാരിയായി.

അങ്ങനെ മാസം രണ്ടു കഴിഞ്ഞു. ഒരു ദിവസം അയൽക്കാരിയായ സാത്തി ശാരദയുടെ കൂരയിലേക്ക് ഓടിവന്നു. ശാരദ മേച്ചിലിനുശേഷം ആടുകളുമായി മടങ്ങിയെത്തിയ സമയം.

‘‘ജയിലിതാ കടന്ത കാളിമുത്തു ഊര്ക്കെ വന്ത’’ (ജയിലിൽ കിടന്ന കാളിമുത്തു ഊരിലെത്തി) സാത്തി ഉറക്കെ വിളിച്ചു പറഞ്ഞു.

അതുകേട്ടപ്പോൾ ശാരദയ്ക്കു ഭയമാണു തോന്നിയത്. അഗ്ഗെയെ (അമ്മയെ) അമ്മെ (അച്ഛൻ) മർദ്ദിക്കുന്നത് അവൾ പലവട്ടം കണ്ടിട്ടുണ്ട്.

അവൾക്കും കിട്ടിയിട്ടുണ്ട് മർദ്ദനം. ശാരദയുടെ ഭർത്താവാണെങ്കിൽ കൂലിവേലയ്ക്കു തമിഴ്നാട്ടിലേക്കു പോയിരുന്നു.

എല്ലും തോലുമായ, താടിമീശയൊക്കെ നീട്ടിവളർത്തിയ ഒരു പ്രാകൃതരൂപം കുടിക്കു മുന്നിലെത്തി. കുറെ ഊരുകാർ പുറകെയുണ്ട്.

"മരുതീ..." അയാൾ നീട്ടിവിളിച്ചു.

"അഗ്ഗെ ശത്ത്" ശാരദ പറഞ്ഞു.

പിന്നെ കാളിമുത്തു ജയിലിൽ പോയതിനുശേഷമുള്ള സംഭവങ്ങളൊക്കെ അവൾ അയാളെ അറിയിച്ചു.

അയാൾ വലിയവായിൽ നിലവിളിച്ചുകൊണ്ട് നാട്ടുകാരോട് പറഞ്ഞു. "സാരായ വെസ, കൊല്ലുക വെസ, കുടിനാലെ പെണ്ട് പ്ളൈകളെ നാ മറന്തെ, കുട്ത്ത് നാ നടന്തെ, നാന് നാനല്ലാതെ ആനെ. കുടിക്കക്കുള്ള കാസ്ക്ക് വേണ്ടി തിര്ട്ട് തൊടാങ്കിനെ. തിര്ടാവാണ്ടന്ത് സൊന്ന പെണ്ട് പ്ളൈകളെ അടുത്ത അടി താങ്ക മുടിയാതെ എത്ത് മക നാട് വിട്ട് എങ്കനോ ഓടിപ്പോന, പെണ്ട് ശത്ത്, എനക്ക് നടന്തപോലെ വേറെ നടക്കകൂടാത്ന്ത്തെ സൊല്ലുകത്"

(ചാരയം വിഷമാണ്, കൊല്ലുന്ന വിഷം, കുടിയനായി മാറിയ ഞാൻ ഭാര്യയേയും മക്കളെയും മറന്നു. ഞാൻ ഞനല്ലാതായി. കുടിക്കാനുള്ള പണത്തിനായി മോഷണം തുടങ്ങി, ഭാര്യയെയും മക്കളെയും മർദ്ദിച്ചു. അതു താങ്ങാതെ എന്റെ മകൻ നാടുവിട്ട് എങ്ങോ ഓടിപ്പോയി, ഭാര്യ മരിച്ചു, എനിക്കു സംഭവിച്ചതു മറ്റാർക്കും സംഭവിക്കരുത്, അതാണ് ഞാൻ ഒക്കെ വിളിച്ചു പറയുന്നത്)

അന്നുരാത്രി മരുതി പോറ്റിയ ആട്ടിൻപറ്റത്തോടൊപ്പം അയാൾ ചുരുണ്ടുകൂടി കിടന്നു. ഇടയ്ക്കിടെ ഉറക്കെ കരഞ്ഞു.

പിറ്റേന്നു മുതൽ ആട്ടിൻപറ്റത്തെ മേയ്ക്കാനുള്ള ചുമതല അയാളേറ്റെടുത്തു. മരുതിയുടെ മരണം അയാൾക്ക് ഉൾക്കൊള്ളാനാവുമായിരുന്നില്ല. ആട് മേയ്ക്കുമ്പോൾ മരുതിയോടെന്നവണ്ണം അയാൾ സംസാരിച്ചു, മരുതി പാടിയിരുന്ന പാട്ടുകൾ പാടി.

"ആഴമാ കിണർവെട്ടി വള്ളിയമ്മ, നീളമാ കയറ് കെട്ടി വെള്ളിക്കുടമെടുത്ത് വള്ളിയമ്മ തണ്ണിക്ക് പോകയിലെ, ലാലെ, ലല്ലാലെ... ലല്ലാലെ..."

കാളിമുത്തുവിനെ മരുതിയുടെ ആത്മാവ് ബാധിച്ചുവെന്ന് ഊരുകാർ അടക്കം പറഞ്ഞു. ഭാര്യ ജീവിച്ചിരുന്നപ്പോൾ കൊടുക്കാത്ത സ്നേഹം ഇനി കൊടുത്തിട്ടെന്തു കാര്യം. ചാരായം കവർന്നതൊന്നും തിരിച്ചു നേടാനാവില്ലല്ലോ.

പതിനെട്ട്

ചെമ്പനും മംഗളും കൂടുതലെടുത്തു. ചെമ്പൻ മംഗളിനെ അണ്ണനെന്നും മംഗൾ തിരിച്ച് ഭായിയെന്നും സംബോധന ചെയ്യാൻ തുടങ്ങി.

നൂൽപ്പുട്ടു കമ്പനിയിലെ ജീവിതം ദിവസം കഴിയുംതോറും യാതനാപൂർണമായി. മഴക്കാലമായപ്പോൾ ഷെഡ്ഡുകളിലൊക്കെ വെള്ളം കയറി. നഗരത്തിലെ ഓടകളിൽ നിന്നും കരകവിഞ്ഞു വന്ന വെള്ളം ഷെഡ്ഡും പരിസരവും ദുർഗന്ധപൂരിതമാക്കി. കെട്ടിനിന്ന മലിനജലത്തിൽ കൊതുക് മുട്ടയിട്ടു പെരുകി. അവ, കുടിച്ചു ബോധംകെട്ടു കിടക്കുന്ന തൊഴിലാളികളുടെ രക്തമൂറ്റി മദിച്ചു.

ഷെഡ്ഡിൽ കഴിഞ്ഞിരുന്ന മറ്റു രണ്ടുപേരുടെ സ്ഥിതി വളരെ കഷ്ടമായിരുന്നു. ബംഗാളികളായ ലല്ലുവും മണ്ണായും. മദ്യത്തിൽ മുങ്ങിയ ജീവിതമായിരുന്നു അവരുടേത്. നാട്ടിൽ അയച്ചുകൊടുക്കേണ്ട പണമുൾപ്പെടെ അവർ മദ്യത്തിനായി ചെലവിട്ടു. മുതലാളിയിൽ നിന്ന് പണം മുൻകൂറായി വാങ്ങാനും തുടങ്ങി. ഒടുവിൽ കടത്തിനു മീതെ കടമായി. കിട്ടേണ്ട കൂലിയൊക്കെ കടത്തിൽ വകവച്ചു. മദ്യത്തിനു പണമില്ലാതായപ്പോൾ രണ്ടുപേരും വല്ലാത്ത അസ്വസ്ഥത കാട്ടാൻ തുടങ്ങി. കമ്പനിയിലുള്ളവരൊടൊക്കെ അവർ കടം വാങ്ങി. കടം തിരികെ കിട്ടാതെ വന്നപ്പോൾ കടംകൊടുത്തവർ പിന്നെ പണം കൊടുക്കാതായി.

മദ്യപാനികൾ മദ്യം കിട്ടാതെ വരുമ്പോൾ കാണിക്കുന്ന ചേഷ്ടകളും ബഹളവും രണ്ടുപേരും പ്രകടിപ്പിച്ചു. മറ്റുള്ളവരെ ആക്രമിക്കുന്നതിൽവരെ അതുചെന്നെത്തി. ഒരു ദിവസം ശല്യം സഹിക്കാതെ നാസറും ശിവനും ചേർന്ന് അവരെ തല്ലിച്ചതച്ചു. ശരീരം ചതഞ്ഞിട്ടും വട്ടുപിടിച്ചതുപോലെ അവർ പിറുപിറുത്തുകൊണ്ടിരുന്നു.

''ശരാബ് ദേബോ, ശരാബ് ദേബോരേ....''

അന്നുരാത്രി ഒരു ടാക്സികാർ നൂൽപ്പുട്ടു കമ്പനിയിൽ വന്നു. കൈലിയുടുത്ത് അരക്കൈയ്യൻ ജുബ്ബാ ധരിച്ച ഒരാൾ കാറിന്റ മുൻ സീറ്റിൽ നിന്നിറങ്ങി. മണിയെന്നായിരുന്നു അയാളുടെ പേര്. നാസറുമായി അയാൾ വല്യ ലോഹ്യത്തിൽ സംസാരിച്ചു.

''കുണ്ടൻമാരെ എനിക്ക് വിട്ടുതാ ഇക്കാ, അവമ്മാർക്കു കുടിക്കാനുള്ള വകയൊക്കെ ഞാൻ ഉണ്ടാക്കിക്കൊടുക്കാം. ഇങ്ങക്കു ശല്യവും കുറയും. ഷിഫ്റ്റു കഴിഞ്ഞു വിട്ടാൽ മതി''

മണിയും നാസറും ഓരോ ഷെഡ്ഡിലായി കയറിയിറങ്ങി. ചെമ്പനും മംഗളും താമസിക്കുന്ന ഷെഡ്ഡിലും അവരെത്തി. മണി മംഗളിനെ രൂക്ഷമായി നോക്കി, പിന്നെ വല്ലാത്തൊരു ചിരിയോടെ ചെമ്പനെയും.

"എന്താ ചെക്കാ പോരുന്നോ, ബിരിയാണിയൊക്കെ കഴിച്ചേച്ചു വരാം, എന്തേയ്?" ചെമ്പൻ മറുപടിയൊന്നും പറഞ്ഞില്ല. അയാളുടെ നോട്ടവും ചോദ്യവും അവന് അരോചകമായിത്തോന്നി.

പിറ്റേന്നു രാത്രി വണ്ടി വീണ്ടും വന്നു. ഷെഡ്ഡിലുള്ള മൂന്നു നാലുപേർ അതിൽ കയറിപ്പോയി. ചെമ്പൻ വല്ലാതെ ഭയന്നിരിക്കുക യായിരുന്നു. പക്ഷേ, മണി ഏതായാലും അവനെ നോക്കി വന്നില്ല. പോയവരിൽ ലല്ലുവും മണ്ണായുമുണ്ടായിരുന്നു.

കാറ് കോഴിക്കോടുള്ള ഒരു പഴയ ലോഡ്ജിനു മുന്നിലെത്തി.

"വരീനെടാ ചെക്കന്മാരേ" മണി അവരെ ലോഡ്ജിനു താഴെ യുള്ള ഹോട്ടലിനുള്ളിലേക്കു ക്ഷണിച്ചു. പിന്നെ എല്ലാവർക്കും ചായ വാങ്ങി നൽകി.

"ഇങ്ങള് ചായ കുടിച്ചിരിക്കീം, ഞാൻ ഇതാ വരുന്നേ." മണി പറഞ്ഞു.

കുറച്ചുനേരം കഴിഞ്ഞ് രണ്ടു മധ്യവയസ്കർക്കൊപ്പം മണി വന്നു. അവർ ഓരോരുത്തരെയായി അടിമുടി വല്ലാത്ത നോട്ടം നോക്കി. മണി അവരുടെ ചെവിയിൽ അടക്കം പറഞ്ഞു. പിന്നെ ചെക്കന്മാരെ അടുത്തുവിളിച്ചു.

"ഈ മാഷുമ്മാർക്കൊപ്പം നിങ്ങൾ കുറച്ചു സമയം കിടക്കണം. ഉസ്കെ ബാത്ത് ഹം തുംകൊ പൈസാ ദേംഗെ, ഠീക്ക് ഹൈ?" മണി പറഞ്ഞു. ലല്ലു "ശരാബ് ദേബോരേ" എന്നു പുലമ്പുന്നുണ്ടാ യിരുന്നു.

"ശരാബൊക്കെ നമുക്കു ശരിയാക്കാം, ഓരോരുത്തരായി മാഷു മ്മാർ ആവശ്യപ്പെടുന്ന മുറയ്ക്കു മുറികളിലേക്കു പോണം. മാഷു മ്മാർ ഇനിയും വരാനുണ്ട് കേട്ടോ. അപ്പോഴേക്കും മണിയേട്ടൻ പൈൻ്റു വാങ്ങി വരാം." മണി വാഗ്ദാനം നൽകി.

വന്ന ആൾക്കാർക്കൊപ്പം ലല്ലുവും മറ്റുള്ളവരും ലോഡ്ജ് മുറി കളിലേക്കു പോയി. ലല്ലുവിനൊപ്പം മുറിക്കുള്ളിൽ കയറിയത് 60 വയസ്സോളം പ്രായംതോന്നിക്കുന്ന ഒരാളായിരുന്നു.

"അൻ്റെ പേരെന്താ ചെക്കാ." അവൻ്റെ കൈയ്യിൽ പിടിച്ചു

കൊണ്ട് അയാൾ ചോദിച്ചു. അവൻ വെറുപ്പോടെ കൈ പിടിച്ചു മാറ്റി. അയാൾ ഷർട്ടഴിച്ചു. ശരീരം നിറയെ കറുത്തു വികൃതമായ പാടുകൾ. സംസാരിക്കുമ്പോൾ അയാളുടെ വായിൽ നിന്ന് ദുർഗന്ധം വമിക്കുന്നുണ്ടായിരുന്നു. മദ്യവും സിഗരറ്റും ഉമിനീരുമൊക്കെ കലർന്ന ഗന്ധം മനംമറിപ്പുണ്ടാക്കി.

കതകിൽ മുട്ടുന്ന ശബ്ദം കേട്ടു. അയാൾ കതക് തുറന്നു. ഒരു പൈന്റ് റമ്മുമായി മണി നിൽക്കുന്നുണ്ടായിരുന്നു. ലല്ലു ആർത്തിയോടെ ആ കുപ്പി വാങ്ങി പൊട്ടിച്ച് വെള്ളം ചേർക്കാതെ മുഴുവൻ ഒറ്റയടിക്കു വിഴുങ്ങി.

''പുതിയ ചരക്കാണു മാഷേ, കരുതി വേണം'' എന്നു പറഞ്ഞു കൊണ്ട് മണി പോയി. ലല്ലുവിന്റെ ശരീരത്തിൽ ലഹരി പടർന്നു കയറി. തല വല്ലാതെ കറങ്ങി. അയാൾ അവന്റെ വസ്ത്രം ഊരി മാറ്റാനും ശരീരത്തിൽ സ്പർശിക്കാനും തുടങ്ങി. തടുക്കാൻ ശ്രമി ച്ചെങ്കിലും മദ്യലഹരിയിൽ ദുർബ്ബലമായിത്തീർന്ന ശരീരംകൊണ്ട് അവനൊന്നും ചെയ്യാനായില്ല. അയാൾ അവനെ വലിച്ചു തൂക്കിയെ ടുത്തു കിടക്കയിൽ തള്ളി. വികൃതമായ ശരീരംകൊണ്ട് അവനെ വാരിപ്പുണർന്നു. ലല്ലുവിന് അനങ്ങാനായില്ല

ബോധം വരുമ്പോൾ നേരം വെളുത്തിരുന്നു. ശരീരമാകെ നീറ്റലും വേദനയും. അവൻ വേച്ചുവേച്ചെണീറ്റു. കിടക്കയിലെ രക്തക്കറയിൽ അവൻ ഭീതിയോടെ നോക്കി. മദ്യക്കുപ്പിയിൽ ശേഷിച്ചിരുന്ന തുള്ളി കൾ അവൻ ഊറ്റിക്കുടിച്ചു.

അൽപ്പനേരം കഴിഞ്ഞപ്പോൾ മണിയെത്തി. ''നല്ല ഉറക്കമാണല്ലേ നീയ് ഉറങ്ങിയത്, മറ്റുള്ളവരൊക്കെ റെഡിയായി, പെട്ടെന്നു പോകാം, പണിക്ക് സമയത്തെത്തിച്ചില്ലെങ്കിലേ നാസർ പിണങ്ങും, വാ.''

കിടക്കയിലെ രക്തക്കറ കണ്ടപ്പോൾ അയാൾ പിറുപിറുത്തു,

''കള്ളപ്പന്നി, കരുതി വേണമെന്നു ഞാൻ പറഞ്ഞിരുന്നതാ.''

''ഇതൊന്നും കാര്യമാക്കേണ്ട ഭായി, ഒക്കെ പ്രാക്ടീസാവും. ഓര് വലിയൊരു ഉദ്യോഗസ്ഥനാ, നന്നായിട്ട് പൈസയൊക്കെ തരും, 1000 ഉറുപ്പിക നിനക്കാ, ലേലോ''

മണി 1000 രൂപാ അവന്റെ പോക്കറ്റിൽ തിരുകി. പിന്നെ മറ്റുള്ള വർക്കൊപ്പം കാറിൽ കയറി. അവർ നൂൽപുട്ടു കമ്പനിയിലേക്ക് മടങ്ങി. കാറിലുള്ള മറ്റു ചെക്കന്മാരുടെ സ്ഥിതിയും അവന്റേതു പോലെയായിരുന്നു.

മദ്യത്തോടുള്ള ആസക്തിയും കടവും ശരീരം വീണ്ടും വിൽ ക്കാൻ അവരെ പ്രേരിപ്പിച്ചു. മാസം മൂന്നു കഴിഞ്ഞു. മണ്ണായ്ക്കു മഞ്ഞപ്പിത്തം ബാധിച്ചു. നാസർ അവനെ ആശുപത്രിയിലാക്കി. പക്ഷേ, ചികിത്സ ലഭിക്കാൻ വൈകിയതിനാൽ ആശുപത്രിയിൽ കിടന്ന് മണ്ണാ മരിച്ചു. ശവശരീരം മോർച്ചറിയിലേക്കു മാറ്റി.

നാസറും ശിവനും അവൻ താമസിച്ചിരുന്ന ഷെഡ്ഡൊക്കെ അരിച്ചു പെറുക്കി. കുറേ കത്തുകൾ കിട്ടി, ഒക്കെ ബംഗ്ലാ ഭാഷയിൽ. പൊലീസ്

നൂൽപുട്ടു കമ്പനിയിലെത്തി. ആശുപത്രിക്കാർ മരണവിവരം പൊലീസിനെ അറിയിച്ചിരുന്നു.

പൊലീസുകാർ നാസറിനെ വിരട്ടി. “ചെക്കന്റെ വിലാസം പോലും അറിയാതെയാണോ നായേ നീയ് പണിക്കു നിർത്തിയത്?”

കത്തുകളിലെ വിലാസംപോലും ബംഗ്ലാഭാഷയിലായിരുന്നു. ഒടുവിൽ പൊലീസുകാർ ലല്ലുവിനെക്കൊണ്ട് വിലാസം വായിപ്പിച്ചു. കത്തിലെ വിലാസത്തിൽ മരണവിവരം അറിയിച്ചു.

ഒരാഴ്ച കഴിഞ്ഞ് ഒരാൾ പൊലീസ്സ്റ്റേഷനിലെത്തി. നന്നേ മെലിഞ്ഞു പ്രായമായ ഒരാൾ. അയാൾ വല്ലാതെ കിതയ്ക്കുന്നുണ്ടായിരുന്നു. ഭാഷയറിയാവുന്ന അധ്യാപകന്റെ സഹായത്തോടെ പൊലീസ് അയാളുമായി സംസാരിച്ചു

അയാൾ മണ്ണായുടെ അച്ഛനായിരുന്നു, ബംഗാളിലെ ഉത്കല ബ്രാഹ്മണ സമുദായത്തിലെ അംഗം, ഗോവർദ്ധൻ ആചാര്യ, ഭാര്യ കപില. മക്കൾ രണ്ടുപേർ. മണ്ണായും രുഗ്മിണിയും. ഒരു വലിയ കുടുംബത്തിലെ അംഗമായിരുന്നു ഗോവർദ്ധൻ. ഭൂസ്വത്ത് നന്നായുള്ളതിനാൽ പഠിക്കാനൊന്നും പോയില്ല. എന്നാൽ സ്ത്രീലമ്പടനായ അച്ഛൻ സ്വത്തൊക്കെ പലർക്കായി എഴുതിക്കൊടുത്തു. ഒടുവിൽ തികഞ്ഞ ദാരിദ്ര്യമായി. പാരമ്പര്യമൊക്കെ മറന്ന് ഗോവർദ്ധനും കപിലയും കൂലിപ്പണി ചെയ്തു, ചുമടെടുത്തു. കിട്ടുന്ന വകകൊണ്ട് മക്കളെ പഠിപ്പിച്ചു. അങ്ങനെ കഴിയവേ മകൾ രോഗബാധിതയായി. ഹൃദ്രോഗിയായിരുന്ന അവൾക്ക് സർജറി ചെയ്യാൻ അഞ്ചു ലക്ഷം രൂപ വേണമെന്നു ഡോക്ടർമാർ ആവശ്യപ്പെട്ടു. അതുണ്ടാക്കാനാണ് പത്താം ക്ലാസുപാസായശേഷം ഉപരിപഠനത്തിനായി തയ്യാറെടുത്ത് നിന്ന മണ്ണാ കേരളത്തിലെത്തുന്നത്.

ആദ്യത്തെ നാലുമാസം കിട്ടിയ പണത്തിൽ നല്ല പങ്കും അവൻ അച്ഛന്റെ പേരിലയച്ചു. അയാളതു ഓപ്പറേഷനായി സ്വരൂപിച്ചു വച്ചു.

പിന്നെപ്പിന്നെ പണം വരാതായി. മകൻ വഴിതെറ്റിയെന്ന് അവരറിഞ്ഞില്ല. കത്തിനു മറുപടിപോലുമില്ലാതെ ഒരു വർഷം കടന്നുപോയി. സഹോദരൻ തന്നെ മരണത്തിൽനിന്ന് കരകയറ്റുമെന്നു പ്രതീക്ഷിച്ചിരുന്ന രുഗ്മിണി രോഗം മൂർച്ഛിച്ചു മരിച്ചു. ആ ദുഃഖത്തിൽ നിന്ന് കരകയറുംമുമ്പ് മകന്റെ മരണം. ശവസംസ്കാരം കോഴിക്കോട് പൊതുശ്മാശനത്തിൽത്തന്നെ നടത്തി ചിതാഭസ്മവുമായി ഗോവർദ്ധൻ മടങ്ങി.

മണ്ണാ മരിച്ചതോടെ ലല്ലുവിന്റെ മദ്യപാനം കൂടി. മണിയുടെ സഹായത്തോടെ അവൻ വേശ്യാവൃത്തിയും തുടർന്നു.

പത്തൊമ്പത്

അന്നത്തെ പ്രഭാതം ആൽബിയെ സംബന്ധിച്ച് പ്രതീക്ഷയുടേതായിരുന്നു. ഹരിദ്വാറിൽ പോയ സന്ന്യാസിസംഘം അന്നു മടങ്ങുമെന്ന് പന്നാലാൽ അവനോടു പറഞ്ഞിരുന്നു. ഒടുവിൽ അച്ഛനെ കാണാനാവും.

വൈകിട്ടോടെ സന്ന്യാസിസംഘം മുക്തിഭവനിലെത്തി. പന്നാലാലിനൊപ്പം ആൽബിയും അവരെ സ്വീകരിച്ചു.

കൂട്ടത്തിൽ പ്രായമേറിയ ആളോടു പന്നാലാൽ ചോദിക്കുന്നത് ആൽബി കേട്ടു. ''ശർമാജി കഹാം ഗയാ സ്വാമിജി? ഉസ്കാ ബേട്ടാ ആയാ ഹുവാ ഹൈ.''

മുതിർന്ന സന്ന്യാസി ആൽബിയെ അടുത്തുവിളിച്ചു. പിന്നെ അവന്റെ തോളിൽ കൈവച്ചുകൊണ്ട് പറഞ്ഞു. ''ബേട്ടാ, ശർമാജി നഹീം ആയാ, ആയേഗാ ഭീ നഹീം.''

അവനൊന്നും മനസ്സിലായില്ല. സന്ന്യാസിയുമായി സംസാരിച്ച ശേഷം പന്നാലാൽ അവനെ കാര്യം പറഞ്ഞു മനസ്സിലാക്കി. ശർമാജി ഹരിദ്വാറിലെ ആശ്രമത്തിലാണ്. അദ്ദേഹം സന്ന്യാസദീക്ഷ സ്വീകരിച്ച് പൂർണമായും ആത്മീയപാതയിലേക്കു തിരിഞ്ഞു. ശിഷ്ടജീവിതം ലൗകികബന്ധങ്ങളും ചിന്തകളും വെടിഞ്ഞുള്ളതായിരിക്കും. അദ്ദേഹം ഇനി മടങ്ങിവരുകയുമില്ല.

ആൽബിക്കു വല്ലാത്ത ശൂന്യത അനുഭവപ്പെട്ടു. അവൻ വിതുമ്പിക്കൊണ്ട് നിലത്തിരുന്നു. ഇത്രയും ദൂരം താണ്ടി, ഇത്രയും കാലം കാത്തിരുന്ന് ഒടുവിൽ...

പന്നാലാൽ അവനെ ആശ്വസിപ്പിക്കാൻ ശ്രമിച്ചു. ''എനിക്ക് ഒരു വട്ടമെങ്കിലും അച്ഛനെ കാണണം പന്നാലാൽജീ, എങ്ങനെയെങ്കിലും ഒരു തവണ കണ്ടാൽ മാത്രം മതി.''

പന്നാലാൽ അവനെ സമാധാനിപ്പിച്ചു. പിന്നെ സന്ന്യാസി സംഘവുമായി സംസാരിച്ചു. ശർമാജി കഴിയുന്ന ആശ്രമത്തിന്റെ വിലാസം നൽകാൻ അവർ ആദ്യമൊന്നും തയ്യാറായില്ല. സന്ന്യാസം സ്വീകരിച്ചയാളുടെ വിലാസവും തൽസ്ഥിതിയും ബന്ധുക്കളെയോ സുഹൃത്തുക്കളെയോ ഒന്നും അറിയിക്കരുതെന്നതു പൊതുവെ അംഗീകരിക്കപ്പെട്ട ഒരു കീഴ്വഴക്കമാണ്. പന്നായുടെ നിർബന്ധത്തിന് ഒടുവിൽ അവർ വഴങ്ങി.

ഹരിദ്വാറിൽ ഒരു ചണ്ഡികാ ക്ഷേത്രമുണ്ട്, അതിനടുത്ത് പവൻ ആശ്രം എന്ന ആശ്രമവും. ഇർഫാനി ബാബ എന്ന സന്ന്യാസി

ശ്രേഷ്ഠന്റെ ആശ്രമമാണത്. അദ്ദേഹമാണ് ശർമാജിയെ ശിഷ്യനായി സ്വികരിച്ചത്.

പക്ഷേ ബാബ ഇനി അധികകാലം ആശ്രമത്തിലുണ്ടാവില്ല, ഹിമാലയത്തിലേക്കു പോകും, ഒപ്പം ശർമാജിയും.

അച്ഛനെ കാണാനുള്ള അവസാന അവസരം നഷ്ടമാക്കരുതെന്ന് ആൽബി ഉറപ്പിച്ചു. പന്നാലാലിനോട് യാത്രപറഞ്ഞ് വൈകാതെ അവൻ ഹരിദ്വാറിലേക്കു തിരിച്ചു.

15 മണിക്കൂറോളം യാത്ര വേണ്ടിവന്നു. ഹരിദ്വാറിൽ ട്രെയിനിറങ്ങിയശേഷം ഒരു സൈക്കിൾ റിക്ഷയിൽ കയറി അവൻ പവനാശ്രമത്തിലെത്തി. ഒരു സാധുവിനോട് അവൻ അച്ഛനെക്കുറിച്ച് തിരക്കി. 'സച്ചിദാനന്ദ'' എന്ന പേരാണ് അദ്ദേഹം സ്വീകരിച്ചിട്ടുള്ളതെന്ന് വാരണാസിൽ മടങ്ങിയെത്തിയ സാധുക്കൾ പറഞ്ഞിരുന്നു.

ഗ്യാൻ എന്നായിരുന്നു സാധുവിന്റെ പേര്. അയാൾ പറഞ്ഞു.

''അരേ ധന്യാത്മാ, ഈ ആശ്രമത്തിൽ പൂർവ്വാശ്രമത്തിലെ കാര്യങ്ങൾക്കൊന്നും യാതൊരു പ്രസക്തിയുമില്ല. സന്ന്യാസം സ്വീകരിച്ചവരും സ്വീകരിക്കാൻ കാത്തിരിക്കുന്നവരും മാത്രമേയുള്ളൂ. നിനക്ക് അതിലേതിലെങ്കിലും ഉൾപ്പെടാൻ താൽപ്പര്യമുണ്ടെങ്കിൽ ഇവിടെ കഴിയാം. ഭക്ഷണം വേണ്ടവർക്ക് അതു സൗജന്യമായി കിട്ടും. ധ്യാനിക്കുന്നവർക്കു ധ്യാനിക്കാം. പിന്നെ ഇവിടെ അച്ഛനെയും മകനെയും തിരക്കിയൊന്നും ആരും വരാറില്ല. നീ ചോദിച്ച സച്ചിദാനന്ദസ്വാമി എന്ന് പേരുള്ള നാലഞ്ചുപേർ ഇവിടെയുണ്ട്. അവർ ചിലപ്പോൾ ഇക്കാണുന്ന മരത്തിന്റെ ചുവട്ടിലോ ഉമ്മറപ്പടിയിലോ ഒക്കെ വന്നേക്കും. മിക്കപ്പോഴും അവർ ധ്യാനമണ്ഡപത്തിലായിരിക്കും, അത്രതന്നെ''

അതുകേട്ടപ്പോൾ ആൽബിക്ക് വല്ലാത്ത വിഷമം വന്നു. ആൽബിയുടെ മുഖം വിളറി വെളുക്കുന്നതു കണ്ട് ഗ്യാൻ അവന്റെ കൈയിൽ പിടിച്ച് ഒരു മരച്ചുവട്ടിലിരുത്തി. പിന്നെ ഒരു പാത്രം നിറയെ തണുത്ത പാൽ അവനു കുടിക്കാൻ നൽകി. സച്ചിദാനന്ദ എന്നപേരിലുള്ള സ്വാമിമാരിൽ ആൽബി പറഞ്ഞ ലക്ഷണംവച്ച് ഉയരമുള്ള, വെളുത്ത ഒരാൾ ഉണ്ടെന്നും അദ്ദേഹത്തെ കാണാൻ സൗകര്യമൊരുക്കാമെന്നും ഗ്യാൻ ഉറപ്പു പറഞ്ഞു.

ആശ്രമത്തിലെ ഡോർമറ്ററിയിൽ അവനു താമസിക്കാൻ സൗകര്യമൊരുക്കി. വളരെ ശാന്തമായ അന്തരീക്ഷമായിരുന്നു ആ ആശ്രമത്തിലേത്. മന്ത്രധ്വനികൾക്കും ധ്യാനത്തിനുമിടെ ചില സന്ന്യാസികളുടെ ചിരിയും കരച്ചിലുമൊക്കെ കേൾക്കാം.

''അവരൊക്കെ ആത്മീയതയിൽ ഉന്നത നിലയിലെത്തിയ മഹത്തുക്കളാണ്, നമ്മൾ കാണാത്തതൊക്കെ അവർ കാണും, കേൾക്കാത്തതു

കേൾക്കും. അറിയാത്തതറിയും. പിന്നെ നീ പറഞ്ഞ ലക്ഷണംവച്ചു നോക്കിയാൽ ഞാൻ ഉദ്ദേശിക്കുന്ന സന്ന്യാസിതന്നെയാണ് നിന്റെ പൂർവ്വാശ്രമത്തിലെ പിതാവ്. ഇർഫാനി ബാബയുടെ ഏറ്റവും പ്രിയപ്പെട്ട ശിഷ്യനാണ് അദ്ദേഹം. ബാബയെപ്പോലെ അദ്ദേഹവും ഇപ്പോൾ മൗനവ്രതത്തിലാണ്. ഞങ്ങൾ അറിയുന്ന കാലം മുതൽക്കു ബാബ സംസാരിക്കാറില്ല. വൈകല്യംകൊണ്ടല്ല കേട്ടോ, മൗനം വ്രതമാക്കിയതുകൊണ്ടാ. ബാബയുടെ വഴി പിൻതുടർന്ന് സച്ചിദാനന്ദ സ്വാമിയും അങ്ങനെയായി.'' ഗ്യാൻ പറഞ്ഞു.

ആശ്രമത്തിലെ അവന്റെ താമസം നാലുദിവസം പിന്നിട്ടു. അഞ്ചാം ദിവസം വൈകിട്ട് ഗ്യാൻ അവനെത്തേടി വന്നു. പെട്ടെന്ന് ഒപ്പം ചെല്ലാൻ അവനോട് അദ്ദേഹം ആവശ്യപ്പെട്ടു. സച്ചിദാനന്ദ സ്വാമിയും ബാബയും ആശ്രമത്തിന്റെ ഉമ്മറത്ത് ജനങ്ങൾക്കു ദർശനം നൽകുകയാണത്രെ.

ആൽബിക്ക് ആവേശവും സന്തോഷവും അടക്കാനായില്ല. ഗ്യാനിനൊപ്പം അവൻ ആശ്രമത്തിന്റെ മുൻഭാഗത്തേക്ക് ഓടിയെത്തി. ആശ്രമമുറ്റത്തു നല്ല തിരക്കായിരുന്നു. ഗ്യാൻ അതിനിടയിലൂടെ നുഴഞ്ഞു കയറി അവനു വഴിയൊരുക്കി. ഒടുവിൽ ആശ്രമത്തിന്റെ ഉമ്മറപ്പടിക്കു സമീപത്ത് അവനെത്തി. ഉമ്മറപ്പടിയിൽ തടിപ്പലകകൾക്കു മേൽ ദീപനാളം പോലെ തേജസ്വികളായ രണ്ടുപേർ. അതിൽ അച്ഛനെ അവൻ തിരിച്ചറിഞ്ഞു. നീണ്ട താടിയും ജടപിടിച്ച മുടിയും നഗ്നത മറയ്ക്കാൻ മാത്രമുള്ള വസ്ത്രവും.

''ജൽദി ആവോ'' ഗ്യാൻ അവനോടു പറഞ്ഞു.

ആൽബി ആൾക്കാരെ വകഞ്ഞുമാറ്റി അച്ഛന്റെ അടുത്തെത്തി. പിന്നെ അദ്ദേഹത്തിന്റെ പാദത്തിൽ സ്പർശിച്ചുകൊണ്ടു ദണ്ഡനമസ്കാരം ചെയ്തു. ''അച്ഛാ ഞാൻ ആൽബിയാണ്'' അവൻ വിതുമ്പിക്കൊണ്ടു പറഞ്ഞു. അവൻ അത് ആവർത്തിച്ചെങ്കിലും അദ്ദേഹം ശ്രദ്ധിച്ചില്ല. കണ്ണുകൾ അങ്ങ് ആകാശത്തിന്റെ അനന്തതയിലേക്കു നോക്കുന്നുണ്ടായിരുന്നു. നിശ്ചലമായ ജലപ്പരപ്പുപോലെ ശാന്തമായിരുന്നു ആ മുഖം.

ആരോ അവനെ ഒരു വശത്തേക്കു തള്ളിമാറ്റി. 'ബാബാ' 'സ്വാമി' എന്നു വിളിച്ചുകൊണ്ട് പലരും അച്ഛന്റെയും ഇർഫാനി ബാബയുടെയും കാൽതൊട്ട് വന്ദിക്കുന്നത് ആൽബി നോക്കിനിന്നു. അവന്റെ കണ്ണ് നിറഞ്ഞൊഴുകുന്നുണ്ടായിരുന്നു.

ഗ്യാൻ അവനെ സമാധാനിപ്പിക്കാൻ ശ്രമിച്ചു. സന്ന്യാസിമാർക്കു പൂർവ്വാശ്രമത്തെകുറിച്ച് ചിന്തകളൊന്നും ഉണ്ടാവാറില്ലെന്ന് അവനെ പറഞ്ഞു മനസ്സിലാക്കി.

സന്ദർശകർക്കൊക്കെ ലഘുഭക്ഷണമൊരുക്കിയിട്ടുണ്ടായിരുന്നു, രണ്ടു റോട്ടിയും ഒരു തവി ചോറും കുറച്ച് പരിപ്പുകറിയും. ഗ്യാൻ അവനെ അതു നിർബന്ധിച്ചു കഴിപ്പിച്ചു.

അന്നുരാത്രി ആൽബിക്ക് ഉറക്കം വരാനേറെ വൈകി. ഇത്രയും ദൂരം താണ്ടി, ഇത്രയേറെ ആഗ്രഹിച്ചു വന്ന തന്നോട് അച്ഛൻ ഒന്ന് ഉരിയാടിപോലുമില്ലെന്ന ചിന്ത അവന്റെ മനസ്സിനെ വല്ലാത്ത മഥിച്ചു.

ഒടുവിൽ എപ്പോഴോ അവനുറങ്ങി. ചന്ദനത്തിന്റേതുപോലുള്ള ഒരു ഗന്ധം ആൽബിക്ക് അനുഭവപ്പെട്ടു. മുന്നിൽ അച്ഛന്റെ തേജസ്സാർന്ന രൂപം. അദ്ദേഹം മൃദുവായ ശബ്ദത്തിൽ എന്തോ പറയുന്നുണ്ടായിരുന്നു. അതുകേൾക്കാൻ അവൻ കാതോർത്തു.

“സർവ്വം ഖല്വിദം ബ്രഹ്മഃ” അച്ഛൻ അവനെ നോക്കി സ്നേഹത്തോടെ ചിരിക്കുന്നുണ്ടായിരുന്നു. പെട്ടെന്ന് എല്ലാം മാഞ്ഞു. അവൻ എണീറ്റു ചുറ്റും നോക്കി. ഡോർമറ്ററിയിൽ എല്ലാവരും നല്ല ഉറക്കം. അസാധാരണമായ കുളിർമ പകർന്നുകൊണ്ട് ചെറിയൊരു കാറ്റ് അവനെ തഴുകി കടന്നുപോയി. ആശ്രമത്തിനു മുന്നിലെ ആൽമരത്തിന്റെ ഇലകൾ കൊഴിഞ്ഞുവീഴുന്നത് നിലാവെളിച്ചത്തിൽ അവൻ കണ്ടു. അച്ഛനെ കണ്ടതു സ്വപ്നമോ യാഥാർത്ഥ്യമോ എന്ന ആശയക്കുഴപ്പത്തിലായിരുന്നു ആൽബിയുടെ മനസ്സ്. അൽപ്പനേരം അവൻ പുൽപ്പായിൽ കിടന്നു. മനസ്സ് സംഘർഷഭരിതമായിരുന്നെങ്കിലും വൈകാതെ അവൻ ഉറങ്ങി.

പിറ്റേന്നു രാവിലെ പ്രഭാതകർമ്മങ്ങൾ കഴിഞ്ഞ് അച്ഛനെക്കുറിച്ച് ചിന്തിച്ചിരിക്കുമ്പോൾ ഗ്യാൻ അവനു മുന്നിലെത്തി. പിന്നെ അവനെ സ്വന്തം ശരീരത്തോടു ചേർത്തു പിടിച്ചുകൊണ്ട് പറഞ്ഞു. “സ്വാമിജി കൽ രാത്കോ പരമാത്മാ മേം ഗലാനാ ഹോഗയാ, പൂർവ്വാശ്രം മേം തുമാരാ പിതാജി...”

(പൂർവ്വാശ്രമത്തിൽ നിന്റെ അച്ഛനായിരുന്ന സ്വാമിജി ഇന്നലെ രാത്രി പരമാത്മാവിൽ ലയിച്ചു.)

ലോകം പെട്ടെന്നു നിശ്ചലമായതുപോലെ ആൽബിക്ക് തോന്നി. ജീവിതത്തിലെ എല്ലാ പ്രതീക്ഷകളും ഇല്ലാതായതുപോലെ. അവൻ മോഹാലസ്യപ്പെട്ടു വീണു.

ഗ്യാൻ അവന്റെ മുഖത്തു തണുത്ത വെള്ളം കുടഞ്ഞു. ആൽബി ഞെട്ടിയുണർന്നു.

“നിന്റെ വിഷമം ഞാൻ മനസ്സിലാക്കുന്നു, പക്ഷെ ഇവിടെ അതിനൊന്നും സ്ഥാനമില്ല. നീ പെട്ടെന്നു തയ്യാറാവ്, ഈ ആശ്രമത്തിലെ ചിട്ടവട്ടമനുസരിച്ച് സന്ന്യാസിമാരെ സമാധിയിരുത്താറില്ല. ചണ്ഡീഘട്ടിൽ ശരീരം ദഹിപ്പിക്കും, അതിനുമുമ്പൊന്നു കാണേണ്ടേ.”

ആൽബിയുടെ മനസ്സ് വല്ലാതെ ചാഞ്ചാടുന്നുണ്ടായിരുന്നു. യാഥാർത്ഥ്യമേത് മിഥ്യയേതെന്ന് തിരിച്ചറിയാനാവാത്ത അവസ്ഥ. ആശ്രമത്തിന്റെ ഉമ്മറത്തുനിന്നും പതിവില്ലാത്തത്ര ഉച്ചത്തിൽ ബ്രഹ്മ സൂക്തങ്ങൾ മുഴങ്ങുന്നുണ്ടായിരുന്നു. "ബ്രഹ്മ സത്യ ജഗത് മിഥ്യ, ജീവോ ബ്രഹ്മൈവ നപര, ഏകം സത്‌വിപ്ര ബഹുദാവദന്തി........"

തിക്കിത്തിരക്കി നിൽക്കുന്ന ആൾക്കൂട്ടത്തെ വകഞ്ഞുമാറ്റി ഗ്യാൻ ആൽബിയെ ശവശരീരത്തിനടുത്തെത്തിച്ചു. നിശ്ചലമായി കിടക്കുന്ന അച്ഛന്റെ ശരീരം, മുഖത്തു വല്ലാത്ത ശാന്തതയും ആനന്ദവും. ആൽബി ഏതാണ്ട് ഉന്മാദാവസ്ഥയിലായിരുന്നു.

"ഭഗവാൻ കോ ദേഖ്‌ലിയാ സ്വാമിജി, ഭഗവാൻ കെ പാസ്സ് ഗയാ, ഹരേകൃഷ്ണ്, ഹരേകൃഷ്ണ്..." ഗ്യാൻ അവന്റെ ചെവിയിൽ മന്ത്രിച്ചു. ആൽബി ഒരു നിമിഷത്തേക്ക് പഴയരൂപത്തിലുള്ള തന്റെ അച്ഛനെ ഓർത്തു. അവന്റെ കണ്ണിൽനിന്ന് കണ്ണുനീർ ധാരധാരയായി ഒഴുകി.

ആൾക്കൂട്ടത്തിൽ നിന്ന് ആരോ അവനെ ശക്തിയായി തള്ളിമാറ്റി. ഗ്യാൻ അവനെ വീഴാതെ താങ്ങിനിർത്തി, പിന്നെ ആൽമരത്തിന്റെ ചുവട്ടിൽ കൊണ്ടിരുത്തി.

അന്നുരാത്രി ചണ്ഡീഘാട്ടിൽ മൃതശരീരത്തിന്റെ ശവദാഹം നടന്നു. ആദ്യം ശരീരത്തെ ഗംഗാജലത്തിൽ കുളിപ്പിച്ചു. മീതെ വിറകുകളും രാമച്ചവും കർപ്പൂരാദികളും നിറച്ച് തീ കൊടുത്തു.

"വായുരനിലമമൃതമഥേദം
ഭസ്മാന്തം ശരീരം."

ആശ്രമവവാസികൾ ഉറക്കെ മന്ത്രം പറഞ്ഞു. കുറേക്കഴിഞ്ഞ് എല്ലാവരും മടങ്ങി. ആൽബിയും ഗ്യാനും മാത്രം ഘാട്ടിൽ ശേഷിച്ചു. ഗ്യാൻ പോകാനായി വിളിച്ചെങ്കിലും ആൽബി കൂട്ടാക്കിയില്ല. അച്ഛന്റെ ശരീരത്തിൽ നിന്നുയരുന്ന അഗ്നിധൂളികൾ നോക്കി അവനിരുന്നു.

അച്ഛൻ തനിക്കു നൽകിയിരുന്ന സ്നേഹത്തെകുറിച്ച് അവനോർത്തു. അദ്ദേഹത്തിന്റെ ദുരിതപൂർണമായിരുന്ന ദാമ്പത്യജീവിതത്തെക്കുറിച്ചോർത്തപ്പോൾ മനസ്സ് വിങ്ങി. മരണത്തിനു മുമ്പ് മകനെന്ന നിലയിൽ അച്ഛനോടൊന്നു സംസാരിക്കാൻ പോലുമായില്ലെന്ന ചിന്ത അവന്റെ മനസ്സിനെ വല്ലാതെ മഥിച്ചു.

"അരേ ഓ ചലേ ജാ, പാഗൽ ഹൈ ക്യാ?" ശവം ദഹിപ്പിക്കുന്ന ആൾ അവനോട് ആക്രോശിച്ചു. അയാൾ മോശം വാക്കുകൾ ഉരുവിട്ടുകൊണ്ട് ദേശീശരാബിന്റെ കുപ്പി വായിലേക്കു കമഴ്ത്തി.

അയാൾ പറയുന്നതൊന്നും ശ്രദ്ധിക്കാതെ ഘാട്ടിലെ പടിയിൽ അവനിരുന്നു, ഇടയ്ക്ക് മയങ്ങിയും ഉണർന്നും താനെ വർത്തമാനം പറഞ്ഞും...

പിറ്റേന്നു രാവിലെ ഗ്യാൻ വന്നു.

ഗ്യാൻ വിളിച്ചെങ്കിലും ശവശരീരങ്ങൾ ഒന്നൊന്നായി ഘാട്ടിൽ ദഹിപ്പിക്കുന്നതുകണ്ട് ഒരു ഉന്മാദിയെപ്പോലെ അവനിരുന്നു. ഒടുവിൽ മോഹാലസ്യപ്പെട്ട് അവിടെ വീണു കിടന്നു.

ഇരുപത്

വേലുവിനെ സംബന്ധിച്ച് ജീവിതം കൂടുതൽ ഏകാന്തമാവുകയായിരുന്നു. അൽബി പോയി മൂന്നു മാസം കഴിഞ്ഞപ്പോൾ വേലുവിന്റെ മുത്തച്ഛൻ മരിച്ചു. ഒറ്റയ്ക്കുള്ള ജീവിതം അവനെ വല്ലാതെ വിഷമിപ്പിച്ചു. ഊരിലെ സമപ്രായക്കാരായ ചെക്കൻമാരിൽ ആരോടും അവന് വലിയ സൗഹൃദമുണ്ടായിരുന്നില്ല. ഒരു കൂട്ടിനു പെണ്ണുകെട്ടിയാൽ കൊള്ളാമെന്ന് അവനു തോന്നി. പക്ഷേ സ്വന്തം ഊരിലെ ആരും അവനു പെണ്ണ് നൽകാൻ തയ്യാറായില്ല, കൂത്തിച്ചിയുടെ മകനായാണല്ലോ അവൻ അവിടെ അറിയപ്പെട്ടിരുന്നത്, പോരെങ്കിൽ അനാഥനും. ഒടുവിൽ വള്ളിയൂരിലെ റോസി എന്ന സ്ത്രീ അവരുടെ മകളെ അവനു കെട്ടിച്ചു നൽകാമെന്നറിയിച്ചു. ആർക്കും വേണ്ടാത്ത പെണ്ണായിരുന്നു റോസിയുടെ മകൾ ഗുങ്ക, കാരണം അവളുടെ അമ്മയ്ക്കും കൂത്തിച്ചിയെന്ന പേരുദോഷമുണ്ടായിരുന്നു.

അക്കഥ ഇങ്ങനെ. റോസിയുടെ ശരിയായ പേര് രങ്കമ്മയെന്നായിരുന്നു. ചെറുപ്പകാലത്ത് ആരെയും ആകർഷിക്കുന്ന സൗന്ദര്യവും ആകാരവടിവും എണ്ണക്കറുപ്പു നിറവുമുള്ള സ്ത്രീയായിരുന്നു രങ്കമ്മ. ഊരിലെ ആമ്പിള്ളാരൊക്കെ അവളെ കെട്ടാനാഗ്രഹിച്ചു. പക്ഷേ അവൾക്ക് ഊരിലെ ആമ്പിള്ളാരെയൊന്നും പിടിച്ചില്ല.

''നിന്നെ കെട്ടാനിനി രാസാവ് വരാറാ പ്ളെള്ളെ?'' രങ്കമ്മയുടെ അച്ഛനും അമ്മയും ചോദിച്ചു. പക്ഷേ രങ്കമ്മ ഊരിലുള്ള ആരെയും കെട്ടാൻ തയ്യാറായില്ല. വെളുത്തു സുന്ദരനായ ഒരു പുരുഷനായിരുന്നു അവളുടെ സങ്കൽപ്പത്തിലെ ഭർത്താവ്.

അങ്ങനെയിരിക്കവേ ആദിവാസിയൂരുകളിൽ പദ്ധതി വാഗ്ദാനവുമായി സർക്കാരുദ്യോഗസ്ഥരെത്തി. ഇലക്ഷനു തൊട്ടുമുമ്പ് വോട്ടുപിടിക്കാൻ ഉദ്ദേശിച്ചുള്ള പദ്ധതികൾ; ആട്, മാട്, കോഴി, റേഷനരി, കൂര.... എന്നിങ്ങനെ പല വാഗ്ദാനങ്ങൾ.

''ആദിവാസി മക്കള്ക്ക്
തില്ലേലോ ലേലോ
ആട്മാട് കൊട്ക്കാർമ്പ
തില്ലേലോ ലോ.''

എന്ന് രാഷ്ട്രീയക്കാരുടെ ശിങ്കിടികൾ പാടിനടന്നു. അതുകേട്ട് പാവം ആദിവാസികൾ കാര്യമറിയാതെ ഏറ്റുപാടി. ഇലക്ഷൻ കഴിഞ്ഞ് കുറേ ആദിവാസികൾക്ക് ചെറിയ ആനുകൂല്യങ്ങളൊക്കെ കിട്ടി. പദ്ധതിയിൽ നല്ല പങ്കും ആടുമാടുകളും കോഴികളുമായിരുന്നു. കൈപ്പറ്റിയതായി ആദിവാസികളുടെ വിരലടയാളം വാങ്ങിയശേഷം തുച്ഛമായ പണമോ ചാരായമോ നൽകി ഉദ്യോഗസ്ഥരും രാഷ്ട്രീയ ക്കാരും അവ വിറ്റു കീശ വീർപ്പിച്ചു.

വള്ളിയൂരിലെ ഏഴെട്ടുപേർക്ക് ഒന്നോ രണ്ടോ ആടും പശുവും, രണ്ടുമൂന്നു പേർക്ക് കൂരയും കിട്ടി.

അച്ഛനും അമ്മയ്ക്കുമൊപ്പം രങ്കമ്മ പഞ്ചായത്ത് ഓഫീസിലെത്തി സെക്രട്ടറിയെ കണ്ടു. വെളുത്ത സുമുഖനായ യുവാവായിരുന്ന അയാൾ.

''എനാക്ക് എമ്ക്ക് കൂരെ കെടൈക്കാലെ?'' അച്ഛൻ സെക്രട്ടറി യോട് ചോദിച്ചു.

അയാൾ ആദ്യം കയർത്തു. പിന്നെ റൂളും ചട്ടവും പറയാൻ തുടങ്ങി. ഗ്രാമസഭയിൽ പോയതും ആനുകൂല്യത്തിന് വിരലടയാളം പതിച്ചതുമൊക്കെ അച്ഛൻ പറഞ്ഞിട്ട് അയാൾ വകവച്ചില്ല. ഇതി നിടെയാണ് വാതിലിനു പിന്നിൽ പതുങ്ങിനിന്ന രങ്കമ്മ അയാളുടെ കണ്ണിൽപെട്ടത്. അതോടെ അയാളുടെ പ്രതികരണം സൗഹൃദ പൂർണമായി. രങ്കമ്മയുടെ അച്ഛനായ മല്ലനെ അയാൾ സമാധാന പ്പെടുത്താൻ തുടങ്ങി. കൂര ശരിയാക്കിത്തരാമെന്ന് വാഗ്ദാനവും നൽകി. സംസാരത്തിനിടെ അയാളുടെ നോട്ടമാകെ രങ്കമ്മയുടെ മേലെയായിരുന്നു.

പിന്നീട് ഓരോ കാരണം പറഞ്ഞ് അയാൾ ഊരിൽ വരാൻ തുടങ്ങി. സുരേഷ് എന്നായിരുന്നു സെക്രട്ടറിയുടെ പേര്. ഊര് സന്ദർശനത്തി നിടെ രങ്കമ്മയുമായി അയാൾ ചങ്ങാത്തം കൂടി. അയാളുടെ തൊലി വെളുപ്പിലും വേഷവിധാനത്തിലുമൊക്കെ രങ്കമ്മ മയങ്ങിപ്പോയി. ആനക്കട്ടിയിലുള്ള മണിയമ്മച്ചിയുടെ പീടികയിലെ ഫോണിൽ നിന്ന് അവൾ സുരേഷിനെ രഹസ്യമായി വിളിക്കാൻ തുടങ്ങി. വൈകാതെ അയാൾ രങ്കമ്മയ്ക്കു വിവാഹ വാഗ്ദാനം നൽകി.

ഒടുവിൽ ഒരു ദിവസം ആരുമറിയാതെ രങ്കമ്മ സുരേഷിനൊപ്പം നാടുവിട്ടു. ഊരിലാകെ അതു പാട്ടായി. മാസം നാലു കഴിഞ്ഞു. ഒരു ദിവസം സന്ധ്യയ്ക്ക് മുഷിഞ്ഞ ഒരു ഭാണ്ഡക്കെട്ടും പല പുരു ഷൻമാർ തേർവാഴ്ച നടത്തിയ ശരീരവുമായി രങ്കമ്മ ബസ്സിറങ്ങി. മകളെ കണ്ട മല്ലനും ഭാര്യ സാത്തിയും ആദ്യം ബഹളമുണ്ടാക്കി. വല്ലാതെ ദേഷ്യപ്പെട്ടു. ഒടുവിൽ അവളെ കെട്ടിപ്പിടിച്ചു കരഞ്ഞു. മകൾ നടന്ന സംഭവമൊക്കെ പറഞ്ഞതു കേട്ട സാത്തി തലതല്ലി ക്കരഞ്ഞു.

കല്യാണമൊക്കെ മുമ്പേ കഴിഞ്ഞ് രണ്ടു മക്കളുമുള്ളവനായിരുന്നു സുരേഷ്. അട്ടപ്പാടിയിൽനിന്ന് സ്ഥലംമാറ്റം കിട്ടി പോകുന്ന വേളയിലാണ് അയാൾ കല്യാണവാഗ്ദാനം നൽകി രങ്കമ്മയെ കൂടെക്കൂട്ടുന്നത്. തന്റെ അടുത്ത ബന്ധുവിന്റെ വീടാണെന്നു പറഞ്ഞ് രങ്കമ്മയെ പാലക്കാട് മുതലമടയിലുള്ള ഒരു തോട്ടത്തിലെത്തിച്ചു. വലിയൊരു തെങ്ങിൻതോപ്പും മധ്യത്തിലൊരു കെട്ടിടവും. അന്നു രാത്രിതന്നെ അയാൾ അവളെ പ്രാപിച്ചു. പിറ്റേന്ന് അയാളുടെ ചങ്ങാതിമാരെത്തി. അങ്ങനെ ഓരോരുത്തരായി അവളെ പിച്ചിച്ചീന്തി. പിന്നെ അവിടെ നിന്ന് മറ്റൊരിടത്തേക്ക് അവളെ കൊണ്ടുപോയി. അങ്ങനെ രണ്ടു മാസത്തോളം. ഒടുവിൽ പൊലീസിന്റെ പിടിയിലായി. വ്യഭിചാരക്കുറ്റം ആരോപിക്കപ്പെട്ടു. തടവു കഴിഞ്ഞു പുറത്തിറങ്ങിയ ഉടൻ വണ്ടിക്കു മുന്നിൽ ചാടി, പക്ഷേ ചത്തില്ല. ഒരു സ്ത്രീസംഘടന അവളെ ഏറ്റെടുത്തു ചികിത്സിച്ചു. മരണം ഒന്നിനും പരിഹാരമല്ലെന്ന് അവർ ബോധ്യപ്പെടുത്തി. അങ്ങനെ അവസാനം ഊരിലേക്കു മടക്കം.

ഊരുകാരുടെ ആക്ഷേപപാത്രമായി രങ്കമ്മ കുടുംബത്തോടൊപ്പം കഴിഞ്ഞു. കൂര ഉണ്ടാക്കി നൽകാമെന്നു പറഞ്ഞ് സുരേഷ് മല്ലനിൽ നിന്ന് 50,000 രൂപ കൈക്കൂലി വാങ്ങിയിരുന്നു. വട്ടിപ്പലിശക്കാരിൽ നിന്ന് വാങ്ങിയ കടപ്പണമായിരുന്നു അത്. ആ പണം പലിശ ചേർന്ന് ഇരട്ടിച്ച് ഒടുവിൽ ലക്ഷക്കണക്കിനായി. ‘കന്ത് വട്ടിക്കാരൻമാർ’ (കൊള്ള പലിശക്കാർ) മല്ലനെ ഭീഷണിപ്പെടുത്തി, മർദ്ദിച്ചു. ദണ്ഡം സഹിക്കാനാവാതെ അയാൾ മരിച്ചു.

കൊള്ളപ്പലിശക്കാർ മല്ലന്റെ മരണശേഷം കുടുംബത്തെ ഭീഷണിപ്പെടുത്തി. ഒരു ദിവസം ദാസൻ എന്നുപേരുള്ള കൊള്ളപ്പലിശക്കാരൻ രങ്കമ്മയെ ബലാൽക്കാരമായി തന്റെ ജീപ്പിൽ കയറ്റിക്കൊണ്ടു പോയി. സാത്തി നിലവിളിച്ചിട്ടും ഊരിലാരും സഹായിക്കാനെത്തിയില്ല. പട്ടയടിച്ചു കിറുങ്ങിക്കിടന്ന ആണുങ്ങൾക്ക് വട്ടിപ്പലിശക്കാരനോട് എതിരിടാൻ ധൈര്യമുണ്ടായിരുന്നില്ല. പോരെങ്കിൽ അന്യസമുദായക്കാരനൊത്ത് വ്യഭിചരിക്കാൻ പോയവളെ സംരക്ഷിക്കേണ്ടതു തങ്ങളുടെ ഉത്തരവാദിത്വമല്ലെന്ന് അവർ കരുതി.

ദാസൻ രങ്കമ്മയെ പലർക്കും കാഴ്ചവച്ചു. ഒടുവിൽ ഊരിൽ ഉപേക്ഷിച്ചു. അതു പലതവണ തുടർന്നു. സാത്തിയും വൈകാതെ മരണപ്പെട്ടു.

അങ്ങനെ കഴിയവെ ഗൂളിക്കടവിൽ പലവ്യഞ്ജന പീടിക നടത്തുന്ന തോമാ എന്നൊരാൾ ഊരിൽ ഒരു ദിവസമെത്തി. നെല്ലിയാംപതിയിലെ ഒരു തോട്ടത്തിലേക്കു തൊഴിലാളികളെ കൊണ്ടുപോകാനായിരുന്ന തോമയുടെ വരവ്. തോട്ടപ്പണിക്ക് ദിവസം 500 രൂപാ കൂലി

കിട്ടും, തോട്ടത്തിലെ ഷെഡ്ഡുകളിൽ സൗജന്യമായി താമസിക്കാം, ഭക്ഷണവും സൗജന്യം.

ദാസന്റെയും കൂട്ടരുടെയും ശല്യത്തിൽ നിന്ന് രക്ഷപ്പെടാൻ ഇതാണു പറ്റിയ മാർഗമെന്ന് രങ്കമ്മയ്ക്കു തോന്നി. അങ്ങനെ തോമായ്ക്കൊപ്പം അവൾ നെല്ലിയാംപതിയിലെ തോട്ടത്തിലെത്തി. തോട്ടത്തിലെ പണിക്കാരിലേറെയും തമിഴ്നാട്ടിൽ നിന്നെത്തിയ ചെറുപ്പക്കാരായ തൊഴിലാളികളായിരുന്നു. അഞ്ചാറുപേർ മാത്രമാണ് വിവാഹം കഴിച്ച് ഭാര്യമാർക്കൊപ്പമെത്തിയത്.

ആഹാരം പാചകം ചെയ്യലായിരുന്നു രങ്കമ്മയുടെയും മറ്റു രണ്ടു സ്ത്രീകളുടെയും ജോലി. മൂന്നു നേരം കഞ്ഞിയും കപ്പയും പയറ് പുഴുങ്ങിയതും. പിന്നെ ദിവസം നാല് തവണ കട്ടൻകാപ്പി. പാചകത്തിനിടയ്ക്കുള്ള സമയത്തു തോട്ടത്തിൽ കളയെടുക്കണം.

മുത്തുസ്വാമി എന്നു പേരുള്ള ഒരാൾക്കായിരുന്നു പണിയുടെയൊക്കെ മേൽനോട്ടം.

രങ്കമ്മയൊഴിച്ചുള്ള പെണ്ണുങ്ങളൊക്കെ ഭർത്താക്കൻമാർക്കൊപ്പമാണെത്തിയത്. പെണ്ണുങ്ങൾക്കും ആണുങ്ങൾക്കും താമസിക്കാൻ ഷെഡ്ഡുകൾ വേറിട്ടായിരുന്നു.

രാത്രിയാകുമ്പോൾ കെട്ടിയോൻമാർ ഷെഡ്ഡിനു പുറത്തുനിന്ന് ഷൂളമടിക്കുകയോ പേര് വിളിക്കുകയോ ചെയ്യും. പിന്നെ കെട്ട്യോൾമാർക്കൊപ്പം ഇരുട്ടുവാക്കു നോക്കി നടക്കും. അവിടെക്കിടന്നു പാമ്പുകളെപ്പോലെ രമിക്കും. ഇതിനിടെ കുളയട്ടകൾ പലയിടത്തും കടിച്ചു തുടങ്ങിയിട്ടുണ്ടാവും. ഷെഡ്ഡിൽ തിരിച്ചെത്തിയ ഉടൻ സാമ്പ്രാണി കത്തിച്ചതുപയോഗിച്ചു കുത്തി അട്ടകളെ വേർപ്പെടുത്തലാണ് രണ്ടു കൂട്ടരുടെയും പണി.

പെണ്ണു കെട്ടാത്ത ചെക്കന്മാരെക്കൊണ്ടാണ് രങ്കമ്മ പൊറുതി മുട്ടിയത്. അവളുടെ ചന്തിയിലും മാറിലുമൊക്കെ അവൻമാർ തരം പോലെ തട്ടി, രാത്രി കൂടെവരാൻ ക്ഷണിച്ചു. പക്ഷേ രങ്കമ്മ വഴങ്ങിയില്ല. വഴങ്ങിയാൽ തനിക്ക് അതിനേ നേരമുണ്ടാവൂയെന്ന് അവൾക്കറിയാമായിരുന്നു. മുത്തുസ്വാമിയെ പേടിയുള്ളതിനാൽ അവളെ ബലാൽക്കാരമായി പ്രാപിക്കാൻ ചെക്കൻമാർ മുതിർന്നില്ല.

മുത്തുസ്വാമി ഷണ്ഡനായിരുന്നു. നാലാളുടെ ഭക്ഷണം കഴിക്കും. പണിയെടുക്കാതെ നിൽക്കുന്നവരെ പച്ചത്തെറിവിളിക്കാനും അടിക്കാനും അയാൾ മടിച്ചിരുന്നില്ല. രാത്രി തമിഴത്തിമാരെ കെട്ടിയോൻമാർ പ്രാപിക്കുന്നത് ഒളിഞ്ഞുനോക്കലായിരുന്നു അയാളുടെ ഇഷ്ടവിനോദം.

അങ്ങനെയിരിക്കവെ ഒരു ദിവസം തോട്ടം മുതലാളി അവിടെയെത്തി. 65 വയസ്സ് പ്രായമുള്ള ഒരാൾ, പേര് ജോളിച്ചൻ. തോട്ടത്തിൽ

അയാൾക്കുവേണ്ടി രണ്ടുമുറിയും ബാത്ത്റൂമുമുള്ള ഒരു കെട്ടിടമുണ്ടായിരുന്നു. അയാൾ വരുന്നെന്നറിഞ്ഞാൽ മുത്തുസ്വാമി കെട്ടിടം അടിച്ചു വൃത്തിയാക്കിയിടും. അയാൾ ഒരു ദിവസം തങ്ങി പിറ്റേന്നു മടങ്ങും.

അയാൾ വന്നയന്ന് മുത്തു പറഞ്ഞപ്രകാരം ഉച്ചയ്ക്ക് രങ്കമ്മ ചോറും ഇറച്ചിക്കറിയുമുണ്ടാക്കി. ഇറച്ചിക്കായി ഒരു ചെവിയനെ എയർഗണ്ണിട്ട് വെടിവച്ച് കൊന്നിട്ടുണ്ടായിരുന്നു. ചോറും കറിയും രങ്കമ്മതന്നെ കൊണ്ടുകൊടുക്കണമെന്ന് മുത്തു ആവശ്യപ്പെട്ടു.

അങ്ങനെ രങ്കമ്മതന്നെ ജോളിച്ചനു ഭക്ഷണം വിളമ്പി. അതിനു മുമ്പായി അയാൾ അരക്കുപ്പി റം അകത്താക്കിയിരുന്നു. ഭക്ഷണം കഴിക്കുന്നതിനിടെ രങ്കമ്മയെ അയാൾ ആർത്തിയോടെ നോക്കി.

രാത്രി, ഭക്ഷണവുമായി മുതലാളിയുടെ കെട്ടിടത്തിലെത്താൻ മുത്തു വീണ്ടും ആവശ്യപ്പെട്ടു. അനുസരിക്കാതെ അവൾക്കു വേറെ മാർഗമില്ലായിരുന്നു.

ഭക്ഷണം കഴിച്ച് കൈകഴുകിയ ഉടൻ അയാൾ മുറിയുടെ വാതിൽ കുറ്റിയിട്ടു, പിന്നെ അവളോടു പറഞ്ഞു.

‘‘കൊച്ചേ, ഇത്ര സെക്സിയായ ഒരു പെണ്ണ് ഇതുവരെ ഇവിടെ പണിയെടുത്തിട്ടില്ല. ഇനി ഞാൻ പൈസമുടക്കി ഇപ്പണിക്ക് ബോംബേലും തായ്‌ലാന്റിലുമൊന്നും പോണില്ല. ആഴ്ചയിലൊരിക്കൽ ഇങ്ങുവരും, കേട്ടോ.’’

അയാൾ അവളെ മുറുകെ കെട്ടിപ്പിടിച്ചു. അവൾ കുതറിമാറാൻ നോക്കി. പിടുത്തത്തിന്റെ ശക്തി കൂട്ടിക്കൊണ്ട് അയാൾ പറഞ്ഞു. ‘‘ജോളിച്ചനോടു നിന്റെ കളിയൊന്നും വേണ്ട, ഞാനൊന്നു മൂളിയാലേ, ചെക്കന്മാർക്കൊക്കെ കാമം തീർക്കാനുള്ള കോളാമ്പിയാവും നീയ്.’’

അയാൾ അവളെ ശക്തിയായി തള്ളി കിടക്കയിലേക്കു മറിച്ചു. ഒരു യന്ത്രംപോലെ അവൾ കിടന്നു. ആർത്തിപൂണ്ട നായെപ്പോലെ അയാൾ അവളെ പ്രാപിച്ചു. കണ്ണുമിഴിച്ച് നിർവ്വികാരയായി അവൾ കിടന്നു. ജനാലവിടവിലൂടെ മുത്തുവിന്റെ കണ്ണുകൾ അതു തുറിച്ചു നോക്കി ആസ്വദിക്കുന്നുണ്ടായിരുന്നു.

അത്തവണ മടങ്ങുംമുമ്പ് ജോളിച്ചൻ മുത്തുസ്വാമിയോടു പറഞ്ഞു ‘‘എടാ ഇവളിനി ഇതിനകത്തു താമസിക്കട്ടെ. പിന്നെ ആ പൊലയാടിമോൻമാരാരെങ്കിലും ഇവളുടെ പുറകെ കൂടിയാൽ അവന്റെയൊക്കെ വരി നീ ഉടയ്ക്കണം കേട്ടോ.’’

അങ്ങനെ രങ്കമ്മ ജോളിച്ചന്റെ വെപ്പാട്ടിയായി. അയാളുടെ ഭാര്യയ്ക്കു സെക്സിൽ തീരെ താൽപ്പര്യമില്ലായിരുന്നു, അയാൾക്കാകട്ടെ, അമിതമായ ആസക്തിയും.

രണ്ടു വർഷത്തോളം രങ്കമ്മ അവിടെ കഴിഞ്ഞു. അവൾ ഗർഭിണിയായി.

ഒരു ദിവസം അപ്രതീക്ഷിതമായി ജോളിച്ചൻ തോട്ടത്തിലെത്തി. ചൊവ്വാഴ്ചയായിരുന്നു അത്. സാധാരണ ശനിയോ ഞായറോ ആണ് അയാൾ വരാറ്. തൊഴിലാളികളെ വിളിച്ചുകൂട്ടിയ ശേഷം അയാൾ പറഞ്ഞു. ''ഞാൻ ഈ തോട്ടം വിറ്റു, കോയമ്പത്തൂരുള്ള ഒരാളാ വാങ്ങിയത്. അയാൾക്കു വേറെ തൊഴിലാളികളൊക്കെയുണ്ട്. അതുകൊണ്ട് ഈയാഴ്ച കൂടിയേ പണിയുള്ളൂ.''

അയാൾ രങ്കമ്മയെ 'റോസി' എന്നാണു കാമം കൂടുമ്പോൾ വിളിച്ചിരുന്നത്. പോകുമ്പോൾ തന്നെ അയാൾ ഒപ്പം കൊണ്ടുപോകുമെന്നാണ് അവൾ പ്രതീക്ഷിച്ചിരുന്നത്. അതു കണക്കാക്കി തന്റെ തുണിയൊക്കെ മടക്കി ഒരു പ്ലാസ്റ്റിക് കവറിൽ നിറച്ചുവച്ചു.

പക്ഷേ പിറ്റേന്ന് യാത്രപോലും പറയാതെ അയാൾ നിസ്സംഗനായി പടിയിറങ്ങിപ്പോയി. തലേന്നു രാത്രി ഭോഗിച്ചപ്പോഴും ''റോസി, എന്റെ റോസി' എന്ന് അയാൾ പുലമ്പുന്നുണ്ടായിരുന്നു.

അവൾക്കു വല്ലാത്ത ദുഃഖവും ശൂന്യതയും അനുഭവപ്പെട്ടു. പിറ്റേന്നു മറ്റു തൊഴിലാളികൾക്കൊപ്പം അവൾ മലയിറങ്ങി. പിന്നെ ഊരിലെത്തി. അവിടെ വച്ചു പ്രസവിച്ചു. ജോളിച്ചന്റെ വെളുത്ത നിറവും രങ്കമ്മയുടെ സൗന്ദര്യവും ഒത്തുചേർന്ന സന്തതി, ആ കുട്ടിയാണ് ഗുങ്ക.

ഇരുപത്തിയൊന്ന്

ചെമ്പൻ നൂൽപ്പുട്ടു കമ്പനിയിലെ ജോലിതുടർന്നു. വല്ലാത്ത കഷ്ടപ്പാടായിരുന്നെങ്കിലും മറ്റൊരു വഴിയും അവനു മുന്നിൽ ഉണ്ടായിരുന്നില്ല.

ഒരു ദിവസം നാസർ അവനോടു പറഞ്ഞു ''എടാ, നീയ് ഇവിടെക്കിടന്നിങ്ങനെ കഷ്ടപ്പെടേണ്ട, നിനക്ക് ഞാൻ ഗൾഫിലൊരു ജോലി ശരിയാക്കിയിട്ടുണ്ട്. എന്റെ അളിയൻ ഷിഹാബിന് അവിടെ ബിസിനസ്സാ. നീയ് അവിടെ ഹോട്ടലിൽ സപ്ലയറായി നിന്നാൽ മതി. ഇവിടെ കിട്ടുന്നതിന്റെ പത്തിരട്ടി കൂലികിട്ടും. നന്നായി സമ്പാദിച്ചശേഷം മടങ്ങാം, എന്തേയ്?''

ചെമ്പൻ സമ്മതം മൂളി. മല്ലീശ്വരൻ തന്നെ കരകയറ്റുകയാണെന്ന് അവൻ മനസ്സിൽ കരുതി. രക്ഷപ്പെടാനുള്ള വഴിയാണെന്നു മംഗളും പറഞ്ഞു. പാസ്പോർട്ടെടുക്കാനുള്ള ഏർപ്പാടൊക്കെ നാസർ തന്നെ ചെയ്തു.

രണ്ടുമാസം കഴിഞ്ഞൊരു ദിവസം ഒരാൾ നൂൽപ്പട്ടു കമ്പനിയിലെത്തി, തടിച്ച് കട്ട മീശയൊക്കെയുള്ള ഒരാൾ.

‘‘ഇതാണോ നാസറേ ഒരു ചെക്കൻ?’’ അയാൾ ചെമ്പനെ ചൂണ്ടിക്കൊണ്ടു ചോദിച്ചു. ‘‘അതെ’’ എന്നായിരുന്നു നാസറിന്റെ ഉത്തരം. അയാൾ ചെമ്പനെ അടിമുടി നോക്കി. അതുകഴിഞ്ഞ് നാസർ ലല്ലുവിനെ വിളിച്ചുകാണിച്ചു.

‘‘ഇതാ നമ്മളെ അളിയൻ ഷിഹാബ്, ദുബായിൽ ഹോട്ടൽ ബിസിനസ്സ് നടത്തത്തുയാൾ.’’ നാസർ വന്നയാളെ പരിചയപ്പെടുത്തി.

അടുത്തമാസത്തോടെ പാസ്പോർട്ടും വിസയും ഫ്ളൈറ്റ് ടിക്കറ്റും കിട്ടി. വൈകാതെ മംഗളിനോട് വിട പറഞ്ഞ് അവൻ ദുബായിലേയ്ക്കു തിരിച്ചു.

വിമാനയാത്രയ്ക്കിടെ ലല്ലു ഇടക്കിടെ മദ്യം വാങ്ങി വിഴുങ്ങുന്നുണ്ടായിരുന്നു. പിന്നെ എന്തോ ഒക്കെ പുലമ്പിക്കൊണ്ടിരുന്നു.

‘‘ഭായീ, നീ എന്താ പറയുന്നത്?’’ ചെമ്പൻ അവനെ കുലുക്കിവിളിച്ചുകൊണ്ടു ചോദിച്ചു.

‘‘ദോസടീവാലാ, മാം ചൂത്, ബേട്ടി ചൂത്’’ അവൻ ഉറക്കെ പറഞ്ഞു.

‘‘ആരെയാ ഭായി, നീ ഇങ്ങനെ തെറി വിളിക്കുന്നത്?’’ ചെമ്പൻ ചോദിച്ചു.

‘‘മേരെ ബാപ്പ്കൊ’’ എന്നായിരുന്നു മറുപടി.

ആ യാത്രയ്ക്കിടെ ലല്ലു ചെമ്പനോട് ആ കഥ പറഞ്ഞു. ബംഗാളിലെ ഒരു കുഗ്രാമത്തിലാണ് ലല്ലുവിന്റെ ജനനം, വസ്ത്രം അലക്കുന്ന ദോബികളുടെ ഗ്രാമത്തിൽ. അമ്മയാണ് വസ്ത്രമൊക്കെ അലക്കി കുടുംബത്തിന്റെ ഉപജീവനത്തിനു പണമുണ്ടാക്കിയിരുന്നത്. ഒരു മൂത്ത സഹോദരിയും അവനുണ്ടായിരുന്നു.

നാട്ടിലെ പുഴയിലെ ഒരു കടവ് അലക്കുകാർക്കുള്ളതായിരുന്നു. അവിടെ മുഷിഞ്ഞ വസ്ത്രങ്ങൾ നിറച്ച ഭാണ്ഡക്കെട്ടുകളുമായി അവർ പോകും, അമ്മയും രണ്ടുമക്കളും. പണക്കാരുടെ മാലിന്യം പേറുന്ന ആ തുണികൾ അമ്മ അലക്കുമ്പോൾ ലല്ലുവും സഹോദരിയും അവരെ സഹായിക്കും.

ലല്ലുവിന്റെ അച്ഛൻ കടുത്ത മദ്യപാനിയായിരുന്നു അയാൾ പണം പിടുങ്ങാൻ ഇടയ്ക്കിടെ വരും പിന്നെ അമ്മയെ ഉപദ്രവിക്കും. കൗമാരമെത്തിയതോടെ ലല്ലുവും സഹോദരിയും അമ്മയ്ക്കൊപ്പം അലക്കുജോലി തുടങ്ങി.

രണ്ടുമുറികളുള്ള ഒരു കൂരയിലായിരുന്നു അവരുടെ താമസം. കഷ്ടിച്ച് കിടന്നുറങ്ങാനും മാത്രമുള്ള സ്ഥലമേയുള്ളൂ. അച്ഛന്റെ

വരവായിരുന്നു ഏറ്റവും വലിയ പ്രശ്നം. ഏതാണ്ട് പാതിരാത്രിയാവുമ്പോൾ അയാൾ കുടിച്ചു ലക്കുകെട്ടുവരും. പിന്നെ ഭാര്യയെയും മക്കളെയും തെറിവിളിക്കും തല്ലും പൈസ പിടുങ്ങും. ഒക്കെ കഴിഞ്ഞ് ഒരു ഉളുപ്പുമില്ലാതെ കുട്ടികളുടെ മുന്നിൽ വച്ച് അവരുടെ അമ്മയെ പ്രാപിക്കും. ഭാര്യയ്ക്ക് വയസ്സ് 40 കഴിഞ്ഞെങ്കിലും അവർ വീണ്ടും ഗർഭിണിയായി.

''അരേ കാളീമാ, ഈ കാലമാടൻ എന്നെ കൊല്ലും. പിള്ളാർക്കു കല്യാണപ്രായമാവുന്നു, അപ്പോഴാ മൂന്നാമതൊന്ന്.'' അവർ വിലപിച്ചു.

പക്ഷേ അയാൾ അതൊന്നും കാര്യമാക്കിയില്ല. ഒരു ദിവസം നന്നായി മദ്യപിച്ചെത്തിയ അയാൾ ലല്ലുവിനോട് മുറിക്കു പുറത്ത് കിടക്കാൻ ആവശ്യപ്പെട്ടു. ലല്ലു അതനുസരിച്ചു.

അൽപ്പനേരം കഴിഞ്ഞപ്പോൾ കൂരയ്ക്കുള്ളിൽ നിന്ന് അമ്മയും സഹോദരിയും നിലവിളിക്കുന്നത് അവൻ കേട്ടു.

ലല്ലു അടച്ചിട്ട വാതിൽ ചവിട്ടിത്തുറന്ന് ഉള്ളിലേക്ക് കയറി. അച്ഛൻ സഹോദരിയെ ബലാൽക്കാരമായി പ്രാപിക്കുന്നതാണ് അവൻ കണ്ടത്. ലല്ലു സർവ്വശക്തിയും സംഭരിച്ച് അയാളുടെ മുതുകിൽ ഇടിച്ചു.

അയാൾ എണീറ്റ് അവനെ തലങ്ങും വിലങ്ങും മർദ്ദിച്ചു. പിന്നെ ശക്തിയായി പിടിച്ചു തള്ളി. അവന്റെ തല ചുമരിലിടിച്ച് രക്തം വാർന്നൊലിച്ചു. മകന്റെ മുന്നിൽ വച്ച് സ്വന്തം മകളുടെ ശരീരത്തിൽ അയാൾ തന്റെ കാമം തീർത്തു.

എല്ലാം കഴിഞ്ഞ് അയാൾ വീടിനു മുന്നിലുള്ള കിണറ്റിന്റെ വക്കിലിരുന്ന് ബീഡി കത്തിച്ചു. ലല്ലു അടങ്ങാത്ത ദുഃഖവും ദേഷ്യവും താങ്ങാനാവാതെ കിടക്കുകയായിരുന്നു. അമ്മ അവന്റെ മുറിവിനു മീതെ തോർത്ത് ചുറ്റിക്കെട്ടി. അവർ വല്ലാതെ കിതയ്ക്കുന്നുണ്ടായിരുന്നു. സഹോദരി പ്രജ്ഞയറ്റു കിടക്കുന്നു.

ലല്ലു പതുക്കെ എണീറ്റ് പുറത്തു കടന്നു. അയാൾ പുകയൂതിവിട്ട് അവനെ പുച്ഛത്തോടെ നോക്കി. അവൻ അയാളുടെ നേർക്കോടി. എന്താണു സംഭവിക്കുന്നതെന്നു തിരിച്ചറിയും മുമ്പേ അവൻ അയാളുടെ കാലുകളിൽ പിടിച്ച് പൊക്കി കിണറ്റിലേയ്ക്കു തള്ളി.

ആഴമുള്ള ആ കിണറ്റിൽ കിടന്ന് അയാൾ കൈകാലിട്ടടിച്ചു. അവനതു നോക്കി സംതൃപ്തിയോടെ നിന്നു. പ്രജ്ഞ വീണ്ടെടുത്ത സഹോദരിയും അമ്മയും ആശ്വാസത്തോടെ അയാളുടെ മരണ ജൽപ്പനം കേട്ടു.

മദ്യപിച്ചു ലക്കുകെട്ടു കിണറ്റിൽ വീണെന്നതിനപ്പുറം ആർക്കും ഒരു സംശയവും തോന്നിയില്ല. പിറ്റേന്ന് അയാളുടെ ശവമടക്കു

നടന്നു. ചടങ്ങുകളൊക്കെ കഴിഞ്ഞ് ആരും കാണാതെ അവൻ അയാളുടെ ശവക്കുഴിയിൽ കാറിത്തുപ്പി. ''ബേട്ടീ ചൂത്, മാം ചൂത് '' എന്നു ഉറക്കെ പറഞ്ഞു.

പക്ഷേ കഥ അവിടെക്കഴിഞ്ഞില്ല. അമ്മയ്ക്കു പുറകെ മകളും ഗർഭിണിയായി. നാട്ടുകാർ അവനെ ആക്ഷേപിച്ച് ചിരിക്കാൻ തുടങ്ങി.

''എടാ, നിനക്കുമായിക്കൂടായിരുന്നോ അമ്മയെയും മകളെയും ഒരുമിച്ച്'' എന്നു പറഞ്ഞായിരുന്ന അവരുടെ കളിയാക്കൽ. ഒടുവിൽ ആരോടും പറയാതെ അവൻ നാടുവിട്ടു.

ഒക്കെ പറഞ്ഞുകഴിഞ്ഞപ്പോൾ ലല്ലു വിതുമ്പുന്നുണ്ടായിരുന്നു. അമ്മയെയും സഹോദരിയെയും മറന്ന് നാടുവിട്ടെന്ന കുറ്റബോധം അവനെ വിഷമിപ്പിച്ചിരുന്നുവെന്ന് ചെമ്പനു മനസ്സിലായി.

ദുബായ് വിമാനത്താവളത്തിൽ ഷിഹാബുണ്ടായിരുന്നു. അവരെ അയാൾ കാറിൽ കയറ്റി ഒരിടത്തെത്തിച്ചു. യാത്രയ്ക്കിടെ സംസാരിക്കാനോ കുശലം ചോദിക്കാനോ ഒന്നും അയാൾ കൂട്ടാക്കിയില്ല.

രണ്ടാൾക്കു കഷ്ടിച്ച് കിടക്കാനും മാത്രം സ്ഥലമുള്ള ഒരു ഷെഡ്ഡിലാണ് അവർക്കു താമസിക്കാൻ ഇടം നൽകിയത് അടുത്തുള്ള ഷെഡ്ഡിലെ ചിലർ അവരെ നോക്കി അടക്കം പറഞ്ഞു ചിരിക്കുന്നുണ്ടായിരുന്നു. അവർക്കെല്ലാം കാഴ്ചയിൽ എന്തോ പന്തികേടുള്ളതു പോലെ ചെമ്പനുതോന്നി.

ദുബായിലെത്തി രണ്ടാംദിവസം വൈകിട്ട് ഒരു വാനെത്തി. അതിൽ നാലുപേരുണ്ടായിരുന്നു. അതിലൊരാൾ ചെമ്പനേയും ലല്ലുവിനേയും ഒപ്പം വരാനാവശ്യപ്പെട്ടു. അവരാദ്യം വഴങ്ങിയില്ല. അയാൾ ഷിഹാബിനെ വിളിച്ചശേഷം ഫോൺ ചെമ്പനു നൽകി. ജോലി ശരിയാക്കാനാണെന്നും ഉടനെ ഒപ്പം പോണമെന്നുമായിരുന്നു ഷിഹാബിന്റെ നിർദ്ദേശം.

അങ്ങനെ അവർ വാനിൽ കയറി, മറ്റു നാലുപേരും. അവർ വല്ലാതെ മേയ്ക്കപ്പു ചെയ്തിട്ടുണ്ടായിരുന്നു. ഒരുത്തൻ നിർത്താതെ സംസാരിച്ചുകൊണ്ടിരുന്നു. ഇടയ്ക്ക് മലയാളത്തിലും പിന്നെ അറബിയിലും. അവൻ സംസാരത്തിനിടെ ചെമ്പനെ നോക്കി കണ്ണിറുക്കി. 'ആണും പെണ്ണും കെട്ടവൻ' ചെമ്പൻ മനസ്സിൽ കരുതി. അവന്റെ വൃത്തികെട്ട ചേഷ്ടകൾ കണ്ടപ്പോൾ ചെമ്പന്റെ ദേഹം തരിച്ചുവന്നു.

ഒരു വമ്പൻ ഫ്ളാറ്റിനു മുന്നിലാണു വണ്ടി ആദ്യം നിന്നത്. വണ്ടി ഓടിച്ചിരുന്ന അറബി എന്തോ ഉറക്കെ പറഞ്ഞു. കണ്ണിറുക്കിയവൻ മറ്റുള്ളവർക്കു ബൈ പറഞ്ഞ് വണ്ടിയിൽ നിന്നിറങ്ങി. അങ്ങനെ ഓരോ സ്ഥലത്തായി വണ്ടി നിർത്തുകയും ഓരോരുത്തരായി ഇറങ്ങുകയും ചെയ്തു.

ഒടുവിൽ ചെമ്പനേയും ഒരു ഫ്ളാറ്റിനു മുന്നിലിറക്കി. അവൻ എന്തുചെയ്യണമെന്നറിയാതെ പകച്ചു നിന്നു. ആജാനബാഹുവായ ഒരു വയസ്സൻ ഫ്ളാറ്റിൽ നിന്ന് പുറത്തേക്കിറങ്ങി. പിന്നെ അറബിയിൽ എന്തോ പറഞ്ഞുകൊണ്ട് അവന്റെ കൈ പിടിച്ച് ഫ്ളാറ്റിനുള്ളിലേക്കു കൂട്ടിക്കൊണ്ടുപോയി.

ഫ്ളാറ്റ് മുറിക്കുള്ളിലെ ഒരു കട്ടിൽ ചൂണ്ടിക്കാട്ടി ഇരിക്കാൻ അറബി അവനോട് ആംഗ്യം കാണിച്ചു. പിന്നെ ഹോംതീയേറ്റർ സിസ്റ്റം അയാൾ ഓൺ ചെയ്തു. ഉറക്കെയുള്ള അറബിപ്പാട്ടും അകമ്പടിയായി പുരുഷന്മാരുടെ നഗ്നനൃത്തവുമാണ് അതിൽ കണ്ടത്.

വയസ്സൻ ഒരു ബെർമുഡ മാത്രമിട്ടുകൊണ്ട് അറബിയിൽ പുലമ്പിക്കൊണ്ട് നൃത്തം ചെയ്യാൻ തുടങ്ങി. വല്ലാതെ രോമാവൃതമായിരുന്നു അയാളുടെ ശരീരം. സ്വകാര്യഭാഗങ്ങൾ അയാൾ പുറത്തു കാണിക്കാൻ തുടങ്ങി. പിന്നെ ചെമ്പന്റെ ശരീരത്തിൽ തഴുകി തുടങ്ങി. ശരീരത്തിൽ പുഴുവരിക്കുന്നതുപോലെയാണ് അവനു തോന്നിയത്. ചെമ്പൻ അയാളുടെ കൈ തട്ടിമാറ്റി കട്ടിലിൽ നിന്ന് എണീറ്റുമാറാൻ നോക്കി.

പെട്ടെന്ന് അറബിയുടെ മട്ടുമാറി. അയാൾ ഉറക്കെ എന്തോ ഒക്കെ പറഞ്ഞു. ഭാഷ മനസ്സിലായില്ലെങ്കിലും കൊടുത്ത പൈസയുടെ കണക്കാണ് അയാൾ പറയുന്നതെന്ന് അവനു തോന്നി. വലിയ ചതിയിലാണു താൻ പെട്ടതെന്ന് അവൻ തിരിച്ചറിഞ്ഞു.

അയാളവനെ ബലാൽക്കാരമായി വിവസ്ത്രനാക്കി. അവൻ വീണ്ടും കുതറാൻ നോക്കി. അറബി കൂടുതൽ കോപാകുലനായി. അയാൾ അടുത്ത മുറിയിൽ കയറി മൂർച്ചയുള്ള ഒരു കത്തിയുമായി വന്നു. പിന്നെ അവന്റെ ശരീരത്തിൽ ചേർത്തുപിടിച്ചുകൊണ്ട് അറബിയിൽ ആക്രോശിച്ചു. ചെമ്പൻ ഭയന്നുപോയി. അയാൾ തന്റെ നെഞ്ചിൽ കത്തി കയറ്റുമെന്ന ചിന്തയിൽ അവൻ കണ്ണ് ഇറുക്കിയടച്ചു.

അറബി അവനെ കിടക്കയിലേക്കെറിഞ്ഞു. അവന്റെ വസ്ത്രം ഒന്നൊന്നായി അയാൾ ഊരിമാറ്റി. പിന്നെ അവന്റെ നഗ്നശരീരത്തിനു മീതെ കയറി. തന്റെ ശരീരം ഇറുകിപ്പൊട്ടുന്നതുപോലെ അവനു തോന്നി വൈകാതെ അവന്റെ പ്രജ്ഞ നഷ്ടപ്പെട്ടു.

ബോധം വന്നപ്പോൾ ശരീരമാകെ വല്ലാത്ത വേദന തോന്നി, അതിലേറെ മനസ്സിനും. അറബി വസ്ത്രങ്ങളെടുത്ത് അവന്റെ നേർക്കെറിഞ്ഞു. പിന്നെ പുറത്തേക്കുള്ള വാതിൽ ചൂണ്ടിക്കാണിച്ചുകൊണ്ട് ഉറക്കെ പുലമ്പി.

അവൻ വസ്ത്രം ധരിച്ചശേഷം വേച്ചുവേച്ച് പുറത്തേക്കിറങ്ങി. നാസറും അയാളുടെ അളിയൻ ഷിഹാബും ചേർന്നു പുരുഷവേശ്യയാക്കാനാണ് തന്നെയും ലല്ലുവിനെയും ദുബായിലെത്തിച്ചതെന്നെ

ചിന്ത ചെമ്പന്റെ മനസ്സിനെ വല്ലാതെ മഥിച്ചു. രോഷവും വേദനയും നിരാശയും ഒക്കെച്ചേർന്ന് വല്ലാത്ത വീർപ്പുമുട്ടൽ.

അൽപ്പസമയം കഴിഞ്ഞപ്പോൾ അവനെ ഫ്ളാറ്റിനു മുന്നിലിറക്കിയ വാൻ മടങ്ങിവന്നു. ചെമ്പൻ അതിൽ കയറി. മറ്റുള്ളവരും അതിൽ കയറിയിരുന്നു. ലല്ലു മദ്യപിച്ചു ലക്കുകെട്ട അവസ്ഥയിൽ മയങ്ങുകയായിരുന്നു.

ആണും പെണ്ണും കെട്ടവൻ അവനോടു ചേർന്നിരുന്നുകൊണ്ട് ചെവിയിൽ അടക്കം പറഞ്ഞു. “ഫസ്റ്റ് നൈറ്റ് എങ്ങനെയുണ്ടായിരുന്നു ചെക്കാ?”

അതവന് സഹിക്കാൻ കഴിഞ്ഞില്ല. ചെമ്പൻ അവന്റെ കഴുത്തിൽ കുത്തിപ്പിടിച്ചുകൊണ്ട് പറഞ്ഞു. “എടാ പന്നീ, നിന്നെപ്പോലെ നപുംസകമല്ല ഞാൻ.”

കൈ തട്ടി മാറ്റിയ ശേഷം അവൻ പറഞ്ഞു, “എടാ ചെക്കാ, ഞാനും നപുംസകമല്ല, പേര് സുനി, ശരിക്കും ഒരു പുരുഷൻ, ഇതൊക്കെ വെറും ഷോയാ, നിന്നെപ്പോലെതന്നെ തെറ്റിദ്ധരിപ്പിച്ച് കൊണ്ടുവന്നു. കെട്ടിടം പണിക്കെന്നാ പറഞ്ഞത്. നാട്ടിൽ വലിയൊരു കുടുംബമുണ്ട്. അച്ഛൻ ശരീരം തളർന്നു കിടക്കുകയാ, അമ്മ നേരത്തെ മരിച്ചു. ഭാര്യയും മൂന്നു മക്കളുമുണ്ടെനിക്ക്, പോരാഞ്ഞിട്ട് മന്ദബുദ്ധിയായ ഒരു സഹോദരനും. എല്ലാവരേയും പോറ്റാൻ ഞാൻ പണിയെടുത്ത് അയയ്ക്കുന്ന പണമേയുള്ളൂ. അതുകൊണ്ട്, കിട്ടിയ ജോലി, അതെത്ര വൃത്തികെട്ടതായാലും ചെയ്യുന്നു. അത്രതന്നെ.”

ചെമ്പന് ഒരു നിമിഷം സുനിയോടു സഹതാപം തോന്നി.

അറബിയുടെ പെർഫ്യൂമിന്റെ അരോചകമായ ഗന്ധം അവന്റെ ശരീരത്തിൽ നിന്ന് വിട്ടുമാറിയിരുന്നില്ല. ലല്ലു ഇടയ്ക്കിടെ “ബേട്ടീ ചൂത്” എന്നു പുലമ്പുന്നുണ്ടായിരുന്നു.

ഇരുപത്തിരണ്ട്

തോളിൽ ആരോ ശക്തമായി തട്ടിയതിന്റെ വേദനയിൽ ആൽബി ഞെട്ടിയുണർന്നു. കണ്ണ് തുറന്നപ്പോൾ മുന്നിൽ ഭീതിയുണർത്തുന്ന ഒരു രൂപം. ഘാട്ടിൽ കത്തിയെരിയുന്ന ശവത്തിന്റെ വെളിച്ചത്തിൽ ജടാധാരിയായ ആ രൂപം വ്യക്തമായി. നഗ്നമായ ശരീരം നിറയെ ചാരം പൂശിയിരിക്കുന്നു. വലതുകൈയിൽ എന്തോ പിടിച്ചിട്ടുണ്ട്. ഇടതുകൈയിൽ പിടിച്ചിരുന്ന ചിഞ്ചിലം വായിൽ തിരുകി അയാൾ പുക പുറത്തേക്കു വിട്ടു. കഞ്ചാവിന്റെ രൂക്ഷഗന്ധം ആൽബിയുടെ മൂക്കിനുള്ളിലേക്ക് കയറി.

ഓം ഹ്രീം...

ഹന ഹന

ദഹ ദഹ

പച പച

ഗൃഹാണ് ഗൃഹാണ്

മരായ മരായ...

ആ രൂപം ഉറക്കെച്ചൊല്ലി. പിന്നെ ചാടിയെണീറ്റ് താണ്ഡവം നടത്തി. ആൽബി വല്ലാത്ത ഭീതിയോടെ ജടാധാരിയെ നോക്കിയിരുന്നു.

ശവത്തിൽ നിന്ന് ഉതിർന്നു കിടന്ന ചാരം അയാൾ ശരീരമാകെ വാരിപ്പൂശി. പിന്നെ പകുതിവെന്ത ശവശരീരത്തിന്റെ കാലിന്റെ ഒരു ഭാഗം വേർപ്പെടുത്തിയെടുത്തു. അതു കടിച്ചുവലിച്ചുകൊണ്ട് ജടാധാരി ആൽബിയുടെ നേർക്കോടിയടുത്തു.

ശവമെരിക്കുന്നയാൾ ജടാധാരിയെ ഭീതിയോടെ നോക്കിക്കൊണ്ടു മാറിനിൽപ്പുണ്ടായിരുന്നു. ജടാധാരി ശവക്കഷ്ണം ആൽബിയുടെ നേർക്കു നീട്ടി. അവൻ പേടിച്ച് എണീറ്റോടാൻ നോക്കി.

"അരേ ജൽദി ഭാഗ്ജാ" ദഹിപ്പിക്കുന്നയാൾ അവനോടു വിളിച്ചു പറഞ്ഞു. പക്ഷേ, ജടാധാരി അവനെ ഓടാൻ അനുവദിച്ചില്ല. അയാൾ അവനെ ബലമായി പിടിച്ചു. കാരിരുമ്പിന്റെ കരുത്തായിരുന്നു അയാൾക്ക്. അയാൾ ചിഞ്ചിലം അവന്റെ വായിലേക്ക് തിരുകി, പിന്നെ അവനോട് അതു വലിക്കാൻ ആവശ്യപ്പെട്ടു. ശ്വാസംമുട്ടൽ സഹിക്കാനാവാതെ ആൽബി പുക ഉള്ളിലേക്കെടുത്തു. തല നല്ല വേഗത്തിൽ ചുറ്റിക്കറങ്ങുംപോലെ അവന് അനുഭവപ്പെട്ടു, പിന്നെ പ്രജ്ഞയും നഷ്ടമായി.

ഉണരുമ്പോൾ ചുറ്റും വല്ലാത്ത നിശ്ശബ്ദത. താൻ ഘാട്ടിലല്ലെന്ന് ആൽബിക്കു ബോധ്യമായി. പാറക്കെട്ടുകളും കുറ്റികാടുകളുമൊക്കെ നിറഞ്ഞ ഒരു സ്ഥലമായിരുന്നു അത്. നഗ്നരായ കുറെ സാധുക്കൾ അവിടെ ഇരിപ്പുണ്ടായിരുന്നു. മറ്റു കുറേപ്പേർ അവർക്കുചുറ്റും ഇരിപ്പുണ്ട്. പുതുതായി സന്ന്യാസ ദീക്ഷ സ്വീകരിച്ചവരാണ് അവരെന്ന് ആൽബിക്കു തോന്നി.

അവന്റെ തൊണ്ട വല്ലാതെ വറ്റിവരണ്ടിരിക്കുകയായിരുന്നു. വെള്ളത്തിനായി പരതിയെങ്കിലും കണ്ടില്ല.

പ്രായമുള്ള ഒരു സാധു അവന്റെ അടുത്തെത്തി, തോളിൽ തട്ടിക്കൊണ്ടു ചോദിച്ചു. "മലയാളിയാണോ?" അതുകേട്ടപ്പോൾ ആൽബിക്ക് അൽപ്പം ആശ്വാസമായി.

അയാൾ തുടർന്നു- "ഞാനും ഇവിടെ പുതിയയാളാണ്, സന്ന്യാസിയാകാമെന്നു കരുതി വന്നതാ, കുറെനാൾ ഹരിദ്വാറിൽ അലഞ്ഞു

നടന്നു, ഒടുവിൽ ഈ അഘോരികളുടെ കൂട്ടത്തിലെത്തി. ഇപ്പോൾ സന്ന്യാസികളെ സേവിക്കലാണ് പണി. ആത്മീയമാർഗമന്വേഷിച്ച് വന്നതാ.''

മനോഹരനെന്നായിരുന്നു അയാളുടെ പേര്. മുഖത്ത് സമ്പൂർണ മ്ലാനഭാവം.

''സ്വാമി ഇവിടെ എത്രനാളായി?'' ആൽബി ചോദിച്ചു.

''എന്നെ സ്വാമിയെന്നൊന്നും വിളിക്കേണ്ട, ഇപ്പോൾ ട്രെയിനിയാ ഞാൻ. സ്വാമിയാവാൻ ഇനിയും ബഹുദൂരം മുന്നോട്ടു പോകണം. പത്തിരുപതു വർഷമെങ്കിലുമെടുക്കും, മഹാപുരുഷ്, അവധൂത്, നാഗാ എന്നിങ്ങനെ പലതട്ടുകളുണ്ട്.''

അയാൾ ഒരു മൺകുടത്തിൽനിന്ന് വെള്ളം പകർന്ന് അവനു നൽകി. ആൽബി അത് ആർത്തിയോടെ കുടിച്ചു, പിന്നെ അയാൾ നൽകിയ പകുതി അഴുകിയ വാഴപ്പഴം കഴിച്ചു.

''നിന്നെ ഇവിടേക്കു കൂട്ടിക്കൊണ്ടു വന്നത് അവധൂത സ്ഥാനത്തെത്തിയ ഒരു സാധുവാ, അവധൂത് രാംദേവ് ഗിരിജി - അയാൾക്കു നിന്നോടെന്തോ മമത തോന്നിയിരിക്കുന്നു.'' മനോഹരൻ പറഞ്ഞു.

''നിങ്ങൾക്ക് നല്ല ആശ്രമങ്ങളിലേതിലെങ്കിലും പൊയ്ക്കൂടായിരുന്നോ?'' ആൽബി അയാളോടു ചോദിച്ചു.

മനോഹരൻ കുറച്ചു നേരത്തേക്കു നിശബ്ദനായിരുന്നു. അയാളുടെ മുഖത്തു വല്ലാത്ത വിങ്ങൽ പ്രകടമായിരുന്നു.

''ഞാൻ തികച്ചും അസ്വസ്ഥനായാണ് ഇവിടെയെത്തുന്നത്. ആത്മഹത്യയ്ക്കാണ് ആദ്യം ശ്രമിച്ചത്. പിന്നെ ഭ്രാന്തു പിടിച്ചു. ആരോ ആശുപത്രിയിലാക്കി. രോഗം മാറിയതും ഇവിടെയെത്തി, പിന്നെ ഈ ആശ്രമത്തിലായി, ശിവ് ശംഭോ, ശംഭോ മഹാദേവാ.......''

ആൽബി കൂടുതലൊന്നും അയാളോടു ചോദിച്ചില്ല. രണ്ടു ദിവസം കഴിഞ്ഞ് മനോഹരൻ തന്റെ കഥ ആൽബിയോടു വിവരിച്ചു.

പഞ്ചായത്തുവകുപ്പിലെ ജീവനക്കാരനായിരുന്നു അയാൾ, എറണാകുളത്തെ ഒരു ഗ്രാമത്തിൽ ജനിച്ച സാധാരണ മനുഷ്യൻ. സീനിയർ സൂപ്രണ്ടായി റിട്ടയറാകുംവരെ വളരെ ലളിതമായി ജീവിതം. മുണ്ടേ ധരിക്കുകയുള്ളൂ. ഭാര്യ വീട്ടമ്മയായിരുന്നു. മക്കൾ രണ്ടുപേർ, ഒരാണും പെണ്ണും.

വലിയ മോടിയൊന്നും ഇല്ലെങ്കിലും അല്ലലില്ലാത്ത ജീവിതമായിരുന്നൂ മനോഹരന്റേയും കുടുംബത്തിന്റെയും. പക്ഷേ അതൊക്ക മാറിമറിഞ്ഞു. റിട്ടയർമെന്റിനു മുമ്പുതന്നെ മനോഹരൻ കൊച്ചിയിലൊരു ഫ്ളാറ്റ് വാങ്ങി. ഭാര്യ ശോഭയുടെ ദീർഘകാലത്തെ ആഗ്രഹമായിരുന്നു അത്. അതുകൊണ്ട് ലോണെടുത്ത് ഫ്ളാറ്റ് വാങ്ങി.

മദ്യപാനമൊന്നുമില്ലാത്ത ആളായിരുന്ന മനോഹരൻ, പൊടിവലി മാത്രം ചെറുപ്പത്തിലേ ഒപ്പം കൂടി. അതുവലിയ ചെലവുള്ള കാര്യവുമായിരുന്നില്ല.

റിട്ടയറായി അഞ്ചു വർഷത്തിനുള്ളിൽ രണ്ടുമക്കൾക്കും ജോലിയായി; മകനു ബാംഗ്ലൂരിലും മകൾക്കു കൊച്ചിയിലും. ജീവിതം കൂടുതൽ ലക്ഷ്വറിയായിത്തുടങ്ങി. ഫ്രിഡ്ജ്, എയർകണ്ടീഷൻ എന്നിങ്ങനെ ഓരോന്നായി എത്തി.

പക്ഷേ, മനോഹരൻ പഴയ മനോഹരനായിത്തന്നെ തുടർന്നു. മുണ്ടുടുത്തു കാലൻകുടയുമായി നടക്കുന്ന അച്ഛനെ മക്കൾക്ക് ആക്ഷേപമായിത്തുടങ്ങി.

എന്നാൽ മനോഹരന്റെ ഭാര്യ പെട്ടെന്നുതന്നെ മോഡേണായി. മുടിയൊക്കെ മുറിച്ച് പരിഷ്കാരിയായി, ചുരിദാർ ധരിച്ചു, നടപ്പിലും പെരുമാറ്റത്തിലും സ്റ്റൈലൊക്കെ വന്നു. അവർക്ക് മനോഹരന്റെ രീതികൾ ആക്ഷേപമായിത്തുടങ്ങി.

മകനാണ് ആദ്യം പ്രതികരിച്ചത്. ''അച്ഛാ, ഈ മുണ്ടൊക്കെ മാറ്റി പാന്റ്സിട്, ഫ്ളാറ്റിലെ ആൾക്കാരൊക്കെ പുച്ഛത്തോടെയാ അച്ഛനെ നോക്കുന്നേ, നാണക്കേട്.''

മകൾക്കാകട്ടെ, അച്ഛന്റെ കൺട്രി സ്റ്റൈലിനോടും മൂക്കുപൊടി ശീലത്തോടുമായിരുന്നു ആക്ഷേപം.

ഭാര്യ മക്കളുടെ വാദങ്ങൾ ശരിവച്ചു. ''മനുഷ്യാ, മക്കളുടെ സ്റ്റാറ്റസ്സിനൊത്തു നിങ്ങൾക്കു ജീവിച്ചാലെന്താ? പള പളാ തിളങ്ങുന്ന കഷണ്ടിത്തലയും കാണിച്ച്... ഓരോ വയസ്സന്മാർ വിഗ്ഗും വച്ച് ടീഷർട്ടുമിട്ട് ചെത്തി നടക്കുന്നു. നിങ്ങളെപ്പോലെ കേടുകെട്ടു നടക്കുന്നവർ ആരുമില്ല.''

പക്ഷേ, അതൊന്നും മനോഹരൻ കൂട്ടാക്കിയില്ല. പഴയപോലെ തന്നെ നടന്നു. ഭാര്യ എ.സി. മുറിയിൽ കിടക്കുമ്പോൾ മനോഹരൻ പുറത്തു പായ വിരിച്ചുകിടക്കും. ടേപ്പ് റെക്കോർഡറിൽ പാട്ടിട്ട് ഇടതടവില്ലാതെ കേൾക്കുന്നതു ശീലമാക്കിയ ഭാര്യ എല്ലാനേരവും ആഹാരം വയ്ക്കാതായി. മിക്കപ്പോഴും അടുത്തുള്ള ഹോട്ടലിൽ നിന്ന് പെറോട്ടയോ ഒപ്പം ചിക്കൻ കറിയോ ഫ്രൈയോ ഒക്കെ വരുത്തും. ഇതൊന്നും മനോഹരനു പറ്റുമായിരുന്നില്ല.

നിവൃത്തിയില്ലാതെ വന്നപ്പോൾ അയാൾ ചോറും കറിയും ഉണ്ടാക്കാൻ തുടങ്ങി. വൈകിട്ടത്തെ ആഹാരം ഫ്ളാറ്റിനടുത്തുള്ള ജാനകിയുടെ തട്ടുകടയിൽ നിന്നാക്കി. തട്ടുദോശയും രസവടയുമായിരുന്നു അവിടത്തെ വിഭവങ്ങൾ, അതാസ്വദിച്ചു കഴിക്കും.

തട്ടുകടയിൽ സ്ഥിരമായി വരുന്ന തൊഴിലാളികളോട് വെടിവട്ടം പറഞ്ഞിരിക്കും.

ജാനകിയുടെ മാറിൽനിന്ന് സ്നേഹം ഉറഞ്ഞു തുളുമ്പി വിയർപ്പായി വീണു കുതിർന്ന രസവടയിൽ അയാൾ ഗൃഹാതുരത്വം കണ്ടെത്തി.

ഒരു ദിവസം കൂട്ടുകാരൊത്ത് നഗരം ചുറ്റിനടന്ന ഐ.ടി. പ്രൊഫഷണലായ മകൾ തന്റെ അച്ഛൻ തട്ടുകടയിലിരുന്ന് ദോശ കഴിക്കുന്നതു കണ്ടു.

അതൊരു സംഘർഷത്തിന്റെ തുടക്കമായിരുന്നു. അവൾ അച്ഛനെ ശക്തമായി താക്കീതു ചെയ്തെങ്കിലും അയാളതു വകവച്ചില്ല. ജീവിതത്തിൽ ശേഷിക്കുന്ന ചെറിയ സന്തോഷങ്ങൾ മനോഹരന് ഏറെ വിലപ്പെട്ടതായിരുന്നു. ഭാര്യയുടെ കാർക്കശ്യത്തിനും അയാൾ വഴങ്ങിയില്ല.

മകൾ മകനെ ഇക്കാര്യമറിയിച്ചു. അയാൾ ബാംഗ്ലൂരിൽ നിന്നെത്തി അച്ഛനെ താക്കീതു ചെയ്തു. സ്റ്റാറ്റസ്സിനു യോജിച്ച ഹോട്ടലിൽ നിന്ന് കഴിച്ചാൽ മതിയെന്നായിരുന്ന അയാളുടെ നിർദേശം. ഒരു ദിവസം മകൻ എല്ലാവരെയും കൂട്ടി ഒരു മുന്തിയ ഹോട്ടലിൽ കയറി. പക്ഷേ അവിടത്തെ പത്രാസ്സൊന്നും മനോഹരന് ഇഷ്ടപ്പെട്ടില്ല. അയാൾ ഒന്നും കഴിക്കുകപോലും ചെയ്തില്ല.

മകൻ മടങ്ങിയപ്പോൾ അയാൾ തട്ടുകടശീലം വീണ്ടും തുടങ്ങി. ഇതിനിടെ മനോഹരന്റെ ഭാര്യ ക്ലബ്ബിൽ വ്യാപരിക്കാൻ തുടങ്ങി. മധ്യവയസ്കനായ ഒരു പുരുഷനുമായി അവർ ചങ്ങാത്തമാരംഭിച്ചു. മുടിയൊക്കെ കറുപ്പിച്ച് ജീൻസും ടീഷർട്ടുമൊക്കെ ധരിച്ചു നടക്കുന്ന ഒരു അഴകിയ രാവണൻ.

മക്കൾ അമ്മയുടെ ശൃംഗാരലീലകൾ കണ്ടുപിടിച്ചെങ്കിലും അതിനെതിരെ പ്രതികരിച്ചില്ല. ഒടുവിൽ ബോയ് ഫ്രണ്ട് ഇടയ്ക്കിടെ വീട് സന്ദർശിക്കാൻ തുടങ്ങി. മനോഹരനെ വകവയ്ക്കാതെ ഭാര്യയും മക്കളും അയാളെ സ്വീകരിച്ചു.

ഭാര്യ തന്റെ മുന്നിൽവച്ച് മറ്റൊരാളുമായി സൊള്ളുന്നത് മനോഹരനു സഹിച്ചില്ല. പക്ഷേ അയാളുടെ എതിർപ്പ് ആരും വകവച്ചില്ല.

ക്രമേണ മനോഹരന്റെ തട്ടുകടശീലത്തിനും സായാഹ്നസവാരിക്കുമൊക്കെ മക്കൾ കർശനമായ നിയന്ത്രണമേർപ്പെടുത്തി. ഒടുവിൽ അയാൾ മാനസികമായി തളർന്നു. വൈകാതെ നൈരാശ്യരോഗം അയാളെ ബാധിച്ചു. ഫ്ളാറ്റിലെ അടുക്കളയ്ക്കു പിന്നിലുള്ള ചെറിയ മുറിയിൽ, ജനാല പോലും തുറക്കാതെ പല്ലികളുടെ ചിലപ്പും കേട്ട് അയാൾ കഴിഞ്ഞു. അവയോടു മാത്രം അയാൾ സംസാരിച്ചു. പുറത്തെ ലോകം അയാളെ ഭയപ്പെടുത്തി. വീട്ടുകാർ അതു സൗകര്യമായി കരുതി. ആഹാരം കതകിനടുത്തു വച്ച് മുട്ടിയശേഷം പോകും, അതു തന്നെ.

അങ്ങനെയിരിക്കെ ഒരു ദിവസം മനോഹരന്റെ ഒരു പഴയ സുഹൃത്ത് വീട്ടിലെത്തി. കഥയെല്ലാം മനസ്സിലാക്കിയ അയാൾ മനോഹരനെ നിർബന്ധിച്ച് ഒപ്പം കൊണ്ടുപോയി. ശല്യം ഒഴിയട്ടെയെന്നു വീട്ടുകാരും കരുതി. പരമേശ്വരൻ എന്നായിരുന്നു സുഹൃത്തിന്റെ പേര്. അയാൾ വിഭാര്യനായിരുന്നു. മക്കളൊക്കെ പുറത്തായതിനാൽ ഒറ്റയ്ക്കായിരുന്നു താമസം. പരമേശ്വരൻ മനോഹരനെ ഒപ്പം താമസിപ്പിച്ചു, ചികിത്സിപ്പിച്ചു. നൈരാശ്യത്തിൽ നിന്ന് അയാൾ മുക്തിനേടി.

ഒടുവിൽ പരമേശ്വരൻ മരിച്ചപ്പോൾ മനോഹരൻ ഒറ്റപ്പെടൽ വീണ്ടുമനുഭവിച്ചു. ആത്മാന്വേഷണത്തിനായി ശിഷ്ടജീവിതം മാറ്റിവയ്ക്കാമെന്നു മനോഹരൻ തീരുമാനിച്ചു. അങ്ങനെയാണ് ഒടുവിൽ ഹരിദ്വാറിലെത്തുന്നത്.

ഇരുപത്തിമൂന്ന്

വനം ഭദ്രകാളിക്ഷേത്രത്തിലെ ഉത്സവത്തിന്റെ അന്നാണ് വേലു ഗുങ്കയെ വിവാഹം കഴിച്ചത്. ഗുങ്ക സുന്ദരിയായിരുന്നു. ഊരിലെ ചെക്കന്മാർ അച്ഛനമ്മമാരെ ഭയന്ന് അവളെ കെട്ടാൻ മടിച്ചെങ്കിലും ആരും കാണാത്തപ്പോൾ ഗുങ്കയുടെ പുറകെ നടക്കാത്തവരില്ലായിരുന്നു.

കല്യാണദിവസം തന്നെ വേലു അവളെയും കൂട്ടി ഉത്സവസ്ഥലത്തു പോയി. ചെക്കന്മാരൊക്കെ അവളെ നോക്കി വെള്ളമിറക്കുന്നുണ്ടായിരുന്നു. ചിലരൊക്കെ കമന്റടിക്കുകയും ചെയ്തു. 'കറുമ്പൻ ചെക്കന്റെ ഭാഗ്യമെന്നു' ചിലർ കമന്റടിച്ചപ്പോൾ 'പിഴച്ചവളുടെ മോളെ കെട്ടിയവനെന്നായിരുന്നു' മറ്റു ചിലരുടെ കമന്റ്. പക്ഷേ, വേലു അതൊന്നും വകവച്ചില്ല. ഗുങ്കയുടെ കൈ പിടിച്ചു ഞെളിഞ്ഞു നടന്നു. അവളുടെ വെളുത്ത മൃദുവായ കൈവിരലുകൾ ഞെരടിക്കൊണ്ട് ഉത്സവക്കാഴ്ചകൾ കണ്ടു. പല നിറത്തിലുള്ള കുപ്പിവളകളും പൊട്ടും പൗഡറുമൊക്കെ അവനവൾക്കു വാങ്ങി നൽകി. കൊളുന്ത് വാങ്ങി അവളുടെ മുടിയിൽ തിരുകി. അന്നവൻ ചാരായം കുടിച്ചതേയില്ല, അതിനേക്കാൾ വലിയ ലഹരിയിലായിരുന്നു മനസ്സ്.

രാത്രി വൈകിയാണ് അവർ കുടിയിൽ തിരിച്ചെത്തിയത്. രങ്കമ്മയും ഒപ്പമുണ്ടായിരുന്നു. കുടിയിലെത്തിയ ഉടൻ ഗുങ്കയുടെ കൈപിടിച്ച് വേലുവിന്റെ കൈയിൽവച്ച് അമർത്തിക്കൊണ്ട് രങ്കമ്മ പറഞ്ഞു. ''മാപ്പളൈ, എത്ത് പ്ളെള ഏമാത്തക്കൂടാത്.''

ഗുങ്കയെ ഒരിക്കലും വഞ്ചിക്കില്ലെന്ന് വേലു ഉറപ്പുനൽകി. ഉത്സവ

സ്ഥലത്തുനിന്ന് വാങ്ങിയ പെറൊട്ടയും പോത്തിറച്ചിയും മൂന്നു പേരും കഴിച്ചു.

പിന്നെ കുടിയിലെ രണ്ട് മുറികളിലൊന്നിൽ ഗുങ്കയെയും വേലുവിനെയും കയറ്റിയശേഷം രങ്കമ്മ അടുത്ത മുറിയിലേക്കു പോയി. നിലത്തു വിരിച്ച പനമ്പായിൽ ഗുങ്ക വേലുവിനെ കെട്ടിപ്പിടിച്ചു കിടന്നു. ആടുകളുടെ കാഷ്ഠത്തിന്റെയും ഗോമൂത്രത്തിന്റെയും കൊളുന്തിന്റെയും സമ്മിശ്രഗന്ധമായിരുന്നു ചുറ്റും.

"പെണ്ണേ" വേലു സ്നേഹത്തോടെ അവളെ വിളിച്ചു. പിന്നെ മണക്കുന്ന പൗഡർ പൂശിയ കവിളിൽ ചുംബിച്ചു.

"എനാക്ക് ക്യേ" (എനിക്കു പേടി) എന്നു ഗുങ്ക പറഞ്ഞു.

ചാരായം മോന്തി ബോധംകെട്ടു കിടക്കുന്ന അടുത്ത കുടിയിലെ ശശിയുടെ റേഡിയോയിൽ നിന്ന് ഒരു പാതിരാപ്പാട്ട് കേൾക്കുന്നുണ്ടായിരുന്നു. ജനാലയിലൂടെ നുഴഞ്ഞുകയറിയ കാറ്റ് അവരുടെ ദേഹത്ത് ഇക്കിളികൂട്ടി. പാതിരാപ്പാട്ടിന്റെ വരികൾ വേലു ഗുങ്കയുടെ ചെവിയിൽ മന്ത്രിച്ചു.

"നിനൈവോ ഒരു പറവൈ, വിരിക്കും

അതിൻ ശിറകൈ...

റോജാക്കളിൽ പന്നീർത്തുള്ളി വിഴികിൺട്രതേൻ"

ഗുങ്ക അതുകേട്ടു നാണത്തോടെ ചിരിച്ചു. വേലു അവളെ വാരിപ്പുണർന്നു. അന്നുവരെ അനുഭവിക്കാത്ത സ്നേഹവും സുഖവും അവൻ അനുഭവിച്ചു. ആരോരുമില്ലാതിരുന്ന തന്റെ ജീവിതത്തിന് ഇതുവരെയില്ലാത്ത ഒരു അർത്ഥം വന്നതായി അവനു തോന്നി.

പിറ്റേന്നു വൈകിയാണ് വേലു ഉണർന്നത്. ഗുങ്ക അവനു ചക്കരക്കാപ്പി കുടിക്കാൻ നൽകി "എത്തനി മണി?" അവൻ ചോദിച്ചു.

"പത്തുമണി"യെന്ന് ഗുങ്ക മറുപടി പറഞ്ഞു.

അന്നു ജോലിക്കു പോകാൻ വേലുവിനു താൽപ്പര്യമുണ്ടായിരുന്നില്ല. മനസ്സിലാമനസ്സോടെ അവൻ എണീറ്റ് പ്രഭാതകൃത്യങ്ങൾ കഴിച്ചു. പിന്നെ ഗുങ്ക നൽകിയ കഞ്ഞി കുടിച്ചശേഷം പുറത്തിറങ്ങി. വീടിനു മുന്നിലെ വഴിയിൽ അയൽക്കാരനായ ശശി തുണിയില്ലാതെ കിടന്നുറങ്ങുന്നുണ്ടായിരുന്നു. ബാറ്ററി തീരാറായ അയാളുടെ റേഡിയോ വികലമായി പാടുന്നുണ്ടായിരുന്നു. തനിക്ക് യാത്ര പറയാൻ പുറത്തിറങ്ങിയ ഗുങ്കയോട് അവൻ അകത്തുകയറി കതകടയ്ക്കാൻ ആവശ്യപ്പെട്ടു. പിന്നെ വീടിനു മുന്നിലെ അയയിൽ കിടന്ന ഒരു ലുങ്കിയെടുത്ത് ശശിയുടെ നഗ്നശരീരത്തിൽ ചുറ്റി അവനെ എണീപ്പിച്ച് വിട്ടു.

ഒരു കൗണ്ടറുടെ ആടുമേയ്ക്കലായിരുന്ന വേലുവിന്റെ അപ്പോഴത്തെ പണി. അന്നും ആടുകളെ കൂട്ടി അവൻ മലകയറി. ഗുങ്ക ഒരു

പാത്രം കഞ്ഞിയുണ്ടാക്കി അവനു കൊടുത്തിരുന്നു. അവൻ അതിൽ നിന്ന് ഒന്നോ രണ്ടോ കവിൾ ഇടയ്ക്കിടെ അകത്താക്കി. മേയ്ക്ക ലിനിടെ ഗുങ്കയെക്കുറിച്ചുള്ള ചിന്തയായിരുന്നു അവന്റെ മനസ്സു നിറയെ. അവളെ വെയിൽ കൊള്ളുന്ന ഒരു പണിക്കും വിടേണ്ടെന്ന് അവൻ കരുതി. അവളെ അങ്ങനെ ആരും കാണേണ്ടെന്നും വെയി ലേറ്റ് അവളുടെ ശരീരം കറുക്കേണ്ടെന്നുമായിരുന്നു അവന്റെ ചിന്ത. ഊരിലെ ചെക്കൻമാരോ കൗണ്ടർമാരോ ഒന്നും ഗുങ്കയെ നോക്കു ന്നത് അവനു സഹിക്കാൻ പറ്റുമായിരുന്നില്ല. അടുത്തായാഴ്ച അവൻ ഒരു ചെറിയ ടേപ്പ് റെക്കോഡർ വാങ്ങി. രങ്കമ്മ കല്യാണത്തിനു നൽകിയ പരിയ പണം അവന്റെ കൈയ്യിലുണ്ടായിരുന്നു, തികയാതെ വന്നത് കൗണ്ടറിൽനിന്ന് കടംവാങ്ങി.

കല്യാണം കഴിഞ്ഞ് മൂന്നാം മാസം ഗുങ്ക ഗർഭിണിയായി. വേലു കൂടുതൽ അദ്ധ്വാനിച്ചു. ആടിനെ മേച്ചും കാട് കയറി തേനെടുത്തും കൂലിപ്പണി ചെയ്തുമൊക്കെ പണമുണ്ടാക്കി. പഴകിയ കൂര പുതുക്കി പണിതു. ഗുങ്കയ്ക്കും പിറക്കാൻ പോകുന്ന കുഞ്ഞിനുമൊപ്പം സന്തോഷ കരമായ ഒരു ജീവിതം അവൻ വല്ലാതെ ആഗ്രഹിച്ചു.

ഇരുപത്തിനാല്

ചെമ്പന്റെ ജീവിതം വല്ലാത്തൊരു അവസ്ഥയിലായി. തന്നെ എങ്ങനെ യെങ്കിലും തിരികെവിടണമെന്ന് അവൻ ഷിഹാബിനോടു പലവട്ടം അപേക്ഷിച്ചെങ്കിലും അയാൾ ചെവിക്കൊണ്ടില്ല. മറ്റെന്തെങ്കിലും ജോലി തരണമെന്ന് ആവശ്യപ്പെട്ടപ്പോൾ അയാളതു പുച്ഛിച്ചു തള്ളി.

ഷെഡ്ഡിലെ താമസം നൂൽപ്പുട്ടുകമ്പനിയിലേതിനെക്കാൾ കഷ്ട മായിരുന്നു. രാവും പകലും താങ്ങാൻ വയ്യാത്ത ചൂട്. കടുത്ത വേനൽ ക്കാലമായിരുന്നു അത്.

മിക്ക ദിവസവും ഷിഹാബിന്റെ ആൾക്കാർ വണ്ടിയുമായെത്തി അവരെ കൂട്ടിക്കൊണ്ടുപോകും. തടയാൻ ശ്രമിച്ചാൽ ക്രൂരമർദ്ദന മായിരുന്നു ഫലം. വറചട്ടിയിൽ പെട്ട പുഴുവാണ് താനെന്ന് ചെമ്പനു തോന്നി. തന്നെ കൂർത്ത സൂചി ഉപയോഗിച്ച് കുത്തിനോവിച്ചു രസി ക്കുകയാണ് അവർ. ഓരോ ദിവസവും പലതരം ലൈംഗികവൈകൃത ങ്ങൾക്കിരയായി ഒരു ജീവിതം.

ഇതിനകം ലല്ലുവിനു പുറമെ സുനിയും അവന്റെ സുഹൃത്തായി. തന്റെ ഉള്ളിലെ പുരുഷത്വം ക്രമേണ ചോരുകയാണെന്നും താനൊരു നപുംസകമായി മാറുകയാണെന്നും ചെമ്പൻ ഭയന്നു. ഷിഹാബും

കൂട്ടരും സെക്സിയായ അടിവസ്ത്രങ്ങളും പെർഫ്യൂമുമൊക്കെ നൽകി തങ്ങളുടെ വിൽപ്പനച്ചരക്കുകളുടെ മാർക്കറ്റ് വാല്യൂ കൂട്ടാൻ ശ്രദ്ധിച്ചു. കിട്ടുന്ന പണത്തിൽ ചെറിയൊരു പങ്കുമാത്രമാണ് അവർക്കു നൽകിയിരുന്നത്, ഭൂരിഭാഗവും ഷിഹാബ് തന്നെ തരപ്പെടുത്തി.

ആഴ്ചയിലൊരിക്കൽ ഒരാളെത്തി ക്യാമ്പിലുള്ളവർക്ക് ഇൻജക്ഷൻ നൽകും. രോഗബാധ തടയാനുള്ള കുത്തിവെപ്പാണെന്നാണ് ഷിഹാബ് അവരോടു പറഞ്ഞത്.

പക്ഷേ മാസം രണ്ടുകഴിഞ്ഞപ്പോൾ ചെമ്പന്റെ ശബ്ദത്തിന്റെ കനം നഷ്ടപ്പെടുന്നതായി തോന്നി. അവൻ കഫ്സിറപ്പ് വാങ്ങിക്കഴിച്ചു. ശബ്ദം വീണ്ടും നേർത്തു വരുന്നതായാണ് അനുഭവപ്പെട്ടത്. ലല്ലുവിന്റെ അനുഭവവും വേറിട്ടായിരുന്നില്ല. സ്ത്രൈണ ഹോർമോണിന്റെ ഇൻജക്ഷൻ പ്രവർത്തനം തുടങ്ങി.

വൈകാതെ തന്റെ നെഞ്ചിന്റെ രണ്ടു ഭാഗവും സ്തനങ്ങൾപോലെ വീർത്തുവരുന്നതായി ചെമ്പന് അനുഭവപ്പെട്ടു. മുഖരോമമൊക്കെ പൊഴിഞ്ഞു. വൃഷണങ്ങൾ ഉൾവലിഞ്ഞു. വൈകാതെ ശബ്ദം സ്ത്രീകളുടെതുപോലെയായി.

രാത്രി ആരും കാണാതെ ചെമ്പൻ പൊട്ടിക്കരഞ്ഞു. ക്യാമ്പിലെ പലരിലും ഈ മാറ്റം പ്രകടമായിരുന്നു.

ഷിഹാബിനോടു പരാതിപ്പെടാൻ അവർ ശ്രമിച്ചെങ്കിലും അയാൾ അതു കേൾക്കാൻപോലും കൂട്ടാക്കിയില്ല.

ലല്ലുവിന്റെ കാര്യമായിരുന്നു ഏറ്റവും കഷ്ടം. വെളുത്തു സുന്ദരനായിരുന്ന അവൻ രോമമൊക്കെ പൊഴിഞ്ഞ് ശരിക്കും സ്ത്രീയെപ്പോലെയായി. ഉള്ളിലെ പുരുഷത്വവും അനുവാദം കൂടാതെ ശരീരത്തിൽ കയറിക്കൂടിയ സ്ത്രീത്വവും തമ്മിലുള്ള സംഘർഷമായി മാറി അവരുടെ ജീവിതം. അതിനിടെ പലരും അവരുടെ ശരീരത്തെ ചവച്ചുതുപ്പി.

സുനി ഒരു ദിവസം ഷെഡ്ഡിനു പുറത്ത് ഒറ്റയ്ക്കിരുന്നു ഛർദ്ദിക്കുന്നതു ചെമ്പൻ കണ്ടു. അവൻ സുനിയുടെ മുതുക് തടവിക്കൊണ്ട് അടുത്തിരുന്നു. സുനിയുടെ കണ്ണുകൾ നിറഞ്ഞൊഴുകുന്നുണ്ടായിരുന്നു.

‘‘നാട്ടിൽ ഇനി എങ്ങനെ പോകുമെടാ ഞാൻ. ഭാര്യയ്ക്കു മുന്നിലെങ്കിലും പുരുഷനായി ഒരിക്കൽ കഴിയാമെന്നതായിരുന്നു ഏക പ്രതീക്ഷ. ഇനി അതുപറ്റില്ല. പെണ്ണിന്റെ രൂപത്തിൽ എന്നെ കാണുമ്പോൾ ഓൾക്ക് എന്താവും തോന്നുക?'' സുനി ഇത്രയും പറഞ്ഞുകൊണ്ട് നിലവിളിച്ചു കരഞ്ഞു.

''സാരമില്ല, ഒക്കെ എന്നെങ്കിലും മാറും. അല്ല നീ എന്താ ഇങ്ങനെ ഓക്കാനിക്കുന്നത്?'' ചെമ്പൻ ചോദിച്ചു.

നിരാശയും ദുഃഖവുമൊക്കെ ഇടകലർന്ന ശബ്ദത്തിൽ സുനി പറഞ്ഞു.

''നമ്മൾ പെണ്ണാവുകല്ലേടാ, അങ്ങനെ എനിക്ക് ഗർഭമുണ്ടായ തായിരിക്കും. ദിവസവും നാലഞ്ചു പേരല്ലേ കയറിയിറങ്ങുന്നത്, ഇന്നലെ ചൊറിപിടിച്ച ഒരുത്തൻ...''

ഇതുപറഞ്ഞ് സുനി വീണ്ടും ഛർദ്ദിച്ചു. ചെമ്പൻ ഷെഡ്ഡിനുള്ളിൽ നിന്ന് കുറച്ചു വെള്ളം പകർന്നെടുത്ത് അവനു നൽകി.

''ഇതല്ലെടാ എനിക്കു വേണ്ടത്, എല്ലാം മറക്കാനുള്ള വിഷമാ.'' സുനി പറഞ്ഞു.

ഷെഡ്ഡിനുള്ളിലുണ്ടായിരുന്ന മദ്യക്കുപ്പിയെടുത്ത് അടുപ്പു തുറന്നു വെള്ളം ചേർക്കാതെ അവൻ വിഴുങ്ങി.

അങ്ങനെ മാസങ്ങളോളം ആണും പെണ്ണും കെട്ട പുരുഷവേശ്യ കളായി അവർ ജീവിതം നയിച്ചു. പലരും അമിതമായി മദ്യപാനം തുടർന്നു. ലല്ലുപോലും മദ്യത്തിന് അടിപ്പെട്ടു. എന്നാൽ ചെമ്പൻ പിടിച്ചുനിന്നു. മദ്യത്തിൽ അഭയം തേടിയാൽ തന്റെ ജീവിതം ഇനിയും ദുരിതത്തിലാവുമെന്ന് അവനറിയാമായിരുന്നു.

ഇരുപത്തിയഞ്ച്

ഒരു ദിവസം വൈകിട്ട് നാലുമണിയോടെ ഊരിൽ ഒരു മുന്തിയ കാറ് വന്നു നിന്നു. ഊരിലുണ്ടായിരുന്നവരൊക്കെ കാറിനു ചുറ്റും കൂടി.

കാറിന്റെ പിൻസീറ്റിൽനിന്നിറങ്ങിയ മധ്യവയസ്കൻ റോസിയുടെ കുടി അന്വേഷിച്ചു. രങ്കമ്മയ്ക്കു റോസിയെന്ന ഇരട്ടപ്പേരുണ്ടെന്ന് അറിയാമായിരുന്ന അയൽക്കാരി മാതി അവരുടെ കുടി കാട്ടിക്കൊടുത്തു.

''എനിക്കു സ്വകാര്യമായി ഒന്നു സംസാരിക്കണം.''

രങ്കമ്മയെന്ന റോസിയോട് അയാൾ പറഞ്ഞു. അവൾ സമ്മതം പറയും മുമ്പ് അയാൾ വീടിനുള്ളിലേക്കു കയറി. പിന്നെ പ്രയാസ പ്പെട്ടു തറയിൽ ചടഞ്ഞിരുന്നു.

''ഞാൻ അഡ്വക്കേറ്റ് വാസവൻ, തൃശൂർ ഊരകത്തുനിന്ന് വരു കയാ, കുറെ തിരഞ്ഞ് പാടുപെട്ടാ നിങ്ങളെ കണ്ടെത്തിയത്.'' അയാൾ പറഞ്ഞു.

കാര്യം മനസ്സിലാക്കാതെ രങ്കമ്മയും ഗുങ്കയും അന്യോന്യം നോക്കി ക്കൊണ്ട് പകച്ചുനിന്നു. ''ജോളിച്ചനെ അറിയുമോ നിങ്ങ?''

അയാൾ ചോദിച്ചു. രങ്കമ്മയുടെ മനസ്സ് വല്ലാതെ മിടിച്ചു. തന്നെ കരിമ്പിൻചണ്ടിപോലെ ചവച്ചുതുപ്പി പൊടിതട്ടിപ്പോയ ആൾ. ആ രൂപം അവരുടെ മനസ്സിൽ നിന്ന് ഓക്കാനംപോലെ തികട്ടിവന്നു. ''നിങ്ങൾക്കെന്തു വേണം മനുഷ്യാ?'' അവൾ ദേഷ്യത്തോടെ ചോദിച്ചു.

അയാൾ അൽപ്പസമയത്തേക്ക് ഒന്നും പറഞ്ഞില്ല. പിന്നെ സ്വരം താഴ്ത്തി ഇങ്ങനെ സംസാരിച്ചു ''അങ്ങോര് ശരിക്കും അവശനായി, ഇനി അധികകാലമൊന്നും ജീവിക്കില്ല. നിങ്ങളെ ഒന്നു കാണണ മെന്നും അത് തന്റെ അവസാനത്തെ ആഗ്രഹമാണെന്നും പറഞ്ഞു''.

രങ്കമ്മയുടെ ശരീരം അടിമുടി തരിക്കുന്നതുപോലെ തോന്നി.

''എണീറ്റ് പോ മനുഷ്യാ വെക്കം.'' അവൾ കയർത്തു. പക്ഷേ അയാൾ അവിടെത്തന്നെ ഇരുന്നു. കുറെ സമയം കഴിഞ്ഞ് അയാൾ പറഞ്ഞു.

''അങ്ങോരുടെ സ്ഥിതി വളരെ കഷ്ടമാ, ഭാര്യ രണ്ടുവർഷം മുമ്പ് മരിച്ചു, മക്കളൊക്കെ പുറത്താ, ആരും അയാളെ തിരിഞ്ഞു നോക്കില്ല. ഇപ്പോൾ ശരീരമാകെ കാൻസർ വ്യാപിച്ചിരിക്കുകയാണ്. ചികിത്സ കൊണ്ടൊന്നും ഫലമില്ല. ഇന്നോ നാളെയോ എന്നു പറഞ്ഞു കിട ക്കുകയാ. നിങ്ങളെ ഒന്നു കണ്ടശേഷം മരിക്കണമെന്നാ...''

രങ്കമ്മ ഒന്നും മിണ്ടിയില്ല. കുറച്ചുസമയം കഴിഞ്ഞ് അയാൾ എണീറ്റു.

''ഞാൻ പോകുന്നില്ല, ഇവിടെ ഒരു മുറിയെടുത്തിട്ടുണ്ട്. നിങ്ങ ളെയും കൊണ്ടേ ചെല്ലാവൂ എന്നാ അയാൾ പറഞ്ഞിരിക്കുന്നത്. ഞാനയാളുടെ വക്കീലാ.''

ഇത്രയും പറഞ്ഞശേഷം അയാൾ പോയി. രങ്കമ്മയ്ക്ക് അന്ന് ഉറക്കമില്ലാത്ത രാത്രിയായിരുന്നു. പഴയ സംഭവങ്ങൾ ഒന്നൊന്നായി അവളുടെ മനസ്സിൽ കടന്നുവന്നു. തന്നെ പിച്ചിചീന്തിയ കാമഭ്രാന്തൻ, ചാകാറായപ്പോൾ കാണണമെന്ന്.

എന്നാൽ മനസ്സിൽ നിന്ന് മറ്റൊരു ശബ്ദം അവളെ ഇങ്ങനെ ഉപദേശിച്ചു ''എന്തായാലും അയാൾ കുറേക്കാലം ഉണ്ണാനുള്ള വക തന്നതല്ലേ, ചാകാൻ പോവുകയല്ലേ, അയാളെ പോയൊന്നു കണ്ടാ ലെന്താ.''

ഏതായാലും പിറ്റേന്നു രാവിലെ ഉറക്കമെണീറ്റ് വൈകാതെ രങ്കമ്മ മകളോട് താൻ പോകുന്ന വിവരം പറഞ്ഞു. വേലു ചങ്ങാതിമാർ ക്കൊപ്പം തേനെടുക്കാൻ കാട് കയറിയിരുന്നു. എട്ടുമണിയോടെ അവർ വാസവന്റെ കാറിൽ കയറി ഊരകത്തേക്കു തിരിച്ചു.

ഉച്ചകഴിഞ്ഞ് അവർ ഊരകത്തെത്തി. വലിയൊരു വീടിന്റെ മുന്നിൽ കാർ നിന്നു. വാസവൻ രങ്കമ്മയെ അകത്തേക്കു ക്ഷണിച്ചു.

അസ്ഥിപഞ്ജരംപോലെ കിടക്കുകയാണു ജോളിച്ചൻ. അവൾ കട്ടിലിനരുകിലിരുന്നു. അയാൾ വിറയ്ക്കുന്ന കൈപ്പത്തി ഉപയോഗിച്ച് അവളുടെ കൈപ്പത്തി പിടിച്ചു. ''റോസീ'' അയാൾ വിറയ്ക്കുന്ന ശബ്ദത്തിൽ വിളിച്ചു. അവളൊന്നും മിണ്ടിയില്ല.

''ഞാൻ പോയിട്ടു വരാം.'' വാസവൻ പറഞ്ഞു.

ജോളിച്ചനെ പരിചരിക്കാൻ ഒരു മെയ്ൽ നഴ്സിനെ ഏർപ്പാടു ചെയ്തിരുന്നു. എന്നാൽ അന്നു മുഴുവൻ രങ്കമ്മയാണ് അയാളെ പരിചരിച്ചത്. അയാൾക്ക് എണീക്കാൻ പോലുമായിരുന്നില്ല, മലമൂത്ര വിസർജനംപോലും കിടക്കയിലാണ് നടത്തിയിരുന്നത്. അന്ന് അവൾ തന്നെ എല്ലാത്തിനും സഹായിച്ചു. മെയ്ൽ നഴ്സ് ഒരു ദിവസത്തെ അവധിയെടുത്ത് വീട്ടിലേക്ക് പോയി.

രാത്രി നന്നേ ഇരുട്ടി. ജോളിച്ചന് ഉറക്കം വരുന്നുണ്ടായിരുന്നില്ല, ശരീരത്തിനു വല്ലാത്ത വിറയലും. അവ്യക്തമായ ശബ്ദത്തിൽ അയാൾ എന്തോ ഒക്കെ പുലമ്പി. മക്കളൊക്കെ കൈവിട്ടെന്നും താൻ ഒറ്റയ്ക്കായെന്നുമായിരുന്നു പറഞ്ഞതിന്റെ ചുരുക്കം.

അവൾ അയാളുടെ കണ്ണുനീർ തുടച്ചു. സാരമില്ലെന്നു പറഞ്ഞ് ആശ്വസിപ്പിച്ചു. അയാൾ അവളുടെ കൈ അമർത്തിപ്പിടിക്കാൻ ശ്രമിച്ചു. പക്ഷേ, വളരെ ദുർബ്ബലമായിരുന്നു അയാളുടെ കൈകൾ.

തന്നോടു ചേർന്നു കിടക്കയിൽ കിടക്കാൻ അവളോട് അയാൾ ആംഗ്യം കാണിച്ചു. അവളത് അനുസരിച്ചു. അയാൾ അവളെ ചുംബിക്കാനെന്നപോലെ ചുണ്ടുകോട്ടി. പക്ഷേ ചത്തുകൊണ്ടിരുക്കുന്ന ശരീരംകൊണ്ട് അയാൾക്ക് ഒന്നുമാവുമായിരുന്നില്ല. അയാൾക്ക് അൽപ്പമെങ്കിലും ആശ്വാസമാകട്ടെ എന്നുകരുതി അവൾ അയാളെ ചുംബിച്ചു. മരുന്നിന്റെയും മലത്തിന്റയും മൂത്രത്തിന്റെയുമൊക്കെ ഗന്ധമായിരുന്നു അയാൾക്ക്. എന്നാൽ അതൊന്നും അവളെ പിൻതിരിപ്പിച്ചില്ല. വീണ്ടും എന്തോ ആവശ്യപ്പെടുന്നതുപോലെ അയാൾ നോക്കി. അവൾ അയാളുടെ നിർജീവമായ ലിംഗത്തിൽ തഴുകി ആശ്വസിപ്പിച്ചു. ധാരധാരയായി ഒഴുകുന്ന കണ്ണുനീർ തുടച്ചു.

പിറ്റേന്നു രാവിലെ അവൾ ഊരിലേക്കു മടങ്ങി. ഊരിലുള്ളവരൊക്കെ അവളെ ആക്ഷേപിച്ചു ചിരിച്ചു.

''മോസ, മോസ'' (മോശം, മോശം) എന്നു തമ്മിൽ തമ്മിൽ അവളെക്കുറിച്ചു പറഞ്ഞു. നടന്ന സംഭവമൊക്കെ അറിഞ്ഞ വേലു തള്ളയോടും മോളോടും ഉറക്കെ കയർത്തു.

രങ്കമ്മ മടങ്ങി മൂന്നാം പക്കം ജോളിച്ചൻ മരിച്ചു. മരിച്ചു രണ്ടു നാൾ കഴിഞ്ഞ് വാസവൻ വീണ്ടും ഊരിലെത്തി.

ഇരുപത്തിയാറ്

രാംദേവ് ഗിരിജി ചില്ലം ആഞ്ഞുവലിച്ച് പുക ആൽബിയുടെ മുഖ ത്തേക്ക് ഊതിവിട്ടു. പിന്നെ പത്മാസനത്തിലിരുന്നു ധ്യാനം തുടങ്ങി.

''ശംഭോ മഹാദേവ, ശംഭോ മഹാദേവ'' എന്നയാൾ ജപിക്കുന്നു ണ്ടായിരുന്നു. ശരീരമാസകലം ഗംഗയുടെ തീരത്തുനിന്നെടുത്ത ചെളി പൂശിയിരുന്നു.

ധ്യാനത്തിൽ നിന്ന് ഉണർന്നയുടൻ രാംദേവ് ഉറക്കെ വിളിച്ചു പറഞ്ഞു. ''അബേ ഫല് ലേ ആ.'' ആൽബി ഭക്തന്മാർ കാഴ്ചവച്ച ആപ്പിളും പഴവുമൊക്കെ തളികയിൽ വച്ച് രാംദേവിനു മുന്നിൽ വച്ചു. അയാൾ ഒരു ആപ്പിൾ പകുതി കടിച്ചശേഷം അവനു നീട്ടി. ആൽബി അതുവാങ്ങാൻ ഒന്ന് അറച്ചു. ഘാട്ടിൽ പകുതിവെന്ത ശവത്തിന്റെ കഷ്ണം അയാൾ തിന്നുന്നതായിരുന്നു അവന്റെ മനസ്സിൽ. ''അരേ പ്രസാദ് ലേലോ.'' അവിടെയുണ്ടായിരുന്നവർ അവനോടു പറഞ്ഞു.

അവൻ അതു വാങ്ങി അറപ്പോടെ കടിച്ചു. ഓക്കാനും വന്നതു പുറത്തുകാണിക്കാതെ അവൻ ആ ആപ്പിൾ ഒരു വിധത്തിൽ അക ത്താക്കി. അയാൾ ഭസ്മം വാരി ആൽബിയുടെ ഉച്ചിയിൽ പൊത്തി. പിന്നെ കഞ്ചാവ് പുകയുന്ന ചില്ലം അവന്റെ വായിൽ തിരുകിക്കയറ്റി. അവന്റെ തല വല്ലാതെ ചുറ്റിയെങ്കിലും അയാൾ മൂന്നുനാലു തവണ അവന്റെ ചുണ്ടിൽ ചില്ലം വീണ്ടും തിരുകിക്കയറ്റി.

ആൽബി ലഹരിയുടെ പാരമ്യത്തിലായി. രാംദേവ് അവന്റെ മുടി യിൽ വിരലോടിച്ചുകൊണ്ട് ഉറക്കെ മന്ത്രം പറഞ്ഞു.

''ഓം നമഃശിവായ
മഹാദേവായ
ആദിരുദ്രായ
അഘോരരുദ്രായ
അഘോരഭദ്രായ''

ധാരാളം സാധുക്കളും സാധുക്കളാകാൻ പുതുതായെത്തിയവരും അവിടെയുണ്ടായിരുന്നു. സാധുക്കളിലേറെയും നഗ്നസാധുക്കളായി രുന്നു. അവരും രാംദേവിനൊപ്പം മന്ത്രം പറയുകയും കഞ്ചാവ് വലി ക്കുകയും ചെയ്യുന്നുണ്ടായിരുന്നു. ആകെ ഭീതിജനകമായ അന്തരീക്ഷം.

''ജുനാ അഖാഡ'' എന്ന വിഭാഗത്തിനു കീഴിൽ വരുന്ന ''അഗ്നി അഖാഡ''യിൽപ്പെട്ട നഗ്നസാധുക്കളുടെ സംഘമായിരുന്നു അത്. രാംദേവിനെപ്പോലെയുള്ള മുതിർന്ന സാധുക്കൾ സംഘത്തിനുള്ളിലെ ചെറുസംഘങ്ങളെ നിയന്ത്രിക്കും.

മനോഹരനു പുറമേ സംഘത്തിലെ മറ്റു പലരുമായി ആൽബി സൗഹൃദം സ്ഥാപിച്ചു. മൂന്നുമാസം കഴിഞ്ഞാൽ ഹരിദ്വാറിൽ

കുംഭമേളയാണ്. അന്ന് പുതുതായി സന്ന്യാസദീക്ഷ നൽകുന്ന ചടങ്ങ് നടക്കും. ഗംഗാതീരത്ത്, പൊതുജനങ്ങൾക്കു ദൃശ്യമാകാത്തവിധം കെട്ടിമറച്ച സ്ഥലത്താണ് ഇതു നടക്കുന്നത്.

അന്ന് അഖാഡയിലെ മുഖ്യസന്യാസിമാരെത്തും. പരമശിവനെപ്പോലെ ജടാധാരിയായി തൃശൂലവും പിടിച്ചു നിൽക്കുന്ന ഒരു സന്ന്യാസിയുടെ ഫോട്ടോ ആൽബി കണ്ടു. അദ്ദേഹമാണ് ജ്ഞാന അഖാഡയുടെ ആചാര്യസ്ഥാനം വഹിക്കുന്നത് കൂടാതെ അദ്ദേഹമുൾപ്പെടെ 'ശ്രീ പഞ്ച' എന്ന മുഖ്യ സ്ഥാനത്തുള്ള നാലുപേർ കൂടിയുണ്ട്.

സന്ന്യാസദീക്ഷയ്ക്കുള്ള തയ്യാറെടുപ്പ് അതീവദുഷ്കരമായിരുന്നു. എന്നും അതിരാവിലെ മൂന്നു മണിക്ക് എണീക്കണം. നേരെ പോയി ഗംഗയിൽ മുങ്ങണം, പിന്നെ ശരീരമാകെ ചളിയും ഭസ്മവും പൂശി യോഗാഭ്യാസവും ധ്യാനവും. കോണകം മാത്രമാണു ധരിക്കുന്നത്, ഭക്ഷണമായി അഴുകിയ ഫലങ്ങൾ, ഭക്ഷ്യാവശിഷ്ടങ്ങൾ തുടങ്ങി ചിലപ്പോൾ വെന്ത മനുഷ്യമാംസം വരെ. ഇടയ്ക്കിടെ കഞ്ചാവ് വലിക്കണം, അതും സന്ന്യാസചര്യയുടെ ഭാഗമാണ്. ഈ തയ്യാറെടുപ്പുകൾക്കിടെ മാനസികമായി താളം തെറ്റുന്നവരുണ്ട്. അവരെ അഖാഡയിൽനിന്ന് പുറത്താക്കും. അല്ലാത്തവർ 12 വർഷത്തോളം ഈ ചര്യകൾ തുടരണം, എന്നാലേ ശരിയായ അഘോരിയാവുകയുള്ളൂ.

ആൽബിയെ സംബന്ധിച്ച് അഖാഡയിലെ ജീവിതം ദുരിതപൂർണ്ണമായിരുന്നു. അച്ഛന്റെ വഴിയിൽ ആത്മീയാന്വേഷിയാകണമെന്ന ചിന്തമാത്രമാണ് അവനെ നയിച്ചത്. ഇനി ഒരു തിരിച്ചുപോക്ക് വേണ്ടെന്നും അവൻ ചിന്തിച്ചുറപ്പിച്ചിരുന്നു. പക്ഷെ ഒക്കെ മാറിമറിഞ്ഞു.

ഒരു ദിവസം രാംദേവ് അവനോട് ഒപ്പം വരാൻ ആവശ്യപ്പെട്ടു. രാത്രി വളരെ വൈകിയിരുന്നു. ഗംഗാതീരത്തെ ഒരു ഗ്രാമത്തിലേക്കായിരുന്നു ആ യാത്ര. ഭയപ്പാടോടെ ആൽബി രാംദേവിനെ അനുഗമിച്ചു.

ഗ്രാമത്തിലെ ശവം ദഹിപ്പിക്കുന്ന മണ്ഡപത്തിനടുത്താണ് അവരെത്തിയത്. രാംദേവിനെ കണ്ടതോടെ പരേതന്റെ ബന്ധുക്കൾ അയാളുടെ കാൽക്കൽ വീണു. അയാൾ അതു ശ്രദ്ധിക്കാതെ അശ്ലീല പദങ്ങൾ ഉറക്കെ വിളിച്ചു പറഞ്ഞു.

''അരേ മാം ചൂത്, ഭോസടീ വാലേ, സബ് ഭാഗ്ജാ'' അയാൾ കൈയിലിരുന്ന നീണ്ട ദണ്ഡ് ചുഴറ്റിയശേഷം അവർക്കു നേരെ നീങ്ങി. എല്ലാവരും ഭയന്നോടി. നാഗസന്ന്യാസിമാരെ സാധാരണക്കാർക്കു വല്ലാത്ത ഭയവും ഭക്തിയുമായിരുന്നു.

ശവമെരിയുന്നതിനു കുറച്ചകലെയായി രാംദേവിരുന്നു, ഒപ്പം ആൽബിയും. ഗംഗാതീരത്തായിരുന്നു ആ ശ്മശാന മണ്ഡപം. ശവം എരിഞ്ഞുതുടങ്ങുന്നതേ ഉണ്ടായിരുന്നുള്ളൂ. രാംദേവ്, ശവത്തി നടുത്ത് ആരോ ഉപേക്ഷിച്ചു പോയ കുടം നിറയെ വെള്ളം നിറച്ചു. കത്തുന്ന ശവത്തിന്റെ തോൾഭാഗത്ത് അയാൾ വെള്ളം വീഴ്ത്തി. മാംസത്തിൽ ഒരു വലിയ കഷണം വിറക് അയാൾ ശക്തിയോടെ കുത്തുന്നതും ഒടുവിൽ കൈയുടെ പകുതിയോളം വലിച്ചു പറി ച്ചെടുക്കുന്നതും ആൽബി ഭീതിയോടെ നോക്കി നിന്നു. ശവക്കഷണം വെള്ളം വീഴ്ത്തി തണുപ്പിച്ചശേഷം കടിച്ചുവലിച്ചുകൊണ്ട് ആയാൾ ഉന്മാദനൃത്തമാടി. ഭയം സഹിക്കാതെ ആൽബി അയാൾ നിലത്തു വച്ചിരുന്ന ചില്ലം ആഞ്ഞുവലിച്ചു.

പെട്ടെന്നു രാംദേവ് ആ മാംസക്കഷ്ണം അവന്റെ നേർക്കുനീട്ടി. കരിഞ്ഞ മാംസത്തിന്റെ ഗന്ധം അവന്റെ മൂക്കിലേക്ക് അടിച്ചുകയറി.

‘‘ഖാവോ അബേ.'' അയാൾ പറഞ്ഞു.

ആൽബി കൂട്ടാക്കിയില്ല. അയാൾ തന്റെ ശക്തമായ പിൻകൈ കൊണ്ട് അവന്റെ പിൻകഴുത്തിൽ ആഞ്ഞടിച്ചു. അവൻ നിലത്തു വീണു. പാടുപെട്ട് എണീക്കാൻ ശ്രമിച്ചപ്പോൾ അയാളുടെ കാല് അവന്റെ നെഞ്ചിൽ പതിച്ചു ‘‘അരേ തൂ സാധൂ ബനേഗാ? പഹലേ അപ്പ്നെ ഇന്ദ്രിയോം കൊ സുധാനാ സീഘോ, മാംസ് ആത്മീ കാ ഹൈ യാ ബൈംസ്കാ ഹൈ, കോയീ ഫറക് നഹീം, സമഛാ..........?'' (എടാ, നീ ആദ്യം സ്വന്തം ഇന്ദ്രിയങ്ങളെ നിയന്ത്രിക്കാൻ പഠിക്ക്, എന്നിട്ട് സാധുവാകാൻ ശ്രമിക്ക്. മാംസം, അതു മനുഷ്യന്റേതായാലും പോത്തിന്റേതായാലും വ്യത്യാസമൊന്നുമില്ല, മനസ്സിലായോ?)

ഇത്രയും പറഞ്ഞശേഷം അയാൾ അവന്റെ വായിലേക്കു മൂത്ര മൊഴിച്ചു.

‘‘പീവോ സാലേ, മൻ കി ശങ്കാ ദൂർ കരോ'' അയാൾ ആക്രോ ശിച്ചു.

അവൻ ഓക്കാനിച്ചു. അയാൾ ഭ്രാന്തമായി അട്ടഹസിക്കുന്നുണ്ടാ യിരുന്നു.

അയാൾ അരക്കെട്ടിൽ പിടിച്ച് അവനെ ഒരു കൈകൊണ്ട് നിസ്സാര മായി ഉയർത്തി തോളത്തു കിടത്തി. പിന്നെ ഗംഗയിലേക്കിറങ്ങി. ദുർഗന്ധപൂരിതമായ വെള്ളം. കരിഞ്ഞ ശവക്കച്ചയുടെ അവശിഷ്ടവും പൂവുകളും പിന്നെ ഒരു എല്ലിൻകഷ്ണവും അവൻ ഭീതിയോടെ കണ്ടു. അയാൾ മുടിയിൽ പിടിച്ച് അവന്റ തല ഗംഗയിൽ മുക്കി. അവനു വല്ലാതെ ശ്വാസംമുട്ടി.

‘‘അരേ ജീനാ മർനാ സബ് ശിവ് കീ ലീലാ ഹൈ, മർനേ കോ ടർനാ നഹിം'' (എടാ, ജീവിതവും മരണവുമൊക്കെ ശിവന്റെ

ലീലയാണ്, മരിക്കാൻ ഭയപ്പെടുന്നതെന്തിന്) അയാൾ പറഞ്ഞു. തന്റെ ജീവിതം അവസാനിക്കുകയാണെന്ന് ആൽബിക്കു തോന്നി. മരണ ഭയത്തിനിടെ ഒരു നിമിഷത്തേക്ക് അവന്റെ മനസ്സിൽ അൽപ്പം സന്തോഷം നിറഞ്ഞു. മരിച്ചാൽ പരലോകത്തെത്തും. അച്ഛനെ കാണാനാവും. ശ്വാസം നിലയ്ക്കുന്നതായി ആൽബിക്ക് അനുഭവപ്പെട്ടു.

ഇരുപത്തിയേഴ്

ചെമ്പന്റെ അട്ടപ്പാടിയിലുള്ള ഊരിൽ മല്ലമൂപ്പൻ അന്ത്യശ്വാസം വലിക്കുകയായിരുന്നു. നൂറുവയസ്സു കഴിഞ്ഞിരുന്നു മൂപ്പന്. അഞ്ചാറു ഭാര്യമാരുള്ളതിൽ മൂന്നെണ്ണമൊഴിച്ച് ബാക്കിയൊക്കെ മരിച്ചിരുന്നു. മക്കൾ പതിനഞ്ചിനു മേലെ വരും. ചെറുമക്കൾ അതിന്റെ രണ്ട് ഇരട്ടിയിലേറെയും.

അട്ടപ്പാടിയുടെ നല്ലകാലം കണ്ട മൂപ്പനെ ഇപ്പോഴത്തെ ദുരിതകാലവും പട്ടിണിയും വരൾച്ചയുമൊക്കെ വല്ലാതെ അലട്ടിയിരുന്നു. ഓർമ്മ നശിച്ചു തുടങ്ങിയിട്ടും അയാൾ ഇടയ്ക്കിടെ വിലപിക്കും ''മരം പോയി മഴപോയി, സാരായ വെസ കൊല്ലുക വെസ'' (മരം പോയപ്പോൾ മഴയും പോയി, ചാരായം വിഷമാണ്, അതുകൊല്ലും).

മരങ്ങൾ വെട്ടിനശിപ്പിക്കുന്ന വരത്തൻമാർ അട്ടപ്പാടിയെ മരുഭൂമിയാക്കുമെന്നും അമിതമായ മദ്യപാനം ആദിവാസികളെ നശിപ്പിക്കുമെന്നും മൂപ്പൻ ഭയപ്പെട്ടിരുന്നു. മൂപ്പന്റെ മക്കളിലും ചെറുമക്കളിലും കുറച്ചുപേർ പട്ടിണികൊണ്ടു മരിച്ചിരുന്നു

ദിവസവും കുറേനേരം മൂപ്പനെ ഊരിനു മുന്നിലെ പേരാലിനു ചുവട്ടിൽ കാണാമായിരുന്നു. തന്നോളം പഴക്കമുള്ള ആ മരത്തെ അയാൾ അളവറ്റ് സ്നേഹിച്ചിരുന്നു, അതിനോട് വർത്തമാനം പറഞ്ഞിരുന്നിരുന്നു, അതിനെ തൊട്ടുതഴുകിയിരുന്നു.

ആ പേരാലിനു കീഴെ ഗതകാലത്തിന്റെ പ്രതീകംപോലെ അയാളിരിക്കും. കാണുന്നവരോടൊക്കെ കുശലം തിരക്കും.

പക്ഷേ ഒരു ദിവസം പഞ്ചായത്തുമെമ്പറും കുറെ ഉദ്യോഗസ്ഥരും അവിടെയെത്തി. മൂപ്പൻ പതിവുപോലെ ആലിനു കീഴെ ഇരിക്കുകയായിരുന്നു. അവർ അവിടമാകെ അളന്നു. എന്താണു കാര്യമെന്നു മൂപ്പൻ തിരക്കി. അവിടെ റോഡു വരുകയാണെന്നും അതിനു വിഘാതമായി നിൽക്കുന്ന മരം മുറിക്കുകയാണെന്നും അവർ പറഞ്ഞു.

''മരാ വെട്ടണത് തപ്പ്.'' മൂപ്പൻ അവരോട് ഉറക്കെ പറഞ്ഞു.

''നിങ്ങളാര് മരമൂപ്പനാ'' എന്നു പറഞ്ഞ് മെമ്പറും ഉദ്യോഗസ്ഥരും മൂപ്പനെ ആക്ഷേപിച്ചു ചിരിച്ചു.

മൂപ്പനു വല്ലാത്ത ദുഃഖമായി. അന്നുരാത്രി വൈകുംവരെ ആലിനു കീഴിൽ എന്തോ ഒക്കെ പിറുപിറുത്തുകൊണ്ട് അയാളിരുന്നു.

പിറ്റേന്നു അതിരാവിലെതന്നെ മരം മുറിച്ചു. അതിനെ ചിന്നഭിന്ന മാക്കുന്നതു കണ്ട മൂപ്പൻ നെഞ്ചിൽ കൈവച്ച് ഏങ്ങി. അന്നുതന്നെ മൂപ്പൻ കിടപ്പിലായി. ദിവസങ്ങളല്ല, മാസങ്ങളോളം. ഭാര്യമാർ അയാളെ നന്നായി പരിചരിച്ചു. താടിയെല്ലാം നീണ്ടുവളർന്നു. തൊലിയും കൈകാലുകളുമൊക്കെ പടാറായ മരംപോലെയായി. തൊലി മര ത്തൊലിപോലെയും.

കൈകാലുകളിലെ വിരലുകൾ ഒന്നൊന്നായി പൊഴിഞ്ഞു വീണു. ഒടുവിൽ ഒരു രാത്രി പടുമരംപോലെ ശരീരം മൃതമായി. താഴ് വാരത്തെ മരങ്ങളൊക്കെ മൂപ്പന്റെ മരണത്തിനോടുള്ള ദുഃഖസൂചക മായി ഇലകൾ പൊഴിച്ചു കരഞ്ഞു.

ശവമടക്കു കഴിഞ്ഞപ്പോൾ മൂപ്പന്റെ കുടിയിൽ ശേഷിച്ചതു മൂന്നു ഭാര്യമാരും ആറ് ചെറുമക്കളുമായിരുന്നു. മക്കളൊക്കെ കെട്ടി വെവ്വേറെ താമസമാക്കിയിരുന്നു. മരിച്ച മക്കളുടെ മക്കൾ മൂപ്പനൊപ്പം കഴിഞ്ഞു. പുറമെ ചെമ്പന്റെ ഇളയതുങ്ങളും.

ഭാര്യമാരിൽ മൂത്തയാൾ 85 കഴിഞ്ഞവരായിരുന്നു. അവർ സദാ കിടപ്പായിരുന്നു. മറ്റു രണ്ടുപേർ മൂപ്പൻ തന്റെ വയസ്സുകാലത്തു കെട്ടി യവർ, മങ്കയും സാരയും. അവർ ആടിനെ മേച്ചു നേടുന്ന പണമാ യിരുന്നു പത്തുപേരോളമുള്ള കുടുംബത്തിന് കഞ്ഞികുടിക്കാനുള്ള മാർഗം. മൂപ്പനെന്ന പരിഗണന കൊണ്ടൊന്നും വലിയ കാര്യമില്ലാ യിരുന്നു, വല്ലപ്പോഴും ഒരു കെട്ട് പുകയില, ഒരുകുപ്പി ചാരായം അതു തന്നെ.

മരിക്കുംമുമ്പ് മൂപ്പൻ യുവതികളായ ഭാര്യമാരോട് ഒരു കാര്യമാ വശ്യപ്പെട്ടിരുന്നു. താൻ ചത്താലും ചെമ്പൻ ഏൽപ്പിച്ചുപോയ പൈത ങ്ങളെ പട്ടിണിയിടാതെ നോക്കണം. താനതു വാക്കുകൊടുത്തതാണ്.

ആ വാക്ക് മങ്കയും സാരയും പാലിച്ചു. സ്വന്തം ചെറുമക്കൾ പട്ടിണി കിടക്കുമ്പോഴും അവർ ചെമ്പന്റെ ഇളയതുങ്ങൾക്കു കഞ്ഞി യുണ്ടാക്കി നൽകി. കഠിനമായ വെയിലും ചൂടും വകവയ്ക്കാതെ അവർ കുന്നും മലയും കയറിയിറങ്ങി ആടുകളെ മേച്ച് അഷ്ടിക്കു വകയുണ്ടാക്കാൻ പെടാപ്പാടുപെട്ടു.

അങ്ങനെ കഴിയവേ ഒരു അത്യാഹിതം സംഭവിച്ചു. ഉദുമൽപേട്ടിൽ നിന്ന് ഒരു തമിഴൻ ചെമ്മരിയാടുകളുമായി അട്ടപ്പാടിയിലെത്തി. ആദി വാസികൾക്കൊപ്പം അയാളും അട്ടപ്പാടി മലനിരകളിൽ ആട് മേച്ചു നടന്നു. ചെമ്മരിയാടുകളിൽ നിന്ന് ആടുകൾക്കു രോഗം ബാധിച്ചു.

മങ്കയുടെയും സാരയുടെയും മാത്രമല്ല ഊരിൽ ധാരാളംപേരുടെ ആടുകൾ ഒന്നൊന്നായി വീണു ചത്തു. ആടുകൾ വായിൽനിന്നു നുരയും പതയും വന്ന് ചാകുന്നതു കണ്ട് രണ്ടുപേരും അലമുറയിട്ടു കരഞ്ഞു. ആരും അവരെ രക്ഷിക്കാനെത്തിയില്ല, എല്ലാവരും ഇതേ പ്രശ്നത്തിൽപ്പെട്ടിരിക്കുകയായിരുന്നു.

അങ്ങനെ മൂപ്പന്റെ കുടുംബം പട്ടിണിയായി. ഗൂളിക്കടവിലെ പലവ്യഞ്ജനപീടികയിൽ നിന്ന് അരിയും ഉണക്കമീനുമൊക്കെ അവർ മുമ്പ് കടം വാങ്ങിയിരുന്നു. പക്ഷേ ആടുകൾ ചത്തതിലൂടെ ആദിവാസികളുടെ വരുമാനമാർഗം അടഞ്ഞെന്നു മനസ്സിലാക്കിയ പീടികക്കാരൻ രങ്കൻ കടം നൽകുന്നതു മതിയാക്കാൻ തുടങ്ങി.

ഒരു ദിവസം അയാൾ മങ്കയോടു പറഞ്ഞു, "ഇനി കടമൊന്നുമില്ല പെണ്ണേ, നിങ്ങൾക്ക് കടം തിരിച്ചുതരാൻ പറ്റില്ല, അതുതന്നെ കാരണം. ഒരു കാര്യം ചെയ്യ്, ഇവിടെ അടുത്തൊരു ആയുർവ്വേദ റിസോർട്ടുണ്ട്. അവിടെ നിങ്ങൾക്കു പണി ഏർപ്പാടാക്കിത്തരാം. എണ്ണയൊക്കെ ഉണ്ടാക്കണം, ആൾക്കാരുടെ ശരീരത്തിൽ തേയ്ക്കണം."

മങ്ക കാര്യം സാരയോടു പറഞ്ഞു. കടവുൾസ്വാമി ഒരു പുതിയ വഴി തുറന്നതാണെന്ന് അവർ കരുതി.

പിറ്റേന്നു രങ്കൻ പറഞ്ഞതനുസരിച്ച് മുക്കാലിക്കടുത്തുള്ള ആയുർവ്വേദ റിസോർട്ടിൽ രണ്ടുപേരുമെത്തി. നേശൻ എന്നു പേരുള്ളയാളായിരുന്നു മാനേജർ. അയാളവരെ അടിമുടി നോക്കി. പിന്നെ ജോലി നൽകാമെന്ന് പറയുകയും 5000 രൂപാ വീതം അഡ്വാൻസ് നൽകുകയും ചെയ്തു. രണ്ടുപേരും ആ പണംകൊണ്ട് രങ്കന്റെ കടത്തിലൊരു പങ്ക് വീട്ടി. അരിയും സാധനങ്ങളും വീണ്ടും കടംവാങ്ങി.

പിറ്റേന്ന് രാവിലെതന്നെ അവർ റിസോർട്ടിലെത്തി. നേശൻ അവർക്കു ഡ്രസ്സിംഗ്റൂം കാട്ടിക്കൊടുത്തു. അതിനുള്ളിൽ വേറെയും അഞ്ചാറ് പെണ്ണുങ്ങളുണ്ടായിരുന്നു. അവർ അടക്കം പറഞ്ഞ് ചിരിക്കുന്നുണ്ടായിരുന്നു. ഒരു സ്ത്രീ രണ്ടുപേർക്കും ധരിക്കാൻ നീണ്ട മാക്സി നൽകി. അവർ മുണ്ടും ബ്ലൗസും മാറ്റി മാക്സി ധരിച്ചു.

ഓരോ ചെറിയ മുറികളിലേക്ക് ആ സ്ത്രീ അവരെ കൊണ്ടാക്കി. കഷ്ടിച്ച് ഒരു കട്ടിലിടാനും മാത്രം സ്ഥലമുള്ള മുറികളായിരുന്നു അവ. കട്ടിലിലിരിക്കാൻ ആ സ്ത്രീ അവരോട് ആവശ്യപ്പെട്ടു.

അര മണിക്കൂർ കഴിഞ്ഞപ്പോൾ ഒരു പുരുഷൻ വന്ന് മങ്കയുടെ മുറിയിൽ കയറി അവളെ അടിമുടി നോക്കിയശേഷം പോയി. സാരയുടെ മുറിയിൽ ഒരാൾ കയറിയശേഷം വാതിലിലെ കർട്ടൻ വലിച്ചിട്ടു. പിന്നെ അവളെ കെട്ടിപ്പിടിച്ചു. മദ്യത്തിന്റെ രൂക്ഷഗന്ധമായിരുന്നു അയാൾക്ക്. അവൾ കുതറിമാറി പുറത്തേക്കോടി.

മുമ്പ് വസ്ത്രം നൽകിയ സ്ത്രീ ഇടനാഴിയിൽ നിൽപ്പുണ്ടായിരുന്നു. നല്ല ഉയരവും തടിയുമുള്ള സ്ത്രീയായിരുന്നു അവർ. അവരവളെ പൂണ്ടടക്കം പിടിച്ചു. അവർ വല്ലാതെ അസഭ്യവർഷം നടത്തുന്നുണ്ടായിരുന്നു.

''എടീ പൊലയാടി മോളേ, ഇവിടെ ഇതുതന്നെയാണു പണി. മര്യാദയ്ക്കു കിടന്നുകൊടുത്താൽ ഒരാൾക്ക് 200 രൂപാ കണക്കിൽ പൈസ തിരിച്ചുതരും. അതു പറ്റില്ലെങ്കിൽ ഇപ്പോൾ പറയണം, അഡ്വാൻസ് തന്ന പണം ഇന്നുതന്നെ തിരിച്ചു തരുകയും വേണം. രണ്ടിനും പറ്റില്ലെങ്കിൽ കുത്തിച്ചീ, നിന്നെ കൊന്ന് ഭവാനിയിൽ താഴ്ത്തും.''

ബഹളം കേട്ട് വന്ന നേശൻ ആക്രോശിച്ചു.

ബഹളം കേട്ട് മങ്കയും മുറിക്കു പുറത്തിറങ്ങി. അവൾക്ക് ഒറ്റ നോട്ടത്തിൽ തന്നെ കാര്യം വ്യക്തമായി. തങ്ങൾ വല്ലാത്ത ചതിക്കുഴിയിൽ പെട്ടിരിക്കുകയാണെന്ന് അവർ തിരിച്ചറിഞ്ഞു. അഡ്വാൻസ് പണമൊന്നും അവരുടെ കൈയിൽ ശേഷിച്ചിരുന്നില്ല. എന്തു ചെയ്യണമെന്നറിയാതെ മങ്കയും സാരയും റിസോർട്ടിനു മുന്നിലെ മരത്തണലിലിരുന്ന് ആലോചിച്ചു. എന്തെങ്കിലും വരുമാനമില്ലെങ്കിൽ കുടുംബമായി ആത്മഹത്യ ചെയ്യാതെ വേറെ വഴിയില്ല. ഒടുവിൽ തങ്ങളുടെ ശരീരം കുടുംബത്തിനു വേണ്ടി ഹോമിക്കാൻ അവർ തീരുമാനിച്ചു. താൻ അവിടെ ജോലി ചെയ്യാമെന്ന് മങ്ക പറഞ്ഞെങ്കിലും അവളെ ഒറ്റയ്ക്കു വിട്ടുപോകാൻ സാരയ്ക്കു മനസ്സു വന്നില്ല. അങ്ങനെ രണ്ടുപേരും അവിടെ ജോലി തുടർന്നു.

ഓരോരുത്തരും ദിവസവും അഞ്ചും പത്തും പേരെ സ്വീകരിക്കാൻ നിർബന്ധിതരായി. ഓരോ കസ്റ്റമർക്കും ഓരോ ടോക്കൺ വീതം നൽകും. വൈകിട്ട് ടോക്കൺ തിരിച്ചേൽപ്പിക്കുമ്പോൾ ഒരു ടോക്കണ് 200 രൂപാ വീതം മാനേജർ നൽകും.

ആദിവാസി പെണ്ണുങ്ങളുമായി രമിക്കാൻ ആഗ്രഹവുമായി എത്തിയ ധാരാളം കാമഭ്രാന്തന്മാർ അവരെ ചവച്ചു തുപ്പി ചണ്ടിയാക്കി.

അവിടത്തെ ജീവനക്കാരിൽ സീനിയറായിരുന്ന തങ്ക അവരോടു പറഞ്ഞു, ''ഇത് അധികം പോവില്ല പിള്ളാരേ, കൂടിയാൽ രണ്ടു വർഷം. അതു കഴിഞ്ഞാൽ നടു വിലങ്ങും. പിന്നെ ഈ പണി നടക്കില്ല. അതുകൊണ്ട് ഉണ്ടാക്കാവുന്ന പണമൊക്കെ പെട്ടെന്ന് ഉണ്ടാക്കിക്കോ.''

വൈകാതെ രണ്ടുപേർക്കും പലതരം ശാരീരികപ്രശ്നങ്ങൾ ഉണ്ടായിത്തുടങ്ങി, നടുവേദന, തുടയിടുക്കുകളിൽ പൂപ്പൽ ബാധ, ത്വക്രോഗങ്ങൾ, ഗുഹ്യഭാഗത്തു നീറ്റൽ... അങ്ങനെ പലതും...

ഇരുപത്തിയെട്ട്

വാസവൻ മടങ്ങിയെത്തിയത് മരണവാർത്ത അറിയിക്കാനാണെന്ന് രങ്കമ്മ ഊഹിച്ചു. അതു ശരിയായിരുന്നു. പക്ഷേ മരണവാർത്തയ്ക്കൊപ്പം മറ്റൊരു പ്രധാന കാര്യംകൂടി അറിയിക്കാനായിരുന്നു അയാളുടെ വരവ്.

''മൂപ്പര് മരിച്ചതിനു പുറകെ നിങ്ങൾക്കൊരു സന്തോഷവാർത്തയുമുണ്ട്, ശേഷക്രിയയ്ക്കുപോലും അങ്ങോരുടെ പിള്ളാരാരും എത്തിയില്ല. വീടും എസ്റ്റേറ്റുമൊക്കെക്കൂടി പത്തിരുപത് കോടിയുടെ സ്വത്താണ്. അത് നിങ്ങൾക്ക് എഴുതിവച്ചിട്ടാ മൂപ്പര് പോയത്.'' വാസവൻ പറഞ്ഞു.

രങ്കമ്മയക്ക് അതു വിശ്വസിക്കാനായില്ല, അവൾ സ്തബ്ധയായി നിന്നു.

''മൂപ്പരുടെ ബംഗ്ലാവും നിങ്ങൾക്കാ, ഈ കൂരയൊക്കെ വിട്ട് പോന്നോളീം.'' വാസവൻ തുടർന്നു

വ്യഭിചരിച്ചതിനു പ്രതിഫലമായി കിട്ടിയ ഈ സ്വത്തൊക്കെ വേണ്ടെന്നു വച്ചാലെന്താന്നായിരുന്നു രങ്കമ്മയുടെ ചിന്ത. എന്നാൽ ഗുങ്ക അതു സമ്മതിച്ചില്ല. തങ്ങളുടെ ജീവിതം മെച്ചപ്പെടാൻ മല്ലീശ്വരൻ കാട്ടിയ വഴിയാണ് ഇതെന്ന് അവൾ അമ്മയെ ബോധ്യപ്പെടുത്തി. അങ്ങനെ നേരം ഇരുട്ടി പുലർന്നപ്പോൾ രങ്കമ്മ കോടീശ്വരിയായി.

വേലു ഇതൊക്കെ ആദ്യം എതിർത്തെങ്കിലും ഗുങ്കയുടെ നിർബന്ധത്തിന് അവനും വഴങ്ങി. അങ്ങനെ മൂന്നുപേരും ഊരകത്തെത്തി വലിയ ബംഗ്ലാവിൽ താമസമായി.

സ്വത്തായി കിട്ടിയ 30 ഏക്കർ തോട്ടം എന്തു ചെയ്യണമെന്ന് രങ്കമ്മയ്ക്ക് ഒരു പിടിയും കിട്ടിയില്ല. വേലു പുറത്തു പോയിരുന്ന ഒരു ദിവസം വാസവൻ അമ്മയോടും മകളോടും സംസാരിച്ചു.

''ഈ സ്വത്തൊക്കെ നേരെ നോക്കിനടത്തിയില്ലെങ്കിൽ നാനാവിധമായിപ്പോവും. നിങ്ങളെക്കൊണ്ട് അതുപറ്റില്ല. വിൽക്കണമെന്നു ഞാൻ പറയില്ല. ഇപ്പോൾ റബ്ബർതോട്ടത്തിനു വിലയും കുറവാ. വേറൊരു നല്ല വഴിയുണ്ട്. മകളെ വേറെ കെട്ടിക്കണം. നല്ല മിടുക്കൻ ഒരു പയ്യനുണ്ട്. എസ്റ്റേറ്റ് മാനേജറാ. ഇപ്പോൾ ഇടുക്കിയിലാ ജോലി ചെയ്യുന്നത്. വേറെയാരുമല്ല എന്റെ മകനാ....''

രങ്കമ്മ വല്ലാത്ത ദേഷ്യത്തോടെ വാസവനെ നോക്കി. പക്ഷേ അയാൾ നിർത്തിയില്ല.

''നിങ്ങൾ സമ്മതിച്ചാൽ ഗുങ്കയെ അവനെക്കൊണ്ടു കെട്ടിക്കാം. ഒക്കെ ശരിയാവും. നിങ്ങളുടെ പത്തു തലമുറകൾക്കു സുഖമായി ജീവിക്കാം, അതിനു തക്കവണ്ണം അവനൊക്കെ നോക്കിനടത്തും''

രങ്കമ്മയ്ക്ക് അയാളുടെ വർത്തമാനം അരോചകമായിത്തോന്നി. അയാളോടു കയർക്കുകയും ചെയ്തു.

പക്ഷേ ഗുങ്ക അഭിപ്രായമൊന്നും പറഞ്ഞില്ല. അതു രങ്കമ്മയെ വല്ലാത്ത ചിന്താക്കുഴപ്പത്തിലാക്കി. ഇതിനിടെ വേലു ഇല്ലാത്ത തക്കം നോക്കി വാസവന്റെ മകൻ അവിടെയെത്തി ഗുങ്കയെ കണ്ടു. വേലുവിനെ ചതിക്കുന്നതെങ്ങനെ എന്ന ചിന്തയായിരുന്നു രങ്കമ്മയുടെ മനസ്സു നിറയെ.

ഒരാഴ്ച കഴിഞ്ഞു വാസവൻ ഈ വിഷയവുമായി വീണ്ടുമെത്തി.

"ആ വേലു പെണ്ണു കെട്ടിയതു നിങ്ങളുടെ ആചാരപ്രകാരമല്ലേ, കല്യാണം രജിസ്റ്റർ ചെയ്തിട്ടുണ്ടോ?" അയാൾ ചോദിച്ചു.

ഇല്ലെന്നായിരുന്നു രങ്കമ്മയുടെ മറുപടി.

"അപ്പോൾ ഒരു നിയമപ്രശ്നവുമില്ല, അവനെ പറഞ്ഞുവിട്ടാൽ മാത്രം മതി." വാസവൻ പറഞ്ഞു.

അയാൾ ദിവസവും രങ്കമ്മയേയും ഗുങ്കയെയും കണ്ട് ഈ ആവശ്യം ഉന്നയിച്ചു. വേലു ഇതൊന്നും അറിയുന്നുണ്ടായിരുന്നില്ല.

ഒടുവിൽ രങ്കമ്മ ഗുങ്കയുടെ അഭിപ്രായം വെറുതെ തിരക്കി. വയറ്റിൽ കിടക്കുന്ന കൊച്ചിനെക്കൂടി നോക്കാമെങ്കിൽ വാസവന്റെ മകനെ കെട്ടാൻ സമ്മതമെന്നായിരുന്നു അവളുടെ മറുപടി. മകൾ അങ്ങനെ പറയുമെന്ന് രങ്കമ്മ കരുതിയിരുന്നില്ല.

വലിയ കാറും ബംഗ്ലാവും വെളുത്ത സുമുഖനായ ചെക്കനെയുമൊക്കെ കണ്ടപ്പോൾ ഗുങ്ക തന്നെ ജീവനു തുല്യം സ്നേഹിക്കുന്ന വേലുവിനെ മറന്നു. ഉയരം കുറഞ്ഞ, കറുത്ത അവനോടൊപ്പം ജീവിക്കുന്നത് അവൾക്കു കുറച്ചിലായിത്തുടങ്ങിയിരുന്നു.

അടുത്ത ദിവസം രാവിലെ വാസവനെത്തി. രങ്കമ്മ വേലുവിനെ വിളിച്ച് അവന് ഒരു ലക്ഷം രൂപ നൽകി. അതെന്തിനാണെന്ന് അവനു മനസ്സിലായേയില്ല. അമ്മയും മകളും മിണ്ടിയില്ല. വാസവനാണു സംസാരിച്ചത്.

"എടാ ചെക്കാ, ഗുങ്കയ്ക്കു കല്യാണമായി."

വേലുവിന്റെ ശരീരത്തിൽ മിന്നൽപിണറുകൾ പായുന്നതുപോലെ തോന്നി. അവന്റെ തൊണ്ട പെട്ടെന്നു വറ്റി വരണ്ടു. ഹൃദയമിടിപ്പ് വല്ലാതെ കൂടി.

"നീ അവൾക്കൊപ്പം പൊറുത്തതൊക്കെ ശരിതന്നെ. പക്ഷേ അവളിപ്പോൾ കോടീശ്വരിയാ. നിന്നെകൊണ്ട് ഇതൊന്നും നോക്കി നടത്താൻ പറ്റില്ല." വാസവൻ തുടർന്നു.

ജീവിതം പെട്ടെന്ന് ശൂന്യമായതുപോലെ വേലുവിനു തോന്നി.

“ഒരു ലക്ഷം ഉറുപ്പിക ബാങ്കിലിട്ട് പലിശകൊണ്ട് നീ ജീവിച്ചോ, നമ്മുടെ തോട്ടത്തിൽത്തന്നെ വേണമെങ്കിൽ കൂലിപ്പണി തരുകയും ചെയ്യാം. പക്ഷേ ഇപ്പോൾത്തന്നെ നീ ഈ ബംഗ്ലാവിൽ നിന്നിറങ്ങണം. ഇവിടെ ഇനിയൊട്ട് കാണാനും പാടില്ല.”

വേലു ഗുങ്കയെ നോക്കി. അവൾ നിർവ്വികാരയായി നിൽക്കുകയായിരുന്നു. രങ്കമ്മയുടെ മുഖത്തു വല്ലാത്ത വിഷമവും ജാള്യതയും ദൃശ്യമായിരുന്നു.

“ഗുങ്കേ...” വേലു വിളിച്ചു

ഗുങ്ക ഒന്നും മിണ്ടിയില്ല

“അവൾക്ക് നിന്നോടൊന്നും സംസാരിക്കേണ്ട.” വാസവൻ പറഞ്ഞു.

“ഞാൻ കെട്ടിയ പെണ്ണാ, എന്റെ കൊച്ചാ അവളുടെ വയറ്റിൽ.” വല്ലാതെ വിങ്ങുന്ന ശബ്ദത്തിൽ വേലു പറഞ്ഞു.

“എന്നാരു പറഞ്ഞു. നിന്റെ കല്യാണം രജിസ്റ്റർ ചെയ്തിട്ടുണ്ടോടാ, പിന്നെ വയറ്റിലെ കൊച്ച് നിന്റേതാണെന്നു നീ മാത്രം പറഞ്ഞാൽ മതിയോ? മര്യാദയ്ക്ക് ഇറങ്ങിപ്പോയേ, അല്ലെങ്കിൽ നിന്നെ ഞാൻ ചവിട്ടി വെളിയിൽ തള്ളും.” വാസവൻ ദേഷ്യത്തോടെ ഉറക്കെ പറഞ്ഞു.

“ഗുങ്കേ...” വേലു വീണ്ടും വിളിച്ചു. ഗുങ്ക വിളികേട്ടില്ല. അമ്മയ്ക്കൊപ്പം അവൾ ഉള്ളിലേക്കു കയറിപ്പോയി.

“പാവം വേലു” രങ്കമ്മ അറിയാതെ പറഞ്ഞുപോയി. വേലുവിന്റെ കണ്ണുകൾ നിറഞ്ഞൊഴുകുന്നുണ്ടായിരുന്നു

വാസവൻ വസ്ത്രമൊക്കെ കുത്തിത്തിരുകിയ സഞ്ചി അവന്റെ നേർക്കെറിഞ്ഞു, പണവും. തന്റെ ജീവിതവും ആ പഴന്തുണിപോലെയായെന്നു വേലുവിനു തോന്നി.

ഒന്നുമെടുക്കാതെ അവൻ പുറത്തേക്കിറങ്ങി നടന്നു. എങ്ങോട്ടു പോകാനെന്നു ചിന്തിച്ചിട്ട് ഒരു എത്തും പിടിയും കിട്ടിയില്ല. തിരിച്ച് ഊരിൽ പോയാൽ നേരിടേണ്ടി വരുന്ന ഘോരമായ അപമാനത്തെക്കുറിച്ചോർത്തപ്പോൾ അവന്റെ തലപെരുത്തു.

എങ്ങോട്ടെന്നറിയാതെ അവൻ നടന്നു. ഒടുവിൽ രാത്രിയായപ്പോൾ ആനക്കട്ടിയിലെ കടത്തിണ്ണയിൽ കിടന്നു. ചുറ്റുപാടും നല്ല ഇരുട്ട്, മനസ്സിലും. ഗുങ്കയോടൊത്ത് ആദ്യരാത്രിയിൽ കേട്ട ആ പാട്ട് റേഡിയോയിൽ നിന്ന് ഒഴുകി വരുന്നതുപോലെ അവനു തോന്നി.

“നിനൈവോ ഒരു പറവൈ...”

വേലുവിനു ഭ്രാന്തു പിടിക്കുന്നതുപോലെ തോന്നി.

''ഇവിടെ സാരായ കടെ എങ്കെ?'' അതുവഴി വന്ന ഒരാളോട് അവൻ തിരക്കി.

പിന്നെ മദ്യഷോപ്പ് ലക്ഷ്യമാക്കി നടന്നു. അവിടെനിന്നും ഒരു പൈന്റ് റം വാങ്ങി വെള്ളം തൊടാതെ വിഴുങ്ങി, ബോധംകെട്ട് വഴിയിൽ കിടന്നു.

ഇരുപത്തിയൊമ്പത്

ചെമ്പന്റെയും കൂടെയുള്ള പുരുഷ ലൈംഗികത്തൊഴിലാളികളുടെയും ശരീരത്തിൽ ഹോർമോണുകൾ കൂടുതൽ മാറ്റം വരുത്തി.

നിതംബത്തിൽ കൊഴുപ്പ് അടിഞ്ഞുകൂടി, വൃഷണങ്ങൾ ചുരുങ്ങി. ശരീരത്തിലെ രോമമൊക്കെ കൊഴിഞ്ഞ് ദേഹം മിനുസമുള്ളതായി. നെഞ്ച് സ്തനംപോലെ വീർത്തു, മുലഞെട്ടുകൾക്കു വലുപ്പം കൂടി. അങ്ങനെ ശരിക്കും നപുംസകങ്ങൾ അഥവാ ട്രാൻസ്ജൻഡറുകളായി മാറി അവർ. അതോടെ മാംസവിപണിയിൽ അവർക്കു പ്രിയവും കൂടി. ചെമ്പന്റെ ജീവിതം പിടിവിട്ടുപോയി.

ഒരു ദിവസം ഡ്യൂട്ടികഴിഞ്ഞ് വിശ്രമിക്കുമ്പോൾ ഷിഹാബ് അവനെ കാണാനെത്തി. ഒരു വാഗ്ദാനവുമായിട്ടായിരുന്നു അയാളുടെ വരവ്. ''ഏയ് ചങ്ങാതി, ഇപ്പോഴാ നീ ശരിക്കും പണി പഠിച്ചത്, ഇനി ഒരു കാര്യം കൂടി.''

ചെമ്പൻ ചോദ്യഭാവത്തിൽ ഷിഹാബിനെ നോക്കി. അയാൾ സംഭാഷണം തുടരും മുമ്പ് പോക്കറ്റിൽനിന്ന് ഒരു ചെറിയ കുപ്പിയെടുത്തു. പിന്നെ അതു മണപ്പിക്കാൻ അവനോട് ആവശ്യപ്പെട്ടു. അവൻ ആദ്യം മടിച്ചു. ഷിഹാബ് നിർബന്ധിച്ചപ്പോൾ അവൻ അനുസരിച്ചു. അതു മണത്തതും ശരീരത്തിൽ രക്തയോട്ടം കൂടുന്നതായി അവന് അനുഭവപ്പെട്ടു. മാംസപേശികൾ അയയുന്നതുപോലെ, ശരീരം ലോലമായതുപോലെ...

''ഇതാണു പോപ്പേഴ്സ്, ഇവിടെ കിട്ടാൻ വലിയ പ്രയാസമാ, ഞാൻ വലിയ വിലകൊടുത്തു ബ്ലാക്കിൽ സംഘടിപ്പിച്ചതാ, ഇതു വലിച്ചാൽ നിങ്ങളുടെ ജോലി എളുപ്പമാവും അവിടത്തെ മസിലൊക്കെ അയയും. കസ്റ്റമേഴ്സിന് ഇഷ്ടം കൂടും.''

അങ്ങനെ ചെമ്പനെയും കൂട്ടരേയും ഷിഹാബ് പോപ്പേഴ്സ് എന്ന ലൈംഗിക ഉത്തേജക ഡ്രഗ്ഗിന് അടിമകളാക്കി.

ദുബായിൽ ഗേ സെക്സ് കർശനമായി നിരോധിച്ചിരുന്നുവെങ്കിലും ചില ക്ലബ്ബുകളും ഫ്ളാറ്റുകളുമൊക്കെ കേന്ദ്രീകരിച്ച് അതു

നടന്നിരുന്നു. അതിൽ നല്ല വൈദഗ്ധ്യമുള്ള ഹൈടെക് പിമ്പായിരുന്നു ഷിഹാബ്.

പോപ്പേഴ്സ് ഉപയോഗിച്ചാൽ സംവേദനക്ഷമതയും അങ്ങനെ വേദനയും കുറയുമെന്നതിനാൽ ഓരോ കസ്റ്റമറോടൊപ്പം കഴിയുമ്പോഴും അതു രണ്ടും മൂന്നും തവണ അവർ മണപ്പിച്ചു.

ലല്ലുവിലാണ് പോപ്പേഴ്സിന്റെ പാർശ്വഫലങ്ങൾ ആദ്യം കണ്ടത്, വല്ലാത്ത വിയർക്കൽ, തലവേദന എന്നിങ്ങനെ. പോപ്പേഴ്സ് നിർത്താൻ ചെമ്പൻ ആവശ്യപ്പെട്ടെങ്കിലും ലല്ലു അതിനു കൂട്ടാക്കിയില്ല.

''ഭായി, എന്തായാലും ജീവിതം തുലഞ്ഞു. ഇനി ഉണ്ടാക്കാവുന്നത്ര പണം ഉണ്ടാക്കണം. പിന്നെ നാട്ടിലെ അമ്മയെയും പെങ്ങളെയും കണ്ടുപിടിക്കണം. പണമൊക്കെ അവർക്കയയ്ക്കണം. അതു കഴിഞ്ഞ് ഇവിടെക്കിടന്നു ചാകണം'' എന്നായിരുന്നു ലല്ലുവിന്റെ ന്യായീകരണം.

പക്ഷേ ചെമ്പൻ പോപ്പേഴ്സിന്റെ ഉപയോഗം നിർത്തി. ആ ദേഷ്യത്തിൽ തരംകിട്ടുമ്പോഴൊക്കെ ഷിഹാബ് അവനെ ഉപദ്രവിക്കുകയും തെറി വിളിക്കുകയും ചെയ്തു.

അങ്ങനെയിരിക്കെ ഒരു ദിവസം ഷിഹാബ് ചെമ്പനോട്, മുന്തിയ ഒരു കസ്റ്റമർ എത്തിയിട്ടുണ്ടെന്നറിയിച്ചു. അയാൾതന്നെ അവനെ ദുബായിലെ വലിയൊരു ഹോട്ടലായ റീജൻസിക്കു മുന്നിലിറക്കി. യാത്ര തിരിക്കുംമുമ്പ് സ്ത്രീകളുടെ അടിവസ്ത്രം ധരിക്കണമെന്ന ഉപാധി ഷിഹാബ് മുന്നോട്ടുവച്ചു. അവനത് അനുസരിച്ചു.

ഷിഹാബ് പറഞ്ഞിരുന്ന പ്രകാരം ചെമ്പൻ റിസപ്ഷനിലെത്തി അവന്റെ പേര് പറഞ്ഞു. ഒരു റൂംബോയ് അവനെ ലിഫ്റ്റിൽ കയറ്റി 11-ാം നിലയിലെ ഒരു മുറിയിലെത്തിച്ചു.

മുന്തിയ സൗകര്യങ്ങളുള്ള ഒരു മുറിയായിരുന്നു അത്. മദ്യത്തിന്റെയും പെർഫ്യൂമിന്റയുമൊക്കെ ഗന്ധം അവന്റെ മൂക്കിലടിച്ചു കയറി.

വലിയ കിടക്കയിൽ മധ്യവയസ്കനായ ഒരു മലയാളി ടി.വി കണ്ടിരിക്കുന്നു. അവനെ കണ്ടതും അയാൾ ഒരു ഗ്ലാസ്സിൽ മദ്യം നിറച്ച് ഐസ്ക്യൂബുകളിട്ട് അവനെ മാടിവിളിച്ചു. അവൻ മദ്യം കഴിക്കില്ലെന്നു പറഞ്ഞതും അയാളുടെ മുഖത്തൊരു വിസ്മയഭാവം ദൃശ്യമായി.

കിടക്കയിൽ നഗ്നനായി കിടക്കാൻ അയാളാവശ്യപ്പെട്ടു. ചെമ്പൻ അതനുസരിച്ചു. ആർത്തിയോടെ അയാളവനെ നോക്കി, പിന്നെ ശരീരമാകെ തടവാനും ചുംബിക്കാനും തുടങ്ങി. അവൻ യാന്ത്രികമായി കിടക്കാൻ ശ്രമിച്ചു, എന്നാൽ ശരീരത്തിലെ സ്ത്രൈണ ഹോർമോണുകൾ ഉണ്ടാക്കിയ സ്ത്രീത്വം അവന്റെ ചേഷ്ടകളിൽ പ്രകടമായിരുന്നു.

അയാൾ ടേപ്പ്റെക്കോർഡറിൽ വിരലമർത്തി പഴയ മലയാളഗാനങ്ങൾ കേട്ടു. പിന്നെ അവനെ ഗാഢമായി പുണർന്നു രമിച്ചു.

എല്ലാം കഴിഞ്ഞ് അയാൾ അവനെ മടിയിലിരുത്തി പേരും നാടുമൊക്കെ തിരക്കി. പിന്നെ ഇവിടെയെത്തിയത് എങ്ങനെയെന്നു പറയാൻ ആവശ്യപ്പെട്ടു. എല്ലാം കേട്ടുകഴിഞ്ഞ് അയാൾ ചോദിച്ചു

''എടാ ചെമ്പാ, നിന്നെ എനിക്കു പെരുത്തിഷ്ടമായി, വരുന്നോ എനിക്കൊപ്പം?''

ചെമ്പൻ മറുപടിയൊന്നും പറഞ്ഞില്ല. അയാൾ തുടർന്നു.

''ഞാനൊരു ബിസിനസ്സുകാരനാ. ചിലപ്പോൾ ഇവിടെ, ചിലപ്പോൾ നാട്ടിൽ, അങ്ങനെ കഴിയുന്നു. ധാരാളം പണമുണ്ടാക്കി. നന്നായി സുഖിച്ചു. ഏറ്റവും മുന്തിയ മദ്യമൊക്കെ രുചിച്ചു, പല രാജ്യക്കാരുമായി രമിച്ചു.''

അയാൾ മദ്യക്കുപ്പിയെടുത്ത് ഒരു പെഗ്ഗ് പകർന്ന് ഐസിട്ട് നുണഞ്ഞുകൊണ്ട് തുടർന്നു. ''ഇപ്പോൾ എന്റെ മനസ്സിൽ വേറെയൊരു ചിന്തയാ. എന്റെ അപ്പൻ കൂലിവേല ചെയ്താണ് ഞങ്ങളെ വളർത്തിയത്. അപ്പനെ സംബന്ധിച്ച് ലോകത്തെ ഏറ്റവും വലിയ ലക്ഷ്വറി ഒരു കുപ്പി ചാരായമായിരുന്നു. അതുകഴിഞ്ഞാൽ പനംപായിൽ അപ്പൻ അമ്മച്ചിയുമായി ശൃംഗരിച്ചങ്ങനെ കിടക്കും. അപ്പൻ അനുഭവിച്ച ആ സുഖം എത്ര പണമുണ്ടാക്കിയിട്ടും എനിക്കു കിട്ടിയില്ല.''

അയാളതു പറഞ്ഞപ്പോൾ ചെമ്പനു തന്റെ ബാല്യകാലം ഓർമ്മ വന്നു. അയാൾ ബെല്ലമർത്തി റൂംബോയിയെ വിളിച്ചു. മുന്തിയ ഭക്ഷണം വരുത്തി അവനു നല്കി. ഒപ്പം ഭക്ഷണം കഴിച്ചശേഷം അയാൾ സംഭാഷണം തുടർന്നു.

''ഞാൻ നാട്ടിലൊരു തോട്ടം വാങ്ങി. ആടും മാടും കൃഷിയുമൊക്കെയുണ്ട്. പണമുണ്ടാക്കനല്ല കേട്ടോ, എനിക്ക് ഇടയ്ക്ക് അവിടെയെത്തി അപ്പനെപ്പോലെ ചാണകത്തിന്റെ ഗന്ധം ശ്വസിച്ചു പായിൽ കിടക്കണം. ചാരായം കഴിക്കണം. അവിടെ എനിക്കൊരു കൂട്ടുവേണം. നിന്റെ എണ്ണക്കറുപ്പു നിറവും ശരീരവുമൊക്കെ എനിക്കിഷ്ടപ്പെട്ടു. സമ്മതമാണെങ്കിൽ ഷിഹാബിനു പൈസ നൽകി നിന്നെ ഞാൻ ഏറ്റെടുക്കാം. നാട്ടിലെത്തിച്ച് ഫാമിൽ താമസിപ്പിക്കാം എന്താ?''

അവൻ മറുപടിയൊന്നും പറഞ്ഞില്ല. പോകുംമുമ്പ് അയാൾ അവനെ വീണ്ടും വാരിപ്പുണർന്നു. ക്യാമ്പിലെത്തിയപ്പോൾ നല്ല ക്ഷീണമുണ്ടായിരുന്നെങ്കിലും അന്നു രാത്രി ചെമ്പന് ഉറങ്ങാനായില്ല. ബിസിനസ്സുകാരന്റെ വാഗ്ദാനമായിരുന്നു മനസ്സു നിറയെ. ഈ നരകത്തിൽ നിന്ന് രക്ഷപ്പെടാൻ കടവുൾ സ്വാമി കാണിച്ചുതന്ന ഒരു മാർഗ്ഗമാണ് അതെന്ന് അവനു തോന്നി. എന്നാൽ താൻ ശരിക്കും

അയാളുടെ ലൈംഗിക അടിമയാക്കപ്പെടുമെന്ന ചിന്തയും മനസ്സിലുയർന്നു. എന്നാൽ ഇവിടെ പലരാൽ പിച്ചിച്ചീന്തപ്പെടുന്നതിനേക്കാൾ ഭേദമല്ലേ അതെന്ന് അവനു തോന്നി. വല്ലപ്പോഴുമെങ്കിലും സഹോദരങ്ങളെ കാണുകയും ചെയ്യാമല്ലോ.

അങ്ങനെ ചെമ്പൻ ബിസിനസ്സുകാരന്റെ ആഗ്രഹത്തിനു വഴങ്ങി. ഷിഹാബിനോട് അവൻ സമ്മതമറിയിച്ചു. ബിസിനസ്സുകാരൻ ഒരു ചെറിയ ഉപാധി കൂടി വച്ചിട്ടുണ്ടെന്നായിരുന്നു ഷിഹാബിന്റെ മറുപടി, ചെമ്പൻ ജീവിതകാലം മുഴുവനും ബിസിനസ്സുകാരന്റെ അടിമയായി കഴിയണം.

ആ ആവശ്യം ചെമ്പന് ഒരു ഷോക്കായിരുന്നു. ഒരു പകലും രാത്രിയും അവൻ അതെക്കുറിച്ചു ചിന്തിച്ചു, ഒടുവിൽ സമ്മതം മൂളി.

രണ്ടാഴ്ച കഴിഞ്ഞ് ഷിഹാബ് അറിയിച്ചപ്രകാരം അവൻ യാത്രയ്ക്കു തയ്യാറായി. യാത്രയുടെ ദിവസം വന്നെത്തി. പോകുംമുമ്പ് അവൻ സുനിയേയും ലല്ലുവിനേയും കെട്ടിപ്പിടിച്ചു കരഞ്ഞു. ''എടാ, നീയെങ്കിലും രക്ഷപ്പെട്, എന്റെ ജീവിതം ആഴക്കടലിലെ തകർന്ന കെട്ടുവള്ളംപോലെ ആടിയുലഞ്ഞു നീങ്ങിക്കൊണ്ടിരിക്കുകയാ. മതിയാക്കണമെന്നു പലതവണ വിചാരിച്ചതാ, നീയും ലല്ലുവുമൊക്കെയാ എന്നെ താങ്ങിനിർത്തിയത്.'' സുനി പറഞ്ഞു.

ലല്ലു ഒരു കാര്യം അവന്റെ ചെവിയിൽ രഹസ്യമായി പറഞ്ഞു ''ഭായി, എന്റെ ജീവിതം അവസാനിക്കാറായി. കഴിഞ്ഞയാഴ്ച രക്തം ടെസ്റ്റു ചെയ്തപ്പോഴാ സിഫിലിസ് ഉണ്ടെന്നു സ്ഥിരീകരിച്ചത്. മദ്യപിച്ചു ലക്കുകെട്ടു കിടന്നപ്പോൾ ആരോ ഉറയിടാതെ പ്രാപിച്ചതിന്റെ ഫലം. പക്ഷേ ഞാൻ ചാവുംവരെ ഈ തൊഴിൽ ചെയ്യും. എന്നെ പിച്ചിച്ചീന്തുന്നവനൊക്കെ ഈ രോഗം പകർന്നു നല്കും.''

ചെമ്പന് അതേറെ വിഷമിപ്പിക്കുന്ന വാർത്തയായിരുന്നു. ലല്ലുവിനെ എന്തുപറഞ്ഞ് ആശ്വസിപ്പിക്കണമെന്ന് എത്ര ആലോചിച്ചിട്ടും അവനു പിടികിട്ടിയില്ല. വിമാനയാത്രയ്ക്കിടയിൽ തന്റെ സഹോദരങ്ങളെക്കുറിച്ചും ലല്ലുവിനെയും സുനിയെയും കുറിച്ചും ചിന്തിച്ച് അവനിരുന്നു.

ലല്ലുവിന്റെ ഉദ്ദേശ്യം സഫലമായില്ല. അവന്റെ ശരീരത്തിലുണ്ടായ മാറ്റങ്ങൾ ഷിഹാബ് ശ്രദ്ധിച്ചു. അവന്റെ രക്തം വീണ്ടും പരിശോധിച്ച് അയാൾ രോഗവിവരം കണ്ടെത്തുകയും ചെയ്തു. വൈകാതെ അയാൾ അവനെ നാട്ടിലേക്കു തിരിച്ചയച്ചു.

ചെമ്പൻ പോയി ആഴ്ചകൾക്കുള്ളിൽ സുനി ദുബായ് രഹസ്യപ്പൊലീസിന്റെ പിടിയിലായി. അമ്പേഷണം ഷിഹാബിലുമെത്തി. രണ്ടുപേർക്കും പത്ത് വർഷത്തെ തടവാണു ലഭിച്ചത്. സുനിയെ പുരുഷ ഹോർമോൺ കുത്തിവച്ച് സ്ത്രീത്വം മാറ്റുന്ന ഹോർമോൺ

തെറാപ്പിക്ക് വിധേയനാക്കി. അതിനിടെ ജയിലിൽ വച്ചുതന്നെ അവൻ മരണപ്പെട്ടു. പോപ്പേഴ്സിന്റെ അമിതമായ ഉപയോഗമാണ് കാരണ മെന്നു പ്രിസൺ ഡോക്ടർ സ്ഥിരീകരിച്ചു.

കൊൽക്കത്തയിൽ വിമാനമിറങ്ങിയ ലല്ലു സ്വന്തം ഗ്രാമത്തിലേക്കു ബസ്സ് കയറി. അവിടെ ആരും അവനെ തിരിച്ചറിഞ്ഞില്ല. വീടിരുന്ന സ്ഥലത്ത് വലിയൊരു കോൺക്രീറ്റ് കെട്ടിടമാണ് കണ്ടത്. അവൻ കതകിൽ മുട്ടിവിളിച്ചു. വയസ്സായ ഒരു സ്ത്രീയാണ് കതകു തുറ ന്നത്.

''ഇവിടെ താമസിച്ചിരുന്ന സീത എന്ന സ്ത്രീ?''

അവൻ ചോദിച്ചു. ആ സ്ത്രീ അവനെ തറച്ചു നോക്കിയശേഷം പറഞ്ഞു.

''ഗന്ധാ ലോക് ഹൈ സബ്, അവരിൽ നിന്നാ ഞാൻ ഈ സ്ഥലം വാങ്ങിയത്. ആ പണവുംകൊണ്ട് അവർ പോയി. കുറേ നാൾ ഗ്രാമ ത്തിൽത്തന്നെ അലഞ്ഞുതിരിഞ്ഞു നടപ്പായിരുന്നു. അമ്മയ്ക്കും മകൾക്കും ഒരേ ആളായിരുന്നത്രേ. ഹോ ഇത്നി ഗന്ധാ ലോക്''

ലല്ലുവിന്റെ നെഞ്ച് വല്ലാതെ മിടിച്ചു. കണ്ണുകളിൽ ഇരുട്ടുകയറു ന്നതുപോലെ അവനു തോന്നി. വിറയ്ക്കുന്ന ശബ്ദത്തിൽ അവൻ ചോദിച്ചു.

''അവരിപ്പോൾ?''

''തള്ള ഒരു വർഷം മുമ്പ് ചത്തു. മകൾ സോനാഗച്ചിയിലോ മറ്റോ പോയിട്ടുണ്ടാവും. ഗ്രാമത്തിലെ ആരോ അവിടെവച്ച് കണ്ട തായി പറഞ്ഞു. ഗന്ധാ ലോക്, ഹേ ഭഗവാൻ.''

അവർ പറഞ്ഞതുകേട്ട് ലല്ലു ഉറക്കെ നിലവിളിച്ചു കരഞ്ഞു. പിന്നെ ആ സ്ത്രീ ചോദിച്ച ചോദ്യങ്ങൾക്കൊന്നും ഉത്തരം പറയാതെ വേച്ചു വേച്ചു നടന്നു.

ഗ്രാമത്തിൽ താൻ പഠിച്ച സ്കൂളിനു മുന്നിലെ മാവിനു കീഴിൽ അവൻ കിടന്നു കുറെ നേരം കരഞ്ഞു. ആൾക്കാർ ശ്രദ്ധിക്കുന്നതു കണ്ടതോടെ എണീറ്റുനടന്നു. സഹോദരി പോയതായി അവർ പറഞ്ഞ സ്ഥലം, സോനാഗച്ചി, കൊൽക്കത്തയിലെ ചുവന്ന തെരു വാണ്.

പെങ്ങളെ ഒന്നു കാണുകയെങ്കിലും ചെയ്യാമെന്നും ഷിഹാബ് തന്ന പണം അവളെ ഏൽപ്പിച്ച് അവിടെനിന്ന് രക്ഷിക്കാമെന്നും അവൻ മനസ്സിൽ ആഗ്രഹിച്ചു.

സോനാഗച്ചിയിൽ എത്തിയ ഉടൻ പെങ്ങളെ കണ്ടെത്താമെന്ന മോഹം ഇല്ലാതായി. ആയിരക്കണക്കിനു ലൈംഗികത്തൊഴിലാളി കൾക്കിടയിൽനിന്ന് ഒരാളെ എങ്ങനെ തിരിച്ചറിയാൻ?

അവിടത്തെ ഇടുങ്ങിയ തെരുവുകളിലൂടെ ചുറ്റിനടക്കാൻ മൂന്നു കൂട്ടർക്കേ അവകാശമുണ്ടായിരുന്നുള്ളൂ, ലൈംഗികത്തൊഴിലാളികൾക്കും പിമ്പുകൾക്കും മാംസദാഹം തീർക്കാനെത്തുന്നവർക്കും.

അങ്ങനെ ലല്ലു വീണ്ടും ലൈംഗികത്തൊഴിലാളിയായി. പക്ഷേ അത് ഒരു മാസമേ നീണ്ടുള്ളൂ. അവന്റെ ശരീരം ക്ഷയത്തിന് അടിമപ്പെട്ടു, ശോഷിച്ച് എല്ലും തോലുമായി.

പിമ്പുകൾ ഒരു കൊടിച്ചിപ്പട്ടിയെ തല്ലിയോടിക്കും പോലെ അവനെ അവിടെനിന്ന് ഓടിച്ചു. ചുവന്ന തെരുവിലേക്കുള്ള വഴിയിലെ ഒരു കടത്തിണ്ണയിൽ കിടന്ന് ക്ഷയവും സിഫിലിസും മൂർച്ഛിച്ച് അവൻ മരിച്ചു. മാംസദാഹം തീർക്കാനെത്തിയവർ ഈച്ചയരിക്കുന്ന അവന്റെ ശരീരം നിസ്സംഗതയോടെ നോക്കി കടന്നുപോയി.

മുപ്പത്

രാംദേവ്, മുടിയിൽ ശക്തമായിപ്പിടിച്ച് ആൽബിയെ മുകളിലേക്കുയർത്തി. പിന്നെ നനഞ്ഞ ഒരു പൂച്ചക്കുഞ്ഞിനെപ്പോലെ അവനെ തോളിൽ കിടത്തി തീരത്തെത്തിച്ചു. കമഴ്ത്തിക്കിടത്തി മുതുകിൽ ശക്തമായി അമർത്തി. ആൽബിയുടെ മൂക്കിലൂടെയും വായിലൂടെയും വെള്ളം പുറത്തേക്കു വന്നു. അവൻ ദീർഘമായി ശ്വസിച്ചു.

അയാൾ അവന്റെ കൈ പിടിച്ച് ഒപ്പം നടക്കാൻ ആവശ്യപ്പെട്ടു. ശ്മശാനത്തിലെ ചാമുണ്ഡാ ക്ഷേത്രത്തിനു മുന്നിലാണ് അവരെത്തിയത്. അയാൾ ശവക്കുഴികൾ തിരഞ്ഞ് ഒരു തലയോട്ടി കണ്ടെടുത്ത് അവനു നൽകി. അതിൽ കരിഞ്ഞ ശവം പറ്റിപ്പിടിച്ചിട്ടുണ്ടായിരുന്നു.

‘‘തുമാരേ ലിയെ കപാലാ, അബ് തും ഇസിമേം പീവോ.’’

(ഇതു നിനക്കുള്ള തലയോട്ടി, ഇതു കോപ്പയായി ഉപയോഗിച്ചാണ് ഇനി നീ എന്തും കുടിക്കേണ്ടത്)

ചാമുണ്ഡാ ക്ഷേത്രത്തിലെ മേൽനോട്ടക്കാരനെ രാംദേവ് അടുത്തേക്കു വിളിച്ച് എന്തോ ചെവിയിൽ പറഞ്ഞു. അയാൾ ഓടിപ്പോയി ഒരു കുപ്പി മദ്യവുമായി വന്നു. നാടൻ മദ്യമായിരുന്നു അത്. അടപ്പു തുറന്നപ്പോൾ മണ്ണെയുടെയും സ്പിരിറ്റിന്റെയും ഗന്ധം. രാംദേവ് അതു വായിലേക്കൊഴിച്ചു. കുറച്ച് തലയോട്ടിയിലൊഴിച്ച് ആൽബിയോടു കുടിക്കാനാവശ്യപ്പെട്ടു.

രാംദേവ് തന്നെ വീണ്ടും ഉപദ്രവിക്കുമെന്ന ഭയത്താൽ ആൽബി വല്ലാത്ത വിമ്മിഷ്ടത്തോടെ അത് ഒരു വിധം കുടിച്ചു.

അയാൾ ''ബം ബം ബോലേ'' എന്ന് ഉറക്കെ പറഞ്ഞുക്കൊണ്ട് മദ്യം വീണ്ടും അകത്താക്കി. പിന്നെ ചില്ലം ആഞ്ഞു വലിച്ചു.

''ഓം ഐം ഹ്രിം ക്ലിം, ചാമുണ്ഡായേ വിച്ചേ'' എന്ന് അയാൾ പുലമ്പുന്നുണ്ടായിരുന്നു. ക്ഷേത്ര മേൽനോട്ടക്കാരൻ ഒരു ശവക്കച്ച യുമായി വന്നു. രാംദേവ് അതു കീറിയശേഷം ആൽബിയോട് കോണകമായി ധരിക്കാൻ ആവിശ്യപ്പെട്ടു. ആൽബി ശവക്കച്ച ധരിച്ചു.

രാംദേവ് ശവക്കുഴിയിലെ ഭസ്മമെടുത്തു അവന്റെ ദേഹത്തു പൂശി.

''ഹേ ശ്മശാൻ താരാ, ഭൈരവാ, ബംബം ബോലേ'' എന്ന് അയാൾ ഉറക്കെ പറയുന്നുണ്ടായിരുന്നു.

രാംദേവ് ചില്ലം ആൽബിയുടെ ചുണ്ടിൽ തിരുകി വലിക്കാൻ ആവശ്യപ്പെട്ടു. മദ്യത്തിന്റെ ലഹരിയിൽ അവൻ അത് ആഞ്ഞുവലിച്ചു. വെള്ളത്തിൽ മുങ്ങിയപ്പോഴുണ്ടായ തണുപ്പും വിറയും മാറി ശരീരം വിയർത്തു.

മേൽനോട്ടക്കാരൻ, രാംദേവിനോട് ഭവ്യതയോടെ എന്തോ പറഞ്ഞു. അയാൾ എണീറ്റ് നടന്നു. ആൽബിയോട് ഒപ്പം വരാൻ ആംഗ്യം കാണിച്ചു.

ഒരു സ്ത്രീയുടെ ശവം ദഹിപ്പിക്കാൻ കോപ്പുകൂട്ടുകയായിരുന്നു ബന്ധുക്കൾ. രാംദേവ് അവരെ ആട്ടിപ്പായിച്ചു. പിന്നെ ശവത്തിനു മീതെയിരിക്കാൻ ആൽബിയോട് ആവശ്യപ്പെട്ടു. അറപ്പും ഭയവും ലഹരിയുടെ ഉന്മാദത്തിൽ അടങ്ങി. ആൽബി ശവത്തിനു മീതെയിരുന്നു, നെഞ്ചിനു മുകളിലായി. രാംദേവ് ശവത്തിന്റെ അരക്കെട്ടിനു മീതെയാണിരുന്നത്. അയാൾ ചില്ലം വീണ്ടും നാലഞ്ചു തവണ വലിച്ച് അവനു നീട്ടി. ആൽബിയുടെ ശരീരം ലഹരിയുടെ ആധിക്യത്തിൽ കുഴയുന്നുണ്ടായിരുന്നു. എന്നിട്ടും അവൻ ചില്ലം വലിച്ചൂതി വിട്ടു.

''കാളികായൈ വിദ്മഹീ, ശ്മശാന വസനായി ധീമഹീ, തനോ ദേവി പ്രകോദയാത്ത്'' എന്ന് ഉറക്കെ മന്ത്രിച്ചശേഷം അയാൾ ശ്വാസം പ്രത്യേക താളത്തിൽ എടുക്കുകയും പുറത്തേക്കു വിടുകയും ചെയ്തു. ഗോമുഖാസനത്തിലാണ് അയാളിരുന്നത്. കൈകൾകൊണ്ട് ചില പ്രത്യേക മുദ്രകൾ അയാൾ കാണിച്ചു. അവനോടും അങ്ങനെ കാണിക്കാൻ ആവശ്യപ്പെട്ടു. അവൻ അനുസരിച്ചു. മേൽനോട്ടക്കാരൻ ദമരു ഉറക്കെ കൊട്ടിക്കൊണ്ടിരുന്നു.

അങ്ങ് വളരെ ദൂരെ നിന്ന് വല്ലാത്തൊരു മുഴക്കം ഉണ്ടാകുന്ന തായും അതു വേഗത്തിൽ അവനു നേർക്കു വരുന്നതായും ആൽബിക്കു തോന്നി.

അടുത്തതായി ആകാശത്തുനിന്ന് ഉച്ചസ്ഥായിയിലുള്ള അട്ടഹാസം അവൻ കേട്ടു. അവൻ ഭയന്ന് താഴെ വീണു.

കണ്ണുകളുടെ മധ്യത്തായി ഒരു ചക്രം വേഗത്തിൽ തിരിയുന്നതു പോലെ അവനു തോന്നി.

''അരേ കുണ്ഡലിനി, നീന്ദ് സേ ഉഡാവോ.....'' രാംദേവ് ഉറക്കെ പുലമ്പുന്നുണ്ടായിരുന്നു.

മുന്നിലെ ചക്രം കൂടുതൽ വേഗത്തിൽ ചുഴറ്റാൻ തുടങ്ങി.

നട്ടെല്ലിലൂടെ എന്തോ ഇഴയുന്നുതുപോലെ.

''ലം, വം, റം, യം, ഹം, ഊ...,ഓം, കുണ്ഡലിനീ ജഗദ്മാതാ, സിദ്ധിം ദേഹി ദേഹി സ്വാഹ.''

അങ്ങ് അകലെ രാംദേവിന്റെ ശബ്ദം മുഴങ്ങുന്നുണ്ടായിരുന്നു.

പെട്ടെന്ന് മുഖത്തിനു മുന്നിൽ ആയിരക്കണക്കിനു ഫണങ്ങളുമായി ഒരു സർപ്പം. അത് ഫണം വിടർത്തി രൗദ്രഭാവത്തിൽ ആടി. പിന്നെ അവന്റെ നെറ്റിയിൽ ആഞ്ഞുകൊത്തി. ആൽബി പേടിച്ച് ഉറക്കെ നിലവിളിച്ചുക്കൊണ്ട് പ്രജ്ഞയറ്റുവീണു.

മുപ്പത്തിയൊന്ന്

ആരോ പലയാവർത്തി തട്ടിവിളിച്ചപ്പോൾ വേലു പ്രയാസപ്പെട്ട് കണ്ണുതുറന്നു. മനസ്സിന്റെ നീറ്റൽ മാറിയിരുന്നില്ല. ശരീരവും വല്ലാതെ വേദനിക്കുന്നുണ്ടായിരുന്നു.

ബോധംകെട്ടു കിടന്ന കടത്തിണ്ണയിലല്ല താനിപ്പോഴുള്ളതെന്ന് വേലുവിനു മനസ്സിലായി. ഒരാൾ ഒരു കപ്പ് കട്ടൻകാപ്പി അവനു നൽകി. അവൻ വേച്ചു വേച്ചെണീറ്റു.

കാപ്പി നൽകിയ ആൾ അവനെ ഉറ്റുനോക്കിക്കൊണ്ട് ഇരിക്കുന്നുണ്ടായിരുന്നു. മുടിയും താടിയുമൊക്കെ നീട്ടിവളർത്തിയ പ്രാകൃതമായ ഒരു രൂപം. അയാൾ പതുക്കെ സംസാരിക്കാൻ തുടങ്ങി. ''നിനക്കെന്തു പറ്റി, ഞാൻ കണ്ടില്ലെങ്കിൽ വല്ല കൗണ്ടർമാരും നിന്നെ തച്ചു കൊന്നേനേ, കടത്തിണ്ണയിൽ കിടന്നു ശർദ്ദിച്ച് അപ്പിയിട്ട്... ആരായാലും തല്ലിപ്പോകും. ആരും കാണാതെ ഞാൻ നിന്നെയിങ്ങു കൊണ്ടുപോന്നു. വസ്ത്രമൊക്കെ മാറ്റി ക്ലീനാക്കി.'' ഇത്രയും പറഞ്ഞ് അയാൾ ഉറക്കെ ചിരിച്ചു.

''നിനക്കു പറ്റിയതൊക്കെ ഞങ്ങളറിഞ്ഞു. പൈസ വന്നപ്പോൾ ഭാര്യയും അമ്മായിഅമ്മയും ചതിച്ചു, അല്ലേ? പൈസയുള്ളവരൊക്കെ അങ്ങനെയാ. നീ വിഷമിക്കേണ്ടെടാ, നമുക്ക് അവർക്കിട്ട് നല്ല പണി കൊടുക്കാം'' വീണ്ടും അയാൾ വല്ലാതെ ചിരിച്ചു.

നടന്ന സംഭവങ്ങളൊക്കെ വേലുവിന്റെ മനസ്സിൽ വീണ്ടും തികട്ടി വന്നു. അവന്റെ നെഞ്ച് വല്ലാതെ വിങ്ങി. ''ശാരായ, ശാരായ.'' അവൻ മദ്യമാവശ്യപ്പെട്ടു.

''ചാരായമൊക്കെ തരാം ചങ്ങാതി, നീ ആദ്യം താഴത്തെ പുഴയിൽ പോയി നന്നായി കുളിക്ക്, എന്നിട്ടെന്തെങ്കിലും കഴിക്ക്, അതു കഴിഞ്ഞാവാം ശാരായമൊക്കെ.'' അയാൾ ചിരിച്ചുകൊണ്ട് പറഞ്ഞു.

വേലുവിന് അയാളെ എതിർക്കാൻ തോന്നിയില്ല. അവൻ പുഴയിൽ കുളിച്ചു വന്നു. അയാൾക്കൊപ്പം, സമാനമായി വസ്ത്രം ധരിച്ച നാലഞ്ചുപേരെക്കൂടി അവൻ കണ്ടു. ചിലരുടെ കൈയിൽ തോക്കുണ്ടായിരുന്നു. അവരിൽ ഒരാൾ കോട്ടിയ ചേമ്പിലയിൽ നിറച്ച മരച്ചീനിയും ഇറച്ചിക്കറിയും അവനു നൽകി. അവനതു കഴിച്ചു, ധാരാളം വെള്ളം കുടിച്ചു.

അവന്റെ മനസ്സ് സാവാധാനം യാഥാർത്ഥ്യത്തോടു പൊരുത്തപ്പെടാൻ തുടങ്ങി. പച്ച ഡ്രസ്സും തൊപ്പിയും ധരിച്ച കുറേപ്പേർ അവിടെയുണ്ടെന്ന് അവനു മനസ്സിലായി. കുറെ ടെന്റുകളും അവിടെ കണ്ടു. അൽപ്പനേരം കഴിഞ്ഞപ്പോൾ വേലുവിനെ കൂട്ടിക്കൊണ്ടു വന്നയാൾ മറ്റൊരാൾക്കൊപ്പം അവന്റെ അടുത്തെത്തി. മെലിഞ്ഞ് ഉയരം കുറഞ്ഞയാളായിരുന്നു രണ്ടാമൻ. അയാളെ മറ്റുള്ളവർ സല്യൂട്ടടിക്കുന്നുണ്ടായിരുന്നു.

''ഞാൻ നയീം, കേരളത്തിലെ മാവോഗ്രൂപ്പിന്റെ ലീഡർ. നിനക്കു സ്വാഗതം, മാവോ ഗൊറില്ലാ മണ്ഡലിലേക്ക്....'' ഉയരം കുറഞ്ഞയാൾ പറഞ്ഞു.

അവനെ കൂട്ടിക്കൊണ്ടു വന്നയാളും സ്വയം പരിചയപ്പെടുത്തി. ''ഞാൻ മാവോ മണ്ഡലിന്റെ കമാന്റർ മുത്തുവേൽ, നിന്റെ കാര്യങ്ങളൊക്കെ നമുക്കറിയാം. പാവങ്ങളെ ഊറ്റുന്ന നായ്ക്കളെയൊക്കെ നമുക്കു തുണ്ടംതുണ്ടമാക്കണം. അതിനു നിന്നെപ്പോലെ ഉള്ളിൽ തീയുള്ളവരാ വേണ്ടത്.''

വേലു മറുപടിയൊന്നും പറഞ്ഞില്ല. താൻ വല്ലാത്തൊരു കുരുക്കിൽ പെട്ടിരിക്കുകയാണെന്ന ചിന്ത മനസ്സിൽ വന്നപ്പോൾത്തന്നെ, തന്നെ ചതിച്ചവരോട് പകരം വീട്ടാൻ ഇക്കൂട്ടർ സഹായിക്കുമെന്നും അവനു തോന്നി.

അട്ടപ്പാടിയിലെ കാടും മലയുമൊക്കെ നന്നായി അറിയാവുന്ന ആദിവാസികളെ റിക്രൂട്ടു ചെയ്യാനുള്ള മാവോവാദികളുടെ ഉദ്യമത്തിന്റെ ഭാഗമായാണ് താൻ അവിടെ എത്തിയതെന്ന് അവനു വൈകാതെ മനസ്സിലായി. ക്യാമ്പിൽ ഓരോ ദിവസം കഴിയുന്തോറും വേലുവിന്റെ മനസ്സിലെ പക ആളിക്കത്തിക്കാൻ കൂടെയുള്ളവർ ശ്രമിച്ചു. ദുഃഖത്തിന്റെയും നിരാശയുടെയും സ്ഥാനം പക കൈയടക്കി.

ഒരു അട്ടപ്പാടിക്കാരൻ കൂടി ക്യാമ്പിലുണ്ടായിരുന്നു. തമിഴ്നാട്ടിൽനിന്ന് അവിടേക്കു കുടിയേറിയ ഒരു സ്ത്രിയുടെ ചെറുമകൻ, പേര് പാണ്ടി. ക്യാമ്പിലുള്ളവരുടെ കൂട്ടത്തിൽ ഏറ്റവും ഊറ്റമുള്ളവനായിരുന്നു പാണ്ടി. ശരിക്കും കരുത്തനായ ഒരാൾ. വേലുവും പാണ്ടിയും ക്യാമ്പിലെ ശാരീരിക പരിശീലനത്തിലും സ്റ്റഡിക്ലാസിലുമൊക്കെ പങ്കെടുത്തു. ഇടയ്ക്കിടെ താവളം മാറ്റുന്ന ശൈലിയാണ് മാവോ ക്യാമ്പിലുള്ളവർ സ്വീകരിച്ചിരുന്നത്. മറ്റുള്ളവർ കടന്നുചെല്ലാൻ മടിക്കുന്ന ദുർഘടമായ സ്ഥലങ്ങൾ അവർ താവളങ്ങളായി തിരഞ്ഞുപിടിച്ചു.

പരിശീലനത്തിനിടെ വേലു പാണ്ടിയുമായി അടുത്തു. തമിഴ്നാടുകാരിയായ രാസാത്തിയുടെ ചെറുമകനാണ് പാണ്ടി. അറുപതു വർഷങ്ങൾക്കു മുമ്പ് രാസാത്തി എന്ന സ്ത്രീ മേട്ടുപ്പാളയത്തുനിന്നും മലതാണ്ടി അട്ടപ്പാടിയിലെത്തി. ഊരുവിലക്കിനെ തുടർന്നാണ് രാസാത്തി അട്ടപ്പാടിയിലെത്തിയത്. വളരെ ചെറുപ്പത്തിൽ രാസാത്തിയുടെ കല്യാണം നടന്നു. നല്ല ഉയരവും ഒത്ത ശരീരവും, ആരും നോക്കിപ്പോകും വിധത്തിലുള്ള ആകാരവടിവുമുള്ള സ്ത്രീയായിരുന്നു രാസാത്തി. മധ്യവയസ്കനായ തങ്കനാണ് രാസാത്തിയെ കെട്ടിയത്. അയാളുടെ രണ്ടാം കെട്ടായിരുന്നു അത്. രണ്ടു മക്കളായതോടെ തങ്കന്റെ ലൈംഗികതൃഷ്ണ അവസാനിച്ചു. രാസാത്തിയുടേതാകട്ടെ ശരിക്കും മുറ്റിനിൽക്കുന്ന പ്രായം. അവൾ അയലത്തെ ഒരു ചെക്കനുമായി ചങ്ങാത്തം കൂടി. രാത്രി കണവനും മക്കളും ഉറങ്ങുമ്പോൾ അവർ തൊഴുത്തിനു പിന്നിലെ മണ്ണിൽക്കിടന്ന് ഇണചേർന്നു. ഒരിക്കൽ ചെക്കന്റെ അച്ഛൻ അതു കണ്ടുപിടിച്ചു. അയാളതു നാട്ടുകാരെ അറിയിച്ചു. ഊരുകൂട്ടം രാസാത്തിയെ ഊരുവിലക്കി.

നാലഞ്ച് മാടുകളും രണ്ടു പെൺമക്കളുമൊത്താണ് രാസാത്തി അട്ടപ്പാടിയിലെത്തിയത്. മലഞ്ചരുവിൽ അവർ ഒരു ഓലപ്പുര കെട്ടിയുണ്ടാക്കി. മാടുകളെ മലയിലും കാട്ടിലും മേച്ചു നടന്നു. പാല് വിറ്റ് ജീവിക്കാൻ വകകണ്ടെത്തി.

അങ്ങനെ കഴിയവെ മുരുകൻ എന്നു പേരുള്ള ചെക്കൻ ചെമ്മരിയാടുകളെ മേച്ച് അവിടെയെത്തി. രാസാത്തി അവനു കുടിലിനു പുറത്തു കിടക്കാൻ അനുവാദം നൽകി.

അവളുടെ ലൈംഗികവാഞ്ജ അടങ്ങിയിട്ടുണ്ടായിരുന്നില്ല. മാടു മേയ്ക്കുന്നതിനിടെ ഉരുക്കൾ ഇണചേരുന്നതും മറ്റും കണ്ടപ്പോൾ അത് ഇരട്ടിയായി. ലൈംഗിക ഹോർമോണുകൾ ഉച്ചസ്ഥായിയിലെത്തി. പശുകൾക്ക് മദിയെത്തുംപോലെയായി അവളുടെ സ്ഥിതി.

ഒരു ദിവസം ചെക്കനെ മാടുമേയ്ക്കാൻ അവർ ഒപ്പം കൂട്ടി. മാടുകൾ മേഞ്ഞുനടന്നപ്പോൾ മരത്തണലിൽവച്ച് ചെക്കനുമായി ഇണ

ചേർന്നു. അതു പിന്നീട് പലതവണ തുടർന്നു. നാട്ടിലെ ആണുങ്ങൾ അവരുടെ ലൈംഗികകേളികൾ ഒളിഞ്ഞു നിന്നു കണ്ടു രസിച്ചു. നേരിട്ടു കാണാനോ കൂക്കിവിളിക്കാനോ ഒന്നും ആർക്കും ധൈര്യമുണ്ടായിരുന്നില്ല. വെകിളി പാടിച്ച കാളയെപ്പോലും ഒറ്റക്കൈയിൽ പിടിച്ചുനിർത്താൻ തക്ക കരുത്തുള്ളവളായിരുന്നു രാസാത്തി.

ചെക്കനു രാസാത്തിയിൽ ഒരു ആൺകുട്ടിയുണ്ടായി, പാണ്ടി. 82-ാം വയസ്സിൽ രാസാത്തി മരിക്കുമ്പോൾ അവരുടെ രണ്ടു പെൺമക്കളും വിവാഹിതരായിരുന്നു. മുരുകൻതന്നെ ഇരുവരെയും പൊണ്ടാട്ടികളാക്കി. രാസാത്തിയുടെ എതിർപ്പൊന്നും അവൻ വകവച്ചില്ല. രാസാത്തി തന്റെ ലൈംഗികദാഹം തീർക്കാനാണ് അവനെ കൂടെ താമസിപ്പിച്ചതെങ്കിൽ ഒടുവിൽ അവരും അവരുടെ മക്കളും മുരുകന്റെ ലൈംഗിക അടിമകളായി. മനഃസ്താപത്തോടെയാണ് രാസാത്തി മരിച്ചത്.

ഇതൊക്കെ കണ്ടാണ് പാണ്ടി വളരുന്നത്. കുഞ്ഞിലേ രാസാത്തിയെപ്പോലെ കരുത്തുള്ള ശരീരവും ഊരുമുണ്ടായിരുന്നു അവന്. പക്ഷേ ജന്മനാ ഒരു തകരാരുണ്ടായിരുന്നു. വൃഷണം ശുഷ്കിച്ച് ഉൾവലിഞ്ഞിരുന്നു. ലിംഗവും ശോഷിച്ച് ഒരു കുറ്റിപോലെ കാണപ്പെട്ടു.

''കടവുളേ, നീ മറന്തുവിട്ടായാ, ചെക്കനു മാണിയില്ലിയേ'' എന്നു രാസാത്തി വിലപിച്ചിരുന്നു.

ഏതായാലും പ്രത്യേക വാത്സല്യത്തോടെയാണ് നന്നായി ഭക്ഷണം കൊടുത്ത് അവരവനെ വളർത്തിയത്.

രാസാത്തി മരിച്ചതോടെ പാണ്ടിക്കു വല്ലാത്ത ഒറ്റപ്പെടലായി. മുരുകന് അവനോട് അവജ്ഞയായിരുന്നു. അയാൾ അവനെ, എപ്പോഴും 'ശനിയനെന്നു' വിളിച്ചു കളിയാക്കും. അവന്റെ സഹോദരങ്ങൾ മുരുകന് അടിമകളെപ്പോലെയായിരുന്നു. അവർ മാടുമേച്ച് കാടും മലയും താണ്ടും. പാല് വിറ്റുകിട്ടുന്ന പണമുപയോഗിച്ച് മുരുകൻ സുഖിച്ചു കഴിയും. മുരുകൻ ദിവസവും ചാരായമടിച്ചുവന്ന് ഭാര്യമാരെ തല്ലും, പിന്നെ ഭോഗിക്കും. പക്ഷേ രണ്ടുപേരിലും അയാൾക്കു സന്തതികളൊന്നുമുണ്ടായില്ല.

അങ്ങനെയിരിക്കെ പാണ്ടിയുടെ കല്യാണം നടത്തണമെന്നു സഹോദരങ്ങൾ തീരുമാനിച്ചു. ജ്ഞാനേശ്വരി എന്നുപേരുള്ള പെണ്ണിനെയാണ് അവന് കണ്ടെത്തിയത്.

മുരുകൻ ഒരു ടെറസ്സ് വീട് വച്ചിരുന്നു. കെട്ട് കഴിഞ്ഞ് പാണ്ടിയും ജ്ഞാനേശ്വരിയും അതിലെ ഒരു മുറിയിൽ താമസമായി. തന്റെ ഭർത്താവ് ഷണ്ഡനാണെന്ന് ജ്ഞാനേശ്വരിക്കു വൈകാതെ ബോധ്യപ്പെട്ടു.

പാണ്ടി അവളെ കെട്ടിപ്പുണർന്നു മുട്ടിയുരുമ്മിയുമെക്കെ കിടന്നെങ്കിലും ലൈംഗികബന്ധം അവന് അസാധ്യമായിരുന്നു.

കല്യാണം കഴിഞ്ഞ് ഒരു മാസമായി. ഒരു ദിവസം പാണ്ടിയെ പാല് വിൽക്കാനായി പറഞ്ഞു വിട്ടശേഷം മുരുകൻ ജ്ഞാനേശ്വരിയെ പ്രാപിച്ചു. അതു പലതവണ തുടർന്നു. ജ്ഞാനേശ്വരി ഗർഭിണിയായി.

ഗർഭത്തിന്റെ വിവരമറിഞ്ഞപ്പോൾ പാണ്ടിക്ക് അതു സഹിക്കാനായില്ല. മുരുകനെ അവൻ അപ്പനെന്നാണ് വിളിച്ചിരുന്നത്. ഭാര്യയെ അവൻ അളവറ്റു സ്നേഹിച്ചിരുന്നു. ഭാര്യയും തന്തയും ചേർന്നു തന്നെ ചതിച്ചെന്ന് അവന് മനസ്സിലായി.

മൂത്ത സഹോദരി അവനെ സമാധാനിപ്പിച്ചു.''തമ്പീ, നീ വിഷമിക്കേണ്ട, നിനക്ക് ഒരു മകനുണ്ടാകാൻ പോവുകയാണെന്നു കരുതിയാൽ മതി,''

അവൻ അതനുസരിച്ചു. ഉള്ളിലെ നീറ്റലടക്കി ജീവിച്ചു. പക്ഷേ പ്രശ്നങ്ങൾ കൂടുതൽ സങ്കീർണ്ണമായി. മുരുകൻ ജ്ഞാനേശ്വരിയെ തന്റെ മൂന്നാം ഭാര്യയായി കരുതാൻ തുടങ്ങി. അവൾ പാണ്ടിക്കൊപ്പം രാത്രി കിടക്കാതായി. ദേഷ്യവും സങ്കടവും സഹിക്കാതെ പാണ്ടി ഉറക്കം വരാത്ത രാത്രികൾ തള്ളിനീക്കി.

ഒടുവിൽ അവനു വീട്ടിൽ കയറാൻ പോലും അനുവാദമില്ലാതെയായി. പുറത്ത് ഒരു പായ വിരിച്ച് കിടക്കണം. സ്വന്തം ഭാര്യയെ തന്ത വെപ്പാട്ടിയാക്കുന്നതു കണ്ടില്ലെന്നു നടിച്ചു ജീവിക്കണം. ഒടുവിൽ പാണ്ടി അമിതമദ്യപാനം തുടങ്ങി. മുരുകനെ അസഭ്യം പറഞ്ഞതിനു പല തവണ അവന്റെ പേരിൽ പൊലീസ് കേസായി. മുരുകൻ പൊലീസുകാർക്കു പണം നൽകി മകനെ പലതവണ ഇടിച്ചു ചതയ്ക്കാൻ ഏർപ്പാടുണ്ടാക്കി. ഒടുവിൽ പാണ്ടി വീട് വിട്ട് അലഞ്ഞു നടന്നു, അങ്ങനെ മാവോ ക്യാമ്പിലെത്തി. തന്തയോടുള്ള പകയായിരുന്നു അവന്റെ മനസ്സു നിറയെ.

മുപ്പത്തിരണ്ട്

റാന്നിക്കടുത്തുള്ള ഒരു തോട്ടത്തിലാണ് നാട്ടിലെത്തിയ ഉടൻ സേവിയർ എന്ന ബിസിനസ്സുകാരന്റെ ആൾക്കാർ ചെമ്പനെ എത്തിച്ചത്. 50 ഏക്കർ വിസ്തൃതിയുള്ള വലിയൊരു തോട്ടം, നടുക്കൊരു വലിയ ബംഗ്ലാവ്. അതിലൊരു വലിയ മുറി അവനായി ഒഴിച്ചിട്ടിരുന്നു. നാട്ടിലേക്ക് തിരിക്കും മുമ്പ് സേവിയറിൽനിന്ന് അഞ്ചുലക്ഷം രൂപാ അവൻ വാങ്ങിയിരുന്നു. പൈസ നൽകാൻ മടിച്ചില്ലെങ്കിലും, തന്നെ ചതിച്ച്

തോട്ടത്തിൽനിന്ന് രക്ഷപ്പെട്ടാൽ കണ്ടുപിടിച്ചു കൊല്ലുമെന്നു ഭീഷണിപ്പെടുത്താൻ അയാൾ മറന്നില്ല.

ചെമ്പന്റെ ഊരിൽ പട്ടിണി മരണം പതിവായി മാറിയിരുന്നു. മഴ ആ നാടിനെ മറന്നു. പുല്ലൊക്കെ കരിഞ്ഞുണങ്ങിയതിനാൽ ആടുകൾക്കു തീറ്റ കുറഞ്ഞു. സ്ത്രീകൾ ആട്ടിൻപറ്റങ്ങളെ മേയ്ക്കാൻ കഠിനമായ വെയിലത്ത് മലയും കുന്നുമൊക്കെ താണ്ടി വലഞ്ഞു. ആടുകൾക്കും പശുക്കൾക്കും രോഗബാധയുമേറി. പെണ്ണുങ്ങൾ പാടുപെട്ടുണ്ടാക്കുന്ന പണത്തിൽ ഒരു പങ്ക് കുടിച്ചുതീർക്കാൻ ആണുങ്ങൾക്ക് ഒരു മടിയുമുണ്ടായില്ല. സ്ത്രീകൾ പട്ടിണിമൂലം ചാപിള്ളകളെയും ദുർബലരായ സന്തതികളെയും പ്രസവിക്കുന്നതും അവരെ പോറ്റാൻ പെടാപ്പാടുപെടുന്നതും കണ്ടിട്ടും സന്താനോൽപ്പാദനത്തിൽ ആണുങ്ങൾ ഒരു നിയന്ത്രണവും പാലിച്ചില്ല.

ചെമ്പന്റെ ഇളയതുങ്ങളുടെ സ്ഥിതി ഭേദമായിരുന്നു. മങ്കയും സാരയും ശാരീരികമായി അവശരായെങ്കിലും അവർ ലൈംഗികത്തൊഴിലിലൂടെ ഉണ്ടാക്കിയ പണം കുടുംബത്തിന് ഇത്തിരി താങ്ങായി. മങ്ക നട്ടെല്ലിനു ക്ഷതം സംഭവിച്ച് ഏറെക്കുറെ കിടപ്പായിരുന്നു.

ചെമ്പന്റെ ഇളയതുങ്ങളിൽ മൂത്തവളായിരുന്നു മുത്തു. അവൾ കാഴ്ചയിൽ സുന്ദരിയായിരുന്നു. ചെമ്പൻ പോയിട്ട് വർഷം ഏഴായി. ഇതിനിടെ മുത്തു കുമാരിയായി. അവൾക്കു താഴെ പത്തും പന്ത്രണ്ടും വയസ്സുള്ള രണ്ട് ആമ്പിള്ളാരായിരുന്നു. പഠിക്കാനൊന്നും പോകാതെ, ആടുകളെ മേയ്ക്കുന്ന സ്ത്രീകൾക്കു കൂട്ടുപോയാണ് അവർ കഴിഞ്ഞിരുന്നത്. അതിനു പകരമായി ഒരു നേരത്തെ കഞ്ഞി കിട്ടും. മൂപ്പന്റെ ചെറുമക്കളിൽ ചിലരും ആടുമേയ്ക്കാൻ പോയി. അതിൽ രണ്ടെണ്ണം വയറുന്തി ശരീരം ശോഷിച്ച നിലയിലായിരുന്നു. അങ്ങനെ വല്ലാതെ സാമ്പത്തിക ഞെരുക്കത്തിലാണ് ആ കുടുംബം കഴിഞ്ഞത്, ഇതിനൊക്കെ പുറമെ മങ്കയ്ക്കു വേണ്ട മരുന്നിന്റെ ചെലവും.

ഇതിനിടെ മുത്തുവിന് റിസോർട്ടിൽ പണി വാഗ്ദാനം ചെയ്ത് ആളെത്തിയെങ്കിലും സാര അവരെ ആട്ടിപ്പായിച്ചു. തങ്ങളുടെ ഗതികേട് ആ കുഞ്ഞിന് ഉണ്ടാകരുതെന്ന കാര്യത്തിൽ അവർക്ക് നിർബന്ധമുണ്ടായിരുന്നു. മുത്തു ഊരിലെ സാക്ഷരതാ ക്ലാസ്സിൽ മുടങ്ങാതെ പോയി മലയാളം എഴുതാനും വായിക്കാനും പഠിച്ചിരുന്നു. അങ്ങനെയിരിക്കെ അടുത്ത ഊരിലെ സാക്ഷരതാസ്കൂളിൽ അവൾക്കു പണികിട്ടി. ദിവസവേതനത്തിലാണ് ജോലി. മാസം അയ്യായിരം രൂപയോളം കിട്ടും.

ബാങ്കിലെ അക്കൗണ്ട് വഴിയാണ് പണം വന്നിരുന്നത്. അതു പിൻവലിക്കാൻ പോകുമ്പോഴായിരുന്നു വലിയ പ്രശ്നം. കൗണ്ടർ പിള്ളാർ നോട്ടമിടാനും ശൃംഗരിക്കാനും തുടങ്ങി. നല്ല മനസ്സാന്നിധ്യമുള്ള പെണ്ണായിരുന്നു മുത്തു. അവളൊന്നും വകവച്ചില്ല.

മണ്ണാർകാടുള്ള ഒരാൾ അഗളിയിൽ പത്തു വർഷം മുമ്പ് ഇരു പതേക്കർ ഭൂമി വാങ്ങിയിരുന്നു. തോമസ് എന്നാണ് അയാളുടെ പേര്. ഒരു വലിയ ഭൂവുടമയും ധനാഢ്യനുമായിരുന്നു അയാൾ.

അലോഷ്യസ് എന്നു പേരുള്ള മകന്റെ പേരിലാണ് അയാൾ ഭൂമി വാങ്ങിയത്. തന്തയുടെ പണത്തിന്റെ ഹുങ്കിൽ വളർന്ന ചെക്കനായിരുന്നു അലോഷ്യസ്. നാട്ടിൽ ദിവസവും തല്ലും പെണ്ണുപിടുത്തവും പൈസ വച്ച് ചീട്ടുകളിയുമായിരുന്നു അവന്റ പണി. തന്ത എന്തെങ്കിലും എതിർത്തു പറഞ്ഞാൽപ്പോലും കൈയോങ്ങും, അത്തരത്തിൽ ഒരു ദുഷിച്ച സന്തതി.

അലോഷ്യസിനു വയസ്സു 33 ആയി. ഇതിനിടെ രണ്ടുതവണ കെട്ടി. രണ്ടുപേരും അവന്റെ സ്വഭാവഗുണംകൊണ്ട് ഒരു വർഷം തികച്ച് ഒപ്പം കഴിഞ്ഞില്ല.

ചെക്കനെ നാട്ടിൽനിന്ന് എങ്ങനെയെയും അകറ്റാനാണ് തോമസ് അഗളിയിൽ ഭൂമി വാങ്ങിയത്. ഭൂമിയുടെ മധ്യത്ത് ഒരു വീടുവച്ച് ചുറ്റും വാഴകൃഷി ചെയ്തു. പരിഷ്കാരം തൊട്ടുതീണ്ടാത്ത സ്ഥലത്തെത്തിച്ചാൽ ചെക്കൻ ഒതുങ്ങുമെന്നായിരുന്നു തോമസിന്റെ പ്രതീക്ഷ. ഒരു യെസ്ഡി വണ്ടിയിലാണ് ചെക്കൻ തോട്ടത്തിലെത്തിയത്. തമ്പായി എന്ന സഹായിയെ ക്വാളിസ് വണ്ടിയും കൊടുത്തു തോമസ് പുറകെ അയച്ചു. ഒരു മാടനായിരുന്നു തമ്പായി, എന്തിനും പോന്നവൻ. ചെക്കന് ഒന്നും പറ്റാതെ നോക്കുകയെന്നതാണ് തമ്പായിക്കു നൽകിയ ദൗത്യം.

അഗളിയിലെത്തി കുറെ നാൾ അലോഷ്യസ്സ് കൂട്ടിലടച്ച പരുന്തിനെപ്പോലെ കഴിഞ്ഞു. പിന്നെ ആ പ്രദേശത്തെ കൗണ്ടർ ചെക്കൻമാരുമായി ചങ്ങാത്തം കൂടി. അവൻമാർ അലോഷ്യസ്സിനു മദ്യമെത്തിച്ചു, അവനൊപ്പം മദ്യപിച്ചു, ചീട്ടുകളിച്ചു.

കൗണ്ടർ ചെക്കന്മാർ നാട്ടിലെ ചില പെണ്ണുങ്ങളെ അവനു പരിചയപ്പെടുത്തി, പണത്തിനു വേണ്ടി അത്യാവശ്യം കിടക്ക പങ്കിടാൻ മടിയില്ലാത്തവർ.

എന്നാൽ അതുകൊണ്ടും അവനു മതിയായില്ല, ബലാൽ പ്രാപിക്കാനായിരുന്നു അവനു താൽപ്പര്യം. ഊരുകളിലെ പെണ്ണുങ്ങളിലായി അവന്റെ നോട്ടം. ആദ്യം ആട് മേച്ചു വരുന്നവരെ നോട്ടമിട്ടു.

തോട്ടത്തിന്റെ വാതിൽ അലോഷ്യസ് മനപ്പൂർവ്വം തുറന്നിടും. കൂട്ടംതെറ്റി വരുന്ന ആടുകൾ വാഴത്തോപ്പിൽ കയറി ഇലയും കന്നുമൊക്കെ തിന്നും. അലോഷ്യസ് കെട്ടിടത്തിന്റെ മുകളിലത്തെ നിലയിൽ പതുങ്ങി ഇതു കണ്ടുനിൽക്കും. ആടുകളെ പുറത്തിറക്കിക്കൊണ്ടുപോകാൻ പെണ്ണുങ്ങൾ തോട്ടത്തിനുള്ളിൽ കയറുമ്പോൾ അലോഷ്യസ് താഴെയിറങ്ങി വന്ന് സ്ത്രീകളെ ഭീഷണിപ്പെടുത്തും.

'പൊലീസിനെക്കൊണ്ടു പിടിപ്പിക്കും, വെടിവച്ചു കൊല്ലും' തുടങ്ങിയ ഭീഷണികളിൽ പാവത്തുങ്ങൾ ഭയന്ന് കരയും. ബലാൽക്കാരമായുള്ള സംഗത്തിലാണ് ഇതു മിക്കപ്പോഴും അവസാനിക്കുന്നത്. ആരെങ്കിലും എതിർത്താൽ തമ്പായി ഉരുക്കുകൈകളുപയോഗിച്ച് അവരെ പൂണ്ട ടക്കം പിടിച്ച് മുകളിലത്തെ നിലയിലെ ബെഡ്റൂമിൽ തള്ളും. അലോ ഷ്യസിന്റെ ഊഴം കഴിഞ്ഞാൽ തമ്പായി അവരെ പീഡീപ്പിക്കും.

അങ്ങനെ അലോഷ്യസ് തന്റെ വാഴത്തോപ്പിനെ ഒരു കെണിയാക്കി മാറ്റി. പലരും അതിൽപ്പെട്ടു. പ്രശ്നം പറ്റിയവരാരും കാര്യം പുറത്തു പറഞ്ഞില്ല. ഉച്ചവെയിലെത്തുവരെ ചാരായമടിച്ചു കിറുങ്ങി നടക്കുന്ന പുരുഷൻമാരോടു പറഞ്ഞാൽത്തന്നെ എന്തു കാര്യമെന്ന് അവർ കരുതി. പറ്റിയതു പറ്റിയെന്നും കരുതി അവർ അതുവഴിയുള്ള യാത്ര കഴിയുന്നതും ഒഴിവാക്കി.

വൈകിട്ട് കവലയിൽ ചുറ്റിക്കറങ്ങി അതുവഴി പോകുന്ന സുന്ദരി കളായ പെണ്ണുങ്ങളെ നോക്കലായിരുന്നു അവന്റെ മറ്റൊരു നേരം പോക്ക്. നല്ല പെണ്ണുങ്ങളെ നോട്ടമിട്ടശേഷം കൗണ്ടർ ചെക്കന്മാരുടെ സഹായത്താൽ ഊരും പേരുമൊക്കെ കണ്ടെത്തും. പൊക്കാവുന്ന താണെങ്കിൽ എവിടെയെങ്കിലും വച്ചു പൊക്കി തോട്ടത്തിലെത്തിച്ച് തന്റെ ഇംഗീതത്തിനു വിധേയമാക്കും.

അങ്ങനെയിരിക്കെ ഒരു ദിവസം അവൻ മുത്തുവിനെ യാദൃശ്ചിക മായി കണ്ടു. ബാങ്കിൽനിന്ന് പണവുമെടുത്തു പോവുകയായിരുന്നു അവൾ. മുത്തുവിന്റെ സൗന്ദര്യവും നടപ്പുമൊക്കെ അവനെ ഹരം പിടിപ്പിച്ചു. കൗണ്ടർ ചെക്കന്മാരെ വിട്ട് അവളുടെ ഊരും പേരുമൊക്കെ അവൻ അന്വേഷിച്ചു പിടിച്ചു. അവൾ പോകുന്ന വഴി അവൻ ഒന്നുരണ്ടു തവണ ചുറ്റി. ഊരിലേക്കുള്ള ഇടവഴി മിക്കപ്പോഴും വിജനമാണെന്ന് അലോഷ്യസ്സിനു മനസ്സിലായി. അങ്ങനെ അവൻ ഒരു പദ്ധതി മെന ഞ്ഞെടുത്തു

അടുത്ത മാസം പതിവുപോലെ ബാങ്കിൽനിന്നു പണമെടുക്കാൻ മുത്തു എത്തി. ഇതറിഞ്ഞ ഒരു കൗണ്ടർ ചെക്കൻ അലോഷ്യസിനെ വിവരമറിയിച്ചു.

ഊരിലേക്കുള്ള ഇടവഴിയിൽ അവൻ തമ്പായിക്കൊപ്പം വണ്ടിയിൽ മുൻകൂട്ടിയെത്തി. ഇടവഴിയിൽ അവൾ കയറിയതും വണ്ടി ഇരപ്പിച്ച് മുന്നോട്ടു പായിച്ചു. മുത്തു ഭയന്ന് നിന്നതിനിടെ വണ്ടി അവൾക്കടു ത്തെത്തി. തമ്പായി ചാടിയിറങ്ങി അവളുടെ വായ പൊത്തിപ്പിടിച്ചു. പിന്നെ ഒരു മുയൽക്കുഞ്ഞിനെ ഉയർത്തുംപോല അവളെ പൊക്കി യെടുത്തു ക്വാളിസിന്റെ പിൻസീറ്റിൽ കയറ്റി. അവൾ ഉറക്കെ നില വിളിക്കാൻ ശ്രമിച്ചു. എന്നാൽ തമ്പായിയുടെ ഉരുക്കുമുഷ്ടി അവ ളുടെ വായ കൊട്ടിയടിച്ചിരുന്നു.

തോട്ടത്തിലെത്തിയതും തമ്പായി അവളെ പൊക്കിയെടുത്തു ബെഡ്റൂമിലാക്കി പുറത്തുനിന്നും കുറ്റിയിട്ടു. മുറിയിലെ മ്യൂസിക് സിസ്റ്റം വലിയ ഒച്ചയിൽ മുഴങ്ങുന്നുണ്ടായിരുന്നു. ആ ശബ്ദത്തിൽ അവളുടെ നിലവിളിയൊക്കെ മുങ്ങിപ്പോയി.

തന്നെ കടത്തിക്കൊണ്ടു വന്നതാണെന്ന് മുത്തുവിനു മനസ്സിലായി. അവൾക്കു വല്ലാത്ത ഭീതി തോന്നി. ജീവിതം അവസാനിക്കുകയാണെന്ന ചിന്ത ഒരു വശത്ത്, മറുവശത്ത് എങ്ങനെയും രക്ഷപ്പെടണമെന്ന അദമ്യമായ ആഗ്രഹവും.

മൂർച്ചയുള്ള എന്തെങ്കിലും കിട്ടിയിരുന്നെങ്കിലെന്നു ചിന്തിച്ച് അവൾ മുറിയാകെ പരതി. ഒടുവിൽ ഒരു പായ്ക്കറ്റ് ഷേവിങ്ങ് ബ്ലേഡുകിട്ടി. അവൾ ഒരു ബ്ലേഡെടുത്ത് വിരലിനിടയിൽ തിരുകി.

അൽപ്പനേരം കഴിഞ്ഞ് മുറി തുറന്ന അലോഷ്യസ് ഉള്ളിലേക്കു കയറി. അവൻ നന്നായി മദ്യപിച്ചിട്ടുണ്ടായിരുന്നു. അവൻ അവളെ കടന്നുപിടിച്ചു. അവൾ എതിർപ്പൊന്നും കാണിച്ചില്ല. അവനെ സ്നേഹിക്കുന്നതുപോലെ അഭിനയിച്ചു. അവൻ അവളുടെ കവിളിലും ചുണ്ടിലുമൊക്കെ ശക്തിയായി കടിച്ചു. അവൾ അവന്റെ കവിളിൽ ഉമ്മവച്ചു. അവൻ മുത്തുവിനെ അത്ഭുതത്തോടെ നോക്കി. കതക് തുറന്ന് തമ്പായിയോട് കുപ്പിയിലുള്ള ബാക്കി മദ്യം കഴിച്ചോളാൻ അവൻ ആവശ്യപ്പെട്ടു.

കതക് വീണ്ടും അടച്ചശേഷം അവൻ തന്റെ ഷർട്ട് ഊരിമാറ്റി. അവൾ അവന്റെ കൈ പിടിച്ച് കിടക്കയിലേക്ക് ക്ഷണിച്ചു. വിശ്വസിക്കാനാവാതെ അവൻ മിഴിച്ചു നോക്കി. അവൾ അവനെ കിടക്കയിൽ കിടത്തിയശേഷം ലൈറ്റ് കെടുത്തി. മ്യൂസിക്കിന്റെ വോള്യം കുറേക്കൂടി കൂട്ടി. പിന്നെ അവന്റെ അടുത്തായി ഇരുന്നു.

അവൻ സ്വപ്നത്തിൽപ്പോലും പ്രതീക്ഷിക്കാത്ത കാര്യമാണ് അടുത്തതായി സംഭവിച്ചത്. ബ്ലേഡ് ഉപയോഗിച്ച് അവൾ അവന്റെ നെഞ്ചിൽ തലങ്ങും വിലങ്ങും വരഞ്ഞു. വേദന സഹിക്കാതെ അവൻ ഉറക്കെ നിലവിളിച്ചു.

ഇതിനിടയിൽ മുത്തു മുറിതുറന്നു പുറത്തിറങ്ങി, പുറത്തു നിന്നു കുറ്റിയിട്ടു. തമ്പായി മദ്യപിച്ചു ലക്കുകെട്ട് മയങ്ങുകയായിരുന്നു. അയാൾ ഒന്നുമറിഞ്ഞില്ല, മ്യൂസിക്കിന്റെ ശബ്ദത്തിൽ അലോഷ്യസിന്റെ നിലവിളിപോലും മുങ്ങിപ്പോയി.

മുത്തു മല്ലീശ്വരനെ മനസ്സിൽ വിചാരിച്ച് സർവ്വശക്തിയും സംഭരിച്ചോടി. തോട്ടത്തിന്റെ കതക് തുറന്നശേഷം ഓട്ടം തുടർന്നു. ഒടുവിൽ ആടുമേച്ച് മടങ്ങുന്ന ഒരു സംഘത്തിനെ കണ്ടു, അവർക്കൊപ്പം അവൾ കൂടി. അവളുടെ പരവേശവും ഭയവും കണ്ട അവർ കാര്യം

തിരക്കി. അവൾ ഒക്കെ അവരോടു പറഞ്ഞു. സംഘത്തിലെ ഒരു പുരുഷൻ അവളെ ഊരിൽ കൊണ്ടുചെന്നാക്കി.

മങ്കയോടും സാരയോടും അവൾ നടന്ന കാര്യമൊക്കെ പറഞ്ഞു. അവർ നെഞ്ച് തല്ലിക്കരഞ്ഞു. അലോഷ്യസ് പ്രതികാരം ചെയ്യുമെന്ന ചിന്തയാണ് അവരെ ഏറെ വിഷമിപ്പിച്ചത്.

മുപ്പത്തിമൂന്ന്

കണ്ണ് തുറക്കുമ്പോൾ ആൽബി മറ്റൊരിടത്തായിരുന്നു. തലയ്ക്കു വല്ലാത്ത കനം തോന്നി, ശരീരത്തിനു പരവേശവും.

''വെള്ളം വെള്ളം'' എന്ന് അവൻ പുലമ്പി. അതുകേട്ട് ഒരാൾ ഓടിവന്നു.

''അരേ, യേ സ്വാമി സമാധീസെ ഉഢ്ഗയാ, സ്വാമി ഉഢ്ഗയാ'' എന്ന് അയാൾ വല്ലാതെ ആവർത്തിച്ചുകൊണ്ടിരുന്നു. ''പാനീ ദേ, പാനീ ദേ'' എന്ന് ആൽബി വിലപിച്ചു.

അയാൾ ഒരു മൺപാത്രത്തിൽ വെള്ളവുമായി വന്നു. പിന്നെ അത് ആൽബിയുടെ മുഖത്തേക്കു കമഴ്ത്തി.

''പീയോ സ്വാമി, പീയോ'' എന്ന് അയാൾ പറയുന്നുണ്ടായിരുന്നു.

ആൽബിയുടെ മൂക്കിലും വായിലുമൊക്കെ വെള്ളം കയറി. ശ്വാസംമുട്ടി അവൻ ചുമച്ചു. പെട്ടെന്നു ജടാധാരിയായി രാംദേവ് മുന്നിൽ നിൽക്കുന്നതുപോലെ അവനു തോന്നി. അയാൾ അട്ടഹസിച്ചു കൊണ്ട് അവന്റെ കഴുത്തിൽ കൈകളിറുക്കി.

''ബംബം ബോലോ'' എന്ന് അയാൾ ഉറക്കെ ആക്രോശിക്കുന്നു ണ്ടായിരുന്നു. അയാളുടെ മുഖം അവന്റെ മുഖത്തിനു നേരെ വന്നു. പെട്ടെന്ന് രാംദേവിന്റെ മുഖം മാഞ്ഞ് അവിടെ ഒരു തലയോട്ടി. അതിന്റെ വായിൽനിന്ന് ഒരു നാഗം. നെറ്റിയിൽ അത് ആഞ്ഞുകൊത്തി.

ആൽബി പിന്നെയും പ്രജ്ഞയറ്റു കിടന്നു.

ഓർമ്മ വരുമ്പോൾ അരികത്തായി നന്നേ നരച്ച താടിയുമായി ഒരു രൂപം. വെളുത്ത വസ്ത്രങ്ങളാണ് അദ്ദേഹം ധരിച്ചിരുന്നത്. അദ്ദേഹം ആൽബിയുടെ നെറ്റിയിൽ തഴുകിക്കൊണ്ടിരുന്നു. അവന് നല്ല ആശ്വാസവും സമാധാനവും തോന്നി. അവൻ എഴുന്നേൽക്കാൻ ശ്രമിച്ചു. അദ്ദേഹമവനെ സഹായിച്ചു.

''സമാൽകേ ബേട്ടാ''(സൂക്ഷിച്ച് മകനേ) എന്ന് അയാൾ പറഞ്ഞു. പിന്നെ അവനെ എഴുന്നേൽക്കാൻ സഹായിച്ചു.

ആൽബി ചുറ്റുപാടും നോക്കി. ഒരു പഴയ വീടായിരുന്നു അത്. അവൻ കിടന്നിരുന്നത് ഒരു നീണ്ട ഹാളിലാണ്. അവിടെ കുറെ പായ്കൾ വിരിച്ചിട്ടുണ്ട്. ചിലർ ഉറങ്ങുന്നു, മറ്റു ചിലർ നിലവിളിക്കുന്നു, വേറെ ചിലർ മന്ത്രം പറയുന്നു....

ആൽബി ചോദ്യഭാവത്തിൽ വയസ്സായ ആളിനെ നോക്കി.

"തും കുഛ് പീവോഗേ ബേട്ടാ?" (നീ എന്തെങ്കിലും കുടിക്കുന്നോ മകനേ?) എന്ന് അദ്ദേഹം ചോദിച്ചു.

ആൽബി സമ്മതഭാവത്തിൽ തലയാട്ടി. ചൂടുചായ നിറച്ച ഒരു മൺകോപ്പയുമായി അദ്ദേഹം വീണ്ടും വന്നു. അവൻ ചായ സാവധാനം മൊത്തിക്കുടിച്ചു.

നടന്ന സംഭവമൊക്കെ അദ്ദേഹം അവനോട് പറഞ്ഞു. ശ്യാംപൂറെന്ന ഗ്രാമത്തിലെ ആൾക്കാരാണ് അവനെ ഇവിടെയെത്തിച്ചത്. ഗംഗാതീരത്തെ ശ്മശാനഭൂമിയിൽ പ്രജ്ഞയറ്റ് അവശനായി കിടക്കുകയായിരുന്നു അവൻ.

ഭഗവാൻ പ്യാരി എന്നാണ് വൃദ്ധന്റെ പേര്. ഇരുപതു വർഷമായി ഇവിടെ ഒരു മന്ദിരം നടത്തുന്നു. മന്ദിരത്തിൽ നിരവധി അന്തേവാസികളുണ്ട്, അവരിൽ ഏറെയും സന്യസിക്കാനെത്തി മനോനില തെറ്റിയവരാണ്.

ഭഗവാൻ പ്യാരി വലിയ ധന്യാഢ്യനായിരുന്നു. സുഖലോലുപതയുടെ പാരമ്യത്തിൽ ജീവിച്ച് ഒടുവിൽ എല്ലാം മടുത്തു. സന്ന്യസിക്കാൻ തീരുമാനിച്ച് ഹരിദ്വാറിലെത്തി, ഒരു സംഘത്തിൽ അംഗമായി. താന്ത്രികാഭ്യാസത്തിനിടെ മനോനിലതെറ്റി. ആരോ ചികിത്സിച്ച് സാധാരണനിലയിലാക്കി. ഇങ്ങനെ ഒരു സ്ഥാപനം തുടങ്ങണമെന്ന് അന്നു തീരുമാനിച്ചതാണ്.

ഇവിടെ എത്തുന്നവരിൽ കുറേപ്പേർ സാധാരണ മനോനിലയിലെത്തി മടങ്ങുന്നു. ചിലർ മടങ്ങാനാവാത്തവിധം ഉന്മാദത്തിന്റെ കാണാക്കയങ്ങളിലടിയുന്നു.

ഒരു മനോരോഗ ചികിത്സനും ആയുർവ്വേദ ചികിത്സകരും മന്ദിരത്തിലുണ്ട്. ലഹരിയുടെ ആധിക്യവും മാനസിക പിരിമുറുക്കവും കൊണ്ടുണ്ടായ താൽക്കാലിക മനോവിഭ്രാന്തിയാണ് ആൽബിക്കുണ്ടായത്. നന്നായി വിശ്രമിക്കുകയും ചില ആയുർവ്വേദ ഔഷധങ്ങൾ സേവിക്കുകയും ചെയ്താൽ അതു പൂർണ്ണമായി മാറുമെന്ന് ഭഗവാൻ ഉറപ്പു നൽകി. ഒരു മാസത്തെ വിശ്രമവും ചികിത്സയുംകൊണ്ട് അവൻ സാധാരണനിലയിയായി. അതിനിടെ ആൽബിയുടെ ജീവിതത്തെക്കുറിച്ച് ഭഗവാൻ ചോദിച്ചറിഞ്ഞു. "അരേ ബേട്ടാ, തും വാപ്പസ്

ഘർ ജാവോ, ശാദി കർക്കെ വഹിം രഹോ. ദീക്ഷാ കാ സമയ് ജബ് ആയേഗാ, തബ് ആനാ.''

എന്നാണ് ഭഗവാൻ അവനെ ഉപദേശിച്ചത്. ആൽബിക്ക് സന്ന്യസിക്കാൻ സമയമായിട്ടില്ലെന്നും നാട്ടിലേക്കു മടങ്ങി വിവാഹം കഴിച്ച് കഴിയണമെന്നും ശരിയായ ആത്മീയചിന്ത ഉടലെടുക്കുമ്പോൾ മാത്രം സന്ന്യസിച്ചാൽ മതിയെന്നുമായിരുന്നു അദ്ദേഹം പറഞ്ഞതിന്റെ ചുരുക്കം. ജീവിതദുഃഖത്തിൽനിന്നും ഒളിച്ചോടാനുള്ളതല്ല സന്ന്യാസമെന്ന് അദ്ദേഹം അവനെ പലതവണ ഉപദേശിച്ചു.

ഭഗവാൻ നടത്തുന്ന സത്സംഗിൽ ആൽബി മുടങ്ങാതെ പങ്കെടുത്തു. ജ്ഞാനിയായ മനുഷ്യനായിരുന്നു അദ്ദേഹം. ആത്മജ്ഞാനത്തിനായി അഘോരികൾ ചെയ്യുന്ന കഠിനമായ താന്ത്രികക്രിയകൾക്കൊക്കെ ഭഗവാൻ എതിരായിരുന്നു.

സത്സംഗിന്റെ തുടക്കത്തിൽ അദ്ദേഹം എന്നും പറയും. ''അരേ ഭായീ ലോഗ്, ബ്രുഹദാരണ്യകോപനിഷിത്ത് മേം ലിഘാ ഹൈ, അയം ആത്മ ബ്രഹ്മഃ, ഛാന്ദോഗ്യോപനിഷത്ത് മേം ലിഘാ ഹൈ കീ സർവ്വം ഖലിദം ബ്രഹ്മഃ, ഐതരേയോപനിഷത്ത് മേം ലിഘാ ഹൈ, പ്രജ്ഞാം ബ്രഹ്മഃ, മാനേ തത്വം അസി, തുമീ ബ്രഹ്മ് ഹോ, ഖോജ്നാ ഹൈ തോ അപ്പ്നേ അന്തർ ഖോജോ.''

ബ്രഹ്മം അഥവാ ഈശ്വരൻ ഓരോ മനുഷ്യനിലുമുണ്ട്, അത് തിരിച്ചറിയുകയാണ് വേണ്ടത്. അതിനായി ശ്മശാനഭൂവിലും ക്ഷേത്രങ്ങളിലുമൊന്നും തിരയേണ്ട എന്നായിരുന്നു അദ്ദേഹം പറഞ്ഞതിന്റെ ചുരുക്കം.

സത്സംഗിന്റെ അവസാനം നിർവാണഷ്ടകത്തിലെ ഭാഗം ഭഗവാൻ പ്യാരി ശാന്തമായി ആലപിക്കും.

''മനോ ബുദ്ധ്യഹങ്കാര ചിത്താനി നാഹം
ന ച ശ്രോത ജിഹ്വാ ന ച ഘ്രാണനേത്ര
ന ച വ്യോമ ഭൂമിർ ന തേജോ ന വായുഃ
ചിദാനന്ദ രൂപഃ ശിവോഹം ശിവോഹംഃ''

(ഞാൻ മനസ്സോ ബുദ്ധിയോ അഹങ്കാരമോ മാനസികവൃത്തിയോ അല്ല, ഞാൻ പഞ്ചേന്ദ്രിയങ്ങളല്ല, അവയ്ക്കെല്ലാം അതീതനാണ്. ഞാൻ ആകാശമോ, ഭൂമിയോ, വായുവോ അല്ല. ഞാൻ പരമാത്വാണ്, സ്നേഹവും ശുദ്ധമായ അവബോധവുമാണ്.)

മന്ദിരത്തിൽ മൂന്നു മാസത്തോളം ആൽബി കഴിഞ്ഞു. അവനെ സംബന്ധിച്ച് മാനസികപരിവർത്തനത്തിന്റെ കാലമായിരുന്നു അത്.

ഒരു ദിവസം സത്സംഗത്തിനു ശേഷമുള്ള ധ്യാനത്തിലായിരുന്നു ആൽബി. നെറ്റിക്കു മേലെ ഒരു പച്ച പ്രകാശം അവനു ദൃശ്യമായി.

അത് ക്രമേണ അവന്റെ ദേഹമാകെ പടർന്നു. ശരീരം ലോലമാകുന്നതും അങ്ങ് മുകളിലേക്ക് ഒഴുകിനീങ്ങുന്നതുമായി അവനു തോന്നി. അവിടെ മേഘത്തുണ്ടുകൾക്കിടയിൽ അതീവശാന്തമായ ഒരു ലോകം. അവിടെ തേജസ്വിയായ ഒരു രൂപം നിൽക്കുന്നു. അദ്ദേഹത്തിനു മുന്നിൽ വെള്ളം നിറച്ച കുറേ കിണറുകൾ. അതിലൊന്നിന്റെ മൂടി അദ്ദേഹം തുറന്നു. ഒരു വലിയ അരയന്നം ചിറകടിച്ചു പുറത്തേയ്ക്കു പറന്നു. ആ അരയന്നം താനാണെന്ന് ആൽബിക്കു തോന്നി. അനിർവ്വചനീയമായ സ്നേഹവും സന്തോഷവും ശാന്തതയും അവന് അനുഭവപ്പെട്ടു. അരയന്നമായി അവൻ ആ ലോകത്ത് ഒഴുകിനടന്നു.

പിറ്റേന്ന് ഭഗവാനുമായി ആൽബി ദീർഘനേരം സംസാരിച്ചു. തനിക്കുണ്ടായ അനുഭവം അവൻ വിവരിച്ചു. സന്ന്യാസമാണ് ഇനി തന്റെ മാർഗമെന്ന് അവൻ അദ്ദേഹത്തോടു പറഞ്ഞു. ഭഗവാൻ അത് എതിർത്തില്ല. എന്നാൽ ഒരു ഉപാധി അദ്ദേഹം മുന്നോട്ടു വച്ചു. ആദ്യം നാട്ടിലേക്കു പോവുക. അമ്മ എത്ര മ്ലേച്ഛയാണെങ്കിലും അവരെ കാണുക, മുത്തച്ഛനുൾപ്പെടെ മറ്റു ബന്ധുക്കളേയും. അതു കഴിഞ്ഞ് മനംമാറ്റം വന്നില്ലെങ്കിൽ ഇവിടേക്കു മടങ്ങുക. ആൽബി അതു സമ്മതിച്ചു. ഭഗവാനോട് യാത്ര പറഞ്ഞ് അടുത്ത ആഴ്ച അവൻ നാട്ടിലേക്കു മടങ്ങി.

മുപ്പത്തിനാല്

ക്യാമ്പിലെ ക്ലാസുകളിലൊക്കെ വേലുവും പാണ്ടിയും മുടങ്ങാതെ പങ്കെടുത്തു. പാവങ്ങളുടെ ഭൂമിയും സ്വത്തും അപഹരിക്കുകയും അവരെ ലൈംഗികമായി ചൂഷണം നടത്തുകയും ചെയ്യുന്നവർക്കെതിരെയായിരുന്നു ക്ലാസുകളിലെ പ്രഭാഷണങ്ങളിലേറെയും. ഇന്നത്തെ സാമൂഹ്യ വ്യവസ്ഥിതി മാറ്റേണ്ടതുണ്ടെന്ന് അവർ ക്യാമ്പംഗങ്ങളോട് ആഹ്വാനം ചെയ്തു. ആയുധ പരിശീലനവും വെറും കൈകൾ ഉപയോഗിച്ചുള്ള ആക്രമണവുമൊക്കെ ക്യാമ്പിൽ പരിശീലിപ്പിച്ചു. എന്നാൽ വേലുവിന്റെയും പാണ്ടിയുടെയും മനസ്സിൽ അവരുടെ വ്യക്തിപരമായ പ്രതികാരമാണ് ആളിക്കത്തിയത്.

ഏഴെട്ടു മാസങ്ങൾ കടന്നുപോയി. അട്ടപ്പാടിയിലെ മലകളും കാടുകളും താണ്ടി അവർ പല ദിക്കുകളിൽ സഞ്ചരിച്ചു. ഒടുവിലൊരു ദിവസം സംഘം വീണ്ടും അട്ടപ്പാടിക്കു സമീപമെത്തി. നയീമും മുത്തുവേലും ക്യാമ്പ് വിട്ടിട്ട് മൂന്നു മാസമായിരുന്നു. ''ഗില്ഡോ'' എന്നു പേരുള്ള ഒരാളാണു ക്യാമ്പ് നിയന്ത്രിച്ചിരുന്നത്. നാലരയടിയോളം

മാത്രം ഉയരം മാത്രമുള്ള ഒരാൾ. ശാരീരിക പരിശീലനത്തിന്റെ കാര്യത്തിലും മറ്റും വളരെ കർക്കശനായിരുന്നു ഗിസ്റ്റ.

സംഘാംഗങ്ങളുടെ കൈകളുടെ ഉൾഭാഗത്ത് കാരിരുമ്പ് വടി കൊണ്ട് അയാൾ മർദ്ദിക്കും. നീരുവന്ന ഭാഗത്തു പിറ്റേന്നു വീണ്ടും അതു തുടരും. ഒടുവിൽ കൈകൾ കാരിരുമ്പുപോലെയാകും. ഓരോ പരിശീലനവും ഇത്തരത്തിലായിരുന്നു. ഇതോടൊപ്പം കത്തിയും കൊടുവാളും തോക്കുമൊക്കെ ഏറ്റവും വൈദഗ്ധ്യത്തോടെ ഉപ യോഗിക്കാൻ അയാൾ പഠിപ്പിച്ചു.

ഒരു ദിവസം ഗിസ്റ്റ വേലുവിനെയും പാണ്ടിയേയും വിളിച്ചു. ഒരു ഓപ്പറേഷന്റെ കാര്യം പറയാനായിരുന്നു അത്.

''നമുക്ക് അട്ടപ്പാടിയിൽ ഒരു ഓപ്പറേഷൻ നടത്തണം. അതിനു മുന്നോടിയായി നിങ്ങൾ കുറെ വിവരങ്ങൾ ശേഖരിക്കണം. യൂണീ ഫോമൊക്കെ മാറ്റി സാധാരണ വേഷത്തിൽ പോയാൽ മതി. പ്രധാന പ്പെട്ട സർക്കാർ ഓഫീസുകൾ, വലിയ ധനാഢ്യർ, ഭൂവുടമകൾ, കൈ ക്കൂലിക്കാരായ സർക്കാർ ഉദ്യോഗസ്ഥർ എന്നിവരുടെയൊക്കെ വിവരം അന്വേഷിച്ചറിയണം. അതിന് നാലു ദിവസത്തെ സമയം തരാം. അതുകഴിഞ്ഞ് നിങ്ങളെ കൂട്ടാൻ ഞങ്ങളുടെ ആൾക്കാ രെത്തും.'' ഗിസ്റ്റ പറഞ്ഞു.

പോകുംമുമ്പ് സയനൈഡ് ഗുളികയുള്ള ചെപ്പ് ഘടിപ്പിച്ച ചരട് അവരുടെ കൈകളിൽ കക്ഷത്തിനടുത്തായി ഗിസ്റ്റ ചുറ്റിക്കെട്ടി. ആയുധമായി രണ്ടുപേർക്കും ഓരോ കത്തി മാത്രമാണു നൽകിയത്. എന്നാൽ പോകുന്നതിനു തലേന്ന് ഗിസ്റ്റ അറിയാതെ വേലു രണ്ടു കൈബോംബുകൾ തരപ്പെടുത്തി, ആരും കാണാതെ കാട്ടിലൊരി ടത്ത് അതു കുഴിച്ചിട്ടു.

മലയിറങ്ങി ഗൂളിക്കടവിൽ എത്തുംമുമ്പ് വേലു ബോംബ് കൈയി ലെടുത്തു തോർത്തുപയോഗിച്ച് അരക്കെട്ടിൽ ഭദ്രമായി കെട്ടിവച്ചു. ഗൂളിക്കടവിൽ വച്ച് വേലുവും പാണ്ടിയും രണ്ടുവഴിക്കു പിരിഞ്ഞു.

വേലു ഒരു സാധാരണ ആദിവാസിയെപ്പോലെ നടന്നു. ആരും അവനെ ശ്രദ്ധിച്ചില്ല. മുമ്പത്തേക്കാൾ ബലിഷ്ഠകായനായി അവൻ മാറിയിരുന്നു. മുഖം താടിമീശയൊക്കെ വളർന്നു പ്രാകൃതമായി രുന്നു.

ഊരകത്തേക്ക് പോകാനായിരുന്നു അവന്റെ പദ്ധതി. ബസ്റ്റാന്റിൽ പോകുംവഴി രഹസ്യമായി ചാരായം വിൽക്കുന്ന മാടക്കടയിൽ നിന്ന് ഒരു കുപ്പി അകത്താക്കി, അഞ്ചാറു ദോശയും രണ്ടു ഡബിൾ ഓലറ്റും കഴിച്ചു. ഒരു ബീഡി കത്തിച്ചു പുകവിടുമ്പോഴേക്ക് ഊരക ത്തേക്കുള്ള ബസ്സ് വന്നു. അവനതിൽ കയറി.

ബസ്സ് അട്ടപ്പാടി ചുരമിറങ്ങി യാത്ര തുടർന്നു. ജീവിതത്തിൽ മറക്കാൻ ശ്രമിച്ച ഓരോ സംഭവങ്ങളായി അവന്റെ മനസ്സിൽ തികട്ടി വന്നു. അങ്ങനെയിരുന്ന് അവൻ മയങ്ങിപ്പോയി.

കണ്ടക്ടർ തോളിൽ ശക്തിയായി തട്ടിവിളിച്ചപ്പോഴാണു വേലു ഞെട്ടിയുണർന്നത്. ''ഏയ് പാണ്ടീ, ഊരകമായി, പെട്ടെന്നിറങ്ങ്, വെള്ളമടിച്ച് ഓരോന്നു കയറും...''

അയാൾ കയർത്തു.

വേലു പുറത്തിറങ്ങി. നേരം സന്ധ്യയായിരുന്നു. അവൻ ഒരു ബീഡി കത്തിച്ചു വലിച്ചശേഷം ബ്രാൻഡി ഷോപ്പ് ചോദിച്ചു കണ്ടെത്തി. അവിടെനിന്ന് ഒരു പൈന്റ് റം വാങ്ങി ഇരുട്ടുവാക്കിൽ നിന്ന് അത് അകത്താക്കി.

വേലുവിന്റെ ശരീരവും മനസ്സും വല്ലാതെ മുറുകിപ്പൊട്ടുന്നുണ്ടായിരുന്നു. ഗുങ്കയെ കല്യാണം കഴിച്ച നാൾ അവന് ഓർമ്മ വന്നു. അവളും അമ്മയും ചെയ്ത വൻ ചതിയെക്കുറിച്ച് ഓർത്തപ്പോൾ അവന്റെ ഹൃദയമിടിപ്പു കൂടി.

വാസവന്റെ മകൻ ഗുങ്കയെ പ്രാപിക്കുന്നത് അവൻ മനസ്സിൽ കണ്ടു. ഉള്ളിൽ തീ ആളിക്കത്തി. അരയിലെ ബോംബിൽ അമർത്തി നോക്കി അത് അവിടെത്തന്നെയുണ്ടെന്ന് അവൻ ഉറപ്പാക്കി.

ഇടവഴികൾ ഒന്നൊന്നായി താണ്ടി ഒടുവിൽ ജോളിച്ചന്റെ വീട് അവൻ കണ്ടെത്തി. ആദ്യം വാസവനും മകനും ഗുങ്കനും രങ്കമ്മയും അവിടയുണ്ടെന്ന് ഉറപ്പാക്കണം. പിന്നെ ബോംബ് ഓരോന്നായി എറിഞ്ഞ് എല്ലാത്തിനെയും കൊല്ലണം, ഇതായിരുന്നു വേലുവിന്റെ പദ്ധതി.

അതിന് അവൻ മനസ്സിൽകണ്ട വഴി ഇങ്ങനെയായിരുന്നു. ആദ്യം മതിൽ ചാടി വീടിനുള്ളിൽ കയറുക. ആരോ കടന്നുകയറിയെന്നു വീട്ടുകാരെ ബോധ്യപ്പെടുത്തുംവിധം ശബ്ദമുണ്ടാക്കുക. എല്ലാവരും ഒരുമിച്ച് പുറത്തേക്കിറങ്ങി നോക്കുമ്പോൾ ബോംബെറിഞ്ഞശേഷം രക്ഷപ്പെടാം.

വീടിന്റെ മതിലിൽ ചാരി അവൻ അൽപ്പസമയം നിന്നു. ആരും ശ്രദ്ധിക്കുന്നില്ലെന്ന് ഉറപ്പായപ്പോൾ മതിൽ ചാടിക്കടന്നു.

ഒരു പട്ടി കൂടിനുള്ളിൽ കിടന്ന് വല്ലാതെ കുരയ്ക്കുന്നുണ്ട്. വീടിന്റെ വലുപ്പവും മോടിയും കൂട്ടിയിരിക്കുന്നു. വീടിന്റെ പുറകിലായി ഒരു പഴയ ഷെഡ്ഡുണ്ട്. അതിനുള്ളിൽ കയറി കുറച്ചു സമയമിരുന്ന് നിരീക്ഷിക്കാമെന്ന് അവൻ കരുതി. അവിടെ ആൾത്താമസമുണ്ടെന്ന് തോന്നിയതോടെ ആ പദ്ധതി ഉപേക്ഷിച്ചു. ഒരു മരത്തിനു പിന്നിൽ അവൻ മറഞ്ഞുനിന്നു. വീടിനുള്ളിൽ ആരോ ഉറക്കെ സംസാരിക്കുന്നതും ചിരിക്കുന്നതും കേട്ടു. ഗുങ്ക അവർക്കു ഭക്ഷണം

വിളമ്പുന്നത് വേലു മനസ്സിൽ കണ്ടു. അവജ്ഞയും ദേഷ്യവുംകൊണ്ട് അവൻ ഉറക്കെ കാറിത്തുപ്പി. പട്ടി ഉച്ചത്തിൽ കുരച്ചു.

ശബ്ദം കേട്ടിട്ടാവണം വീടിന്റെ വാതിൽ തുറന്ന് ഒരു സ്ത്രീ പുറത്തിറങ്ങി. അതു ഗുങ്കയായിരിക്കുമെന്ന് അവൻ ഊഹിച്ചു. എന്നാൽ മറ്റൊരു സ്ത്രീയായിരുന്നു അത്. നന്നേ വെളുത്ത, സുന്ദരിയും പരിഷ്കാരിയുമായ സ്ത്രീ. അവൾക്കു പുറകെ ഒരു യുവാവ് പുറത്തേക്കിറങ്ങി. അയാൾക്കു വാസവന്റെ ഛായയുണ്ടായിരുന്നു. വാസവന്റെ മകനാണ് അതെന്ന് അവൻ ഊഹിച്ചു. ഗുങ്കയ്ക്കായി അവൻ പരതി.

''ശവമേ, നീ അവിടെ എന്തെടുക്കുകയാണ്, കള്ളൻ കയറിയാൽ പോലും അറിയില്ല, തല്ലിക്കൊല്ലും ഞാൻ.''

അയാൾ ആരോടാ ഉറക്കെ കയർത്തു. പട്ടിയോടായിരിക്കുമെന്നാണ് വേലു കരുതിയത്. എന്നാൽ ആ ധാരണ തെറ്റായിരുന്നു.

ഷെഡ്ഡ് തുറന്ന് നന്നേ മെലിഞ്ഞ് ക്ഷീണിച്ച ഒരു സ്ത്രീ പുറത്തിറങ്ങി, കൈയിലൊരു കുഞ്ഞുമുണ്ട്.

വേലു അരക്കെട്ടിലെ തോർത്തയച്ച് ഒരു ബോംബ് കൈയിലെടുത്തു. അവന്റെ തല വല്ലാതെ പെരുകുന്നുണ്ടായിരുന്നു. ഗുങ്കയെ കാണാത്തത് അവനെ ആശയക്കുഴപ്പത്തിലാക്കി.

വാസവന്റെ മകൻ ആ സ്ത്രീയെ അടിക്കാൻ കൈയോങ്ങുന്നതും അവൾ ഭയന്നു പിന്മാറുന്നതും വേലു കണ്ടു. ലൈറ്റിന്റെ പ്രകാശത്തിൽ അവന് അവളുടെ മുഖം വ്യക്തമായി കാണാനായി. കണ്ടതും നെഞ്ചിൽ തീ കോരിയിട്ടതുപോലെ വേലുവിനു തോന്നി. അവൾക്ക് ഗുങ്കയുടെ നല്ല ഛായ. അവൻ ഒന്നുകൂടി സൂക്ഷിച്ചുനോക്കി, അതു ഗുങ്കതന്നെ. നന്നേ മെലിഞ്ഞു കോലം കെട്ടെന്നു മാത്രം. അപ്പോൾ ആ കുഞ്ഞ്, തന്റെ സന്തതി?

''വേലയെടുക്കാതെ വെറുതെ തിന്നാമെന്നു കരുതേണ്ടെടീ മൂശേട്ടേ, നിന്നെ ഞാൻ ചവിട്ടി പുറത്താക്കും. അട്ടപ്പാടിയിൽത്തന്നെ തിരികെ കൊണ്ടുവിടും, ശവമേ.'' അയാൾ വീണ്ടും കയർത്തു.

വേലുവിന് കാര്യങ്ങൾ ഉറപ്പായി. ആ സ്ത്രീ ഗുങ്ക തന്നെ, കുഞ്ഞ് തന്റേതും.

ശരീരത്തിലെ ഊർജമെല്ലാം ഒരു നിമിഷംകൊണ്ടു ചോർന്നതുപോലെ അവനു തോന്നി. നടന്നതെന്തായിരിക്കാമെന്നത് ഒരു മിന്നായംപോലെ വേലുവിന്റെ മനസിൽ തെളിഞ്ഞുവന്നു.

വാസവന്റെ മകൻ ഗുങ്കയെ കെട്ടിയശേഷം രങ്കമ്മയുടെ പേരിലുള്ള സ്വത്തൊക്കെ അവന്റെ പേരിലാക്കിക്കാണും. പിന്നെ ഗുങ്കയെ വെറും വേലക്കാരിയാക്കിയശേഷം വേറെ കെട്ടിക്കാണും. തന്നെ ദ്രോഹിച്ചതിന് അവൾക്കു ദൈവംതന്നെ ശിക്ഷ നൽകിയിരിക്കുന്നു.

ഗുങ്കയുടെ കുഞ്ഞ് പേടിച്ച് ഉറക്കെ നിലവിളിക്കുന്നുണ്ടായിരുന്നു. എന്തു ചെയ്യണമെന്നറിയാതെ വേലു സ്തബ്ധനായി നിന്നു. പട്ടി വീണ്ടും ഉറക്കെ കുരച്ചു. വാസവന്റെ മകൻ അതിനെ കൂട്ടിൽ നിന്നു തുറന്നു വിട്ടു.

അത് മരത്തിനു പുറകെയായി ഇരുട്ടിൽ മറഞ്ഞുനിന്നിരുന്ന വേലുവിനു നേർക്കു കുരച്ചുകൊണ്ടു ഓടിയടുത്തു. അവൻ കത്തിയെടുത്തു തലങ്ങും വിലങ്ങും വീശി. പട്ടിയുടെ നെഞ്ചിനു തന്നെ മുറിവേറ്റു. അത് മോങ്ങിക്കൊണ്ടു പിന്മാറിയതും വേലു മതിൽ ചാടിക്കടന്ന് സർവ്വശക്തിയും സംഭരിച്ചോടി. ഓടുംവഴി കൈബോംബ് രണ്ടും അവൻ വഴിയിൽ കണ്ട പുഴയിലേക്കെറിഞ്ഞു.

തന്റെ പുറകെ പൊലീസുണ്ടാവുമെന്ന് വേലുവിന് ഉറപ്പായിരുന്നു. കത്തിയും സയനൈഡ് വച്ച ചരടും ഒരു കലുങ്കിന്റെ കീഴെ അവൻ ഉപേക്ഷിച്ചു. ദൂരെനിന്ന് പൊലീസ് ജീപ്പിന്റെ സൈറൺ കേട്ടു. അവൻ കലുങ്കിനടിയിൽ ഒളിഞ്ഞിരുന്നു. പിന്നെ ഇരുട്ടുവാക്കിന് വേഗത്തിൽ നടന്നു. നല്ല കൂട്ടമുള്ള ഒരിടത്തെത്തുക, കൂട്ടത്തിലൊരാളാവുക, അതാണു രക്ഷപ്പെടാൻ എളുപ്പ മാർഗ്ഗം. ഒറ്റയ്ക്കു കണ്ടാൽ പൊലീസ് പൊക്കി ചോദ്യം ചെയ്യും, പിടിവീഴും.

ആദ്യം കണ്ട ബസ്സിന് അവൻ കൈകാണിച്ചു. അതിൽ കയറി അടുത്ത ജംഗ്ഷനിലിറങ്ങി. നേരെ കണ്ട ബ്രാൻഡിക്കടയിൽനിന്ന് ഒരു പൈന്റ് റം വാങ്ങി ഇരുട്ടത്തുനിന്ന് അകത്താക്കി. ഒന്നും സംഭവിക്കാത്തതുപോലെ ജംഗ്ഷനടുത്തുള്ള ചന്തയിലേക്കു പോയി. ചന്തയിലെ മീൻകാരികളോടു വിലപേശി മത്സ്യം വാങ്ങി. ഒരു പൊലീസുകാരൻ ആൾക്കാരെ സൂക്ഷിച്ചു നോക്കി നടപ്പുണ്ടായിരുന്നു. അവൻ ആൾക്കാരുടെ കൂട്ടത്തിൽ കയറി നടന്നു. ബസ്സ്റ്റാന്റിൽ ചുറ്റിനടന്ന് സംശയിക്കത്തക്ക ചുറ്റുപാടുകളൊന്നുമില്ലെന്ന് ഉറപ്പാക്കി. പിന്നെ അടുത്ത ബസ്സിൽ കയറി. വീണ്ടും ഒന്നു രണ്ടു ബസ്സുകളിൽ മാറിക്കയറി രാത്രി മുഴുവൻ യാത്ര ചെയ്തു. ഒടുവിൽ അഗളിയിലെത്തി.

വനം ഭദ്രകാളിയമ്മന്റെ ക്ഷേത്രത്തിലാണ് വേലു നേരെ പോയത്. നേരം വെളുക്കുന്നതേ ഉണ്ടായിരുന്നുള്ളൂ. ക്ഷേത്രവും വളപ്പും ശൂന്യമായിരുന്നു, പുല്ല് തിന്നുനടക്കുന്ന കുറെ ആടുകളെ മാത്രമെ അവനു കാണാനായുള്ളൂ.

മനസ്സിലെ നീറ്റൽ കൂടിവരുന്നതായി വേലുവിനു തോന്നി. ക്ഷേത്രമുറ്റത്തെ വിശാലമായ ആൽമരത്തിനു കീഴെ അവൻ ചുരുണ്ടു കിടന്നു. താഴ്വാരത്തിൽ നിന്ന് കാറ്റ് ചൂളം വിളിച്ചെത്തി അവന്റെ ശരീരത്തെ തഴുകി ആശ്വസിപ്പിച്ചു. വേലു വൈകാതെ മയങ്ങിപ്പോയി.

ഉറക്കത്തിനിടെ വേലു സ്വപ്നം കണ്ടു. ചുവന്ന മുഖവും നീണ്ട ദ്രംഷ്ട്രങ്ങളുമായി ഒരു സ്ത്രീരൂപം, വനം ഭദ്രകാളി അമ്മ. മുടി അഴിച്ചിട്ട് ആടുകയായിരുന്നൂ അവർ. പെട്ടെന്ന് അവരുടെ മുഖം അവന്റെ മുഖത്തിനു തൊട്ടടുത്തായി കാണപ്പെട്ടു. അവർ അവനെ തുറിച്ചുനോക്കുന്നുണ്ടായിരുന്നു.

''അഗ്ഗേ അഗ്ഗേ''(അമ്മേ, അമ്മേ) വേലു വാവിട്ട് കരഞ്ഞു.

''പെണ്ണെങ്കെ, പിള്ളയെങ്കെ.''

അമ്മൻ ഉറക്കെ ചോദിച്ചു

''ഏമാത്തിട്ടാരേ അഗ്ഗെ.''

വേലു പറഞ്ഞു.

''കുട്ത്ത ദോസ.'' (വലിയ തെറ്റ്)

അമ്മൻ പറഞ്ഞു പിന്നെ അവന്റെ കാതിൽ അവർ മന്ത്രിച്ചു. അതു വേലു വ്യക്തമായി കേട്ടു. ഗുങ്കയ്ക്കു മാപ്പു കൊടുക്കണം, അവളെയും പിള്ളയേയും കൂട്ടിക്കൊണ്ടു വരണം, അവളോട് തല മൊട്ടയടിച്ച് മഞ്ഞൾ തേച്ച് നൂറുതവണ ക്ഷേത്രത്തിനു ചുറ്റും ഉരുളാൻ പറയണം. പിന്നെ എല്ലാം മറന്ന് ഒപ്പം കഴിയണം.

അവർ വീണ്ടും മുടി ചുഴറ്റി നൃത്തം ചെയ്യാൻ തുടങ്ങി.

ക്ഷേത്രപൂജാരി തലയിൽ വെള്ളം തളിച്ചപ്പോഴാണ് വേലു ഞെട്ടിയുണർന്നത്.

''തമ്പി ഏതി? (തമ്പി എതാണ്?)

അയാൾ ചോദിച്ചു.

വേലു മറുപടിയൊന്നും പറഞ്ഞില്ല. നേരെ ഭവാനിയിൽപ്പോയി മുങ്ങിക്കുളിച്ചു. ക്ഷൗരം ചെയ്തു താടി കളഞ്ഞു. വീണ്ടും ക്ഷേത്രത്തിൽ പോയി അമ്മനെ തൊഴുതു.

മുപ്പത്തിയഞ്ച്

അലോഷ്യസ്സിനു പറ്റിയതൊക്കെ തമ്പായി കുറേക്കഴിഞ്ഞാണ് അറിഞ്ഞത്. വേദനകൊണ്ടു പുളഞ്ഞുകിടന്ന അവന് അനങ്ങാൻ പോലുമായില്ല. നിലവിളിയൊക്കെ മ്യൂസിക് സിസ്റ്റത്തിന്റെ ഒച്ചയിൽ മുങ്ങിപ്പോയി.

അവൻ എണീറ്റ് വാതിലിൽ ഉറക്കെ പലതവണ മുട്ടി തമ്പായിയെ വിളിച്ചു. തമ്പായി ഫിറ്റായി നല്ല ഉറക്കത്തിലായിരുന്നു. ഒടുവിൽ അലോഷ്യസ്സ് തൊണ്ടകീറി പലതവണ വിളിച്ചു. ശബ്ദം കേട്ട്

തമ്പായി ഉണർന്നു. ഉടനെ അവനെ തൂക്കിയെടുത്ത് ആശുപത്രിയിലെത്തിച്ചു.

നെഞ്ചിലും കൈയിലുമായി മുപ്പതോളം വരച്ചിലുകളുണ്ടായിരുന്നു. നഴ്സ് മുറിവുകൾ തുന്നിക്കെട്ടിയപ്പോൾ അവൻ വേദനകൊണ്ടു പുളഞ്ഞു. രണ്ടാഴ്ചയോളം അവൻ ആ വേദന അനുഭവിച്ചു.

സാര മുത്തുവിനെ കൂട്ടിക്കൊണ്ട്, സംഭവം നടന്നു പിറ്റേന്നു തന്നെ അഗളി പൊലീസ് സ്റ്റേഷനിലെത്തി എസ്.ഐയെ കണ്ടു. അയാളോടു നടന്ന സംഭവങ്ങളൊക്കെ അവർ പറഞ്ഞു. കൊല്ലത്തുകാരനായ ശാരംഗനായിരുന്നു എസ്.ഐ. അയാൾ അവർ പറഞ്ഞതൊക്കെ കേട്ടു. അലോഷ്യസിന്റെ പേര് കേട്ടപ്പോൾ അയാളുടെ മുഖഭാവം മാറുന്നുണ്ടായിരുന്നു.

ഒടുവിൽ അയാൾ മുത്തുവിനോട് ഉറക്കെ കയർത്തു. ''എടീ പൊലയാടി മോളേ, നീ അവനോടു ചെരയ്ക്കാൻ പണവും വാങ്ങി അവനിട്ടുതന്നെ പണികൊടുത്തു, അല്ലേടീ കൂത്തി? അവന്റെ ശരീരത്തിൽ നീ ബ്ലേയ്ഡിട്ട് തെരുക്കൂത്തു നടത്തി. എന്നിട്ട് അപ്പാവി കളിക്കുന്നോ. അവൻ ഒരു പരാതി എഴുതിത്തന്നാൽ നീ അകത്താ.'' ഇത്രയും പറഞ്ഞശേഷം അയാൾ അവളെ ചവിട്ടാൻ കാലോങ്ങി.

സംഭവത്തിന്റെ നിജസ്ഥിതി പറഞ്ഞു മനസ്സിലാക്കാൻ സാരയും മുത്തുവും ശ്രമിച്ചെങ്കിലും അയാൾ കേൾക്കാൻ കൂട്ടാക്കാതെ ചീത്ത പറഞ്ഞുകൊണ്ടിരുന്നു. ആ പൊലീസുകാരൻ അലോഷ്യസ്സിന്റെ മാസപ്പറ്റുകാരനായിരുന്നു. ഒടുവിൽ വല്ലാത്ത വിഷമവും ഭയപ്പാടുമായി സാരയും മുത്തുവും ഊരിലേക്കു മടങ്ങി. അവർ പ്രതീക്ഷിച്ചതുപോലെ ഒരു മാസം കഴിഞ്ഞ് അലോഷ്യസ്സിന്റെ മുറിവ് ഉണങ്ങി. അവൻ വീണ്ടും സജീവമായിത്തുടങ്ങി. ഇതിനിടെ കാര്യമറിഞ്ഞ് തോമസ് അട്ടപ്പാടിയിലെത്തി. വന്നയുടൻ അയാൾ തമ്പായിയുടെ കവിളിൽ തലങ്ങും വിലങ്ങുമടിച്ചു. മകനെ തമ്പായി സംരക്ഷിച്ചില്ലെന്നു പറഞ്ഞായിരുന്നു തന്തയുടെ രോഷപ്രകടനം. പോകുംമുമ്പ് ചെക്കന് അയാളൊരു ഉറപ്പുകൊടുത്തു, ഈ കടുംകൈ കാണിച്ചവളെ എന്തു വേണമെങ്കിലും ചെയ്തേക്ക്, ബാക്കി കാര്യം താൻ നോക്കിക്കൊള്ളാമെന്ന്.

അടുത്തദിവസംതന്നെ അലോഷ്യസ്സും തമ്പായിയും മുത്തുവിനെ കാണാൻ ഊരിലെത്തി. ബൈക്കിന്റെ ശബ്ദവും കോലാഹലവും കേട്ടപ്പോൾ മങ്കയും സാരയും മുത്തുവിനെ പിൻവാതിലിലൂടെ പുറത്തിറക്കി മറ്റൊരു കൂരയിൽ ഒളിപ്പിച്ചു.

അലോഷ്യസ് ബൈക്കിരപ്പിച്ചു ഊരിനുള്ളിൽ രണ്ടുമൂന്നു തവണ കറങ്ങി. പിന്നെ ബൈക്കിൽ നിന്ന് താഴെയിറങ്ങി. എല്ലാവരും കേൾക്കെ, മുത്തുവിനെ താൻ വൈകാതെ പൊക്കുമെന്നും ചാകും

വരെ ബലാത്സംഗം ചെയ്യുമെന്നും വിളിച്ചുകൂകി. അവൻ നന്നായി മദ്യപിച്ചിരുന്നു, കണ്ടവരെയൊക്കെ തെറിവിളിക്കാൻ അവൻ മറന്നില്ല. ഊരിലെ ആണുങ്ങളൊന്നും അവനെ എതിർക്കാൻ ധൈര്യം കാണിച്ചില്ല.

അങ്ങനെ ചെമ്പന്റെ പെങ്ങളുടെ ജീവിതം ഒരു ദശാസന്ധിയിലായി.

റാന്നിയിലെ തോട്ടത്തിലെത്തിയ ചെമ്പന്റെ ചിന്ത തന്റെ ഇളയതുങ്ങളെക്കുറിച്ചായിരുന്നു. ഒരു ദിവസം സേവ്യറിന്റെ അനുവാദത്തോടെ അവൻ തന്റെ ഊരിലേക്കു തിരിച്ചു.

ബസ്സിറങ്ങി ഊരിലേക്കുള്ള ചെമ്മൺപാതയിലൂടെ ചെമ്പൻ നടന്നു. പഴയ സംഭവങ്ങൾ ഒന്നൊന്നായി അവന്റെ മനസ്സിൽ തെളിഞ്ഞു. പിടഞ്ഞു ചാകുന്ന പൊറിഞ്ചി, അലമുറയിടുന്ന തുമ്പിയമ്മച്ചി, പകച്ചു നിൽക്കുന്ന ഇളയതുങ്ങൾ.

സ്ത്രൈണത മുഴച്ചുനിൽക്കുന്ന അവന്റെ രൂപത്തെ വഴിപോക്കർ തുറിച്ചുനോക്കി. ചില ചെക്കന്മാർ കമന്റടിച്ചു. അതൊന്നും ലവലേശം ശ്രദ്ധിക്കാതെ ചെമ്പൻ നടന്നു.

മുത്തുവും മങ്കയും സാരയും അവനെ തിരിച്ചറിഞ്ഞില്ല. മുത്തുവിന്റെ ഇളയതുങ്ങൾ അവനെ പകച്ചു നോക്കിനിന്നു. ഒടുവിൽ പഴയ ഓരോ സംഭവങ്ങൾ അവൻ പറഞ്ഞു. അവർക്കതു ചെമ്പൻതന്നെയാണെന്നു ബോധ്യമായി. മുത്തുവും ഇളയതുങ്ങളും അവനെ കെട്ടിപ്പിടിച്ച് ''അണ്ണാ'' എന്നു വിളിച്ച് കരഞ്ഞു. ഇതുവരെ എവിടെയായിരുന്നു എന്ന ചോദ്യത്തിന് ചെമ്പൻ മറുപടിയൊന്നും പറഞ്ഞില്ല.

തനിക്ക് ജോലിയുണ്ടെന്നും സ്ഥിരമായി ഊരിൽ തങ്ങാനാവില്ലെന്നും ചെമ്പൻ അവരോടു പറഞ്ഞു. പിന്നെ മുത്തുവിനു ബാങ്ക് അക്കൗണ്ട് ഉണ്ടോയെന്നു തിരക്കി. അപ്പോഴേക്ക് മങ്കയും സാരയും വലിയവായിൽ നിലവിളിക്കാൻ തുടങ്ങി. ചെമ്പനോട് അവർ അലോഷ്യസിന്റ വിഷയമൊക്കെ പറഞ്ഞു.

രക്തം തലയിലേക്ക് ഇരച്ചുകയറുന്നതുപോലെ ചെമ്പനു തോന്നി.

സാര കൊടുത്ത ചക്കരക്കാപ്പിയും കപ്പയും കഴിച്ചശേഷം ചെമ്പനെണീറ്റു. ഒന്നും ഭയക്കേണ്ടെന്ന് അവൻ മുത്തുവിനോടു പറഞ്ഞു. മുത്തുവിന്റെ അക്കൗണ്ടിൽ പണമിടുമെന്നും പറഞ്ഞു. അന്നുതന്നെ അഗളിയിൽ അവൻ ഒരു റൂമെടുത്തു. വൈകിട്ട് ഭവാനിയിൽ കുറെ സമയം കിടന്നു പഴയ കാലം ഓർമ്മിച്ചു. തന്റെ ജീവിതം ഒരു നിർണ്ണായകഘട്ടത്തിലാണെന്ന് ചെമ്പൻ തിരിച്ചറിഞ്ഞു. സന്ധ്യയായശേഷമാണ് അവൻ ലോഡ്ജിലേക്കു മടങ്ങിയത്. മല്ലീശ്വരൻമുടിയുടെ

ഉച്ചിയിൽ അസ്തമയ സൂര്യൻ ചുവന്ന ചായം വാരിവിതറിയിരുന്നു, സംഹാരദേവന്റെ തിരുനെറ്റിയിൽ രക്തംകൊണ്ട് അഭിഷേകം ചെയ്തതുപോലെ.

പിറ്റേന്നു രാവിലെതന്നെ അഞ്ച് ലക്ഷം രൂപാ അവൻ മുത്തുവിന്റെ അക്കൗണ്ടിലിട്ടു. പിന്നെ വനം ഭദ്രകാളിയമ്മന്റെ ക്ഷേത്രത്തിൽ പോയി ഒരു കോഴിയെ കുരുതികൊടുത്തു. ലോഡ്ജിൽ പോയി കിടന്നുറങ്ങിയ ശേഷം വൈകിട്ടു പുറത്തിറങ്ങി. അടുത്തുള്ള പീടികയിൽ നിന്ന് ഒരു ചുരിദാറും നല്ല മണമുള്ള സ്പ്രേയും ലിപ്സ്റ്റിക്കും വാങ്ങി, ഒരു മുല്ലപ്പൂമാലയും. പിന്നെ ഇരുമ്പുപകരണങ്ങൾ വിൽക്കുന്ന ഒരു കടയിൽ നിന്ന് നല്ല മൂർച്ചയുള്ള കത്തി വാങ്ങി.

ചുരിദാർ ധരിച്ച്, കത്തി അരക്കെട്ടിൽ താഴ്ത്തി അണിഞ്ഞൊരുങ്ങിയ ശേഷം അവൻ രാത്രി ഒൻപതുമണിയോടെ പുറത്തിറങ്ങി. ലോഡ്ജുടമ അവനെ പകച്ചുനോക്കി. അവൻ അതൊന്നും ശ്രദ്ധിക്കാതെ വാടകപ്പണം നൽകിയശേഷം പെട്ടിയെടുത്തു പുറത്തിറങ്ങി. അലോഷ്യസിന്റെ ബംഗ്ലാവ് ലക്ഷ്യമാക്കി അവൻ നടന്നു.

ബംഗ്ലാവിന്റെ വാതിലിൽ തട്ടിയപ്പോൾ തമ്പായിയാണ് തുറന്നത്. അയാളവനെ ചോദ്യഭാവത്തിൽ നോക്കി. അവൻ അയാളെ നോക്കി കണ്ണിറുക്കി ചിരിച്ചു. തമ്പായി അലോഷ്യസിനെ വിളിച്ചു. അവൻ പടിയിറങ്ങി വന്നു.

''കോയമ്പത്തരു ഇരുന്തു വരുകിറേൻ സാമീ, ഒരു ഇരവ് തൂങ്ക വേണം, കാലായിലെ പോവേൻ, ഇങ്ക വന്താൽ പോതുമെന്ന് ഒരു സിരുവൻ ശൊന്താച്ച്, ലോഡ്ജ് എടുക്കുവതുക്ക് പണം കെടയാത്, വഴിയിലേ പടുക്കതുക്ക് തൈര്യമില്ലൈ''

ചെമ്പൻ പറഞ്ഞു. പിന്നെ ചുണ്ടു കടിച്ചുകൊണ്ട് ശൃംഗാരഭാവത്തിൽ ചിരിച്ചു.

മദ്യപിച്ചശേഷം പുറത്തുപോയി ഒരു വേശ്യയെ പ്രാപിക്കാനുള്ള ഒരുക്കത്തിലായിരുന്നു അലോഷ്യസ്. അപ്പോഴാണ് ഇതുപോലൊരു കോള്. പക്ഷേ, കാഴ്ചയിൽ എന്തോ ഒരു വല്ലായ്മ.

ചെമ്പൻ അലോഷ്യസ്സിന്റെ മുഖത്തെ സംശയഭാവം ശ്രദ്ധിച്ചു. അവൻ ശരീരം സ്ത്രൈണഭാവത്തിൽ ഇളക്കിക്കൊണ്ടു പറഞ്ഞു,

''കന്നിപെൺ സാമി, ഉതവി വേണ്ടും.''

അലോഷ്യസ് വേറൊന്നും പിന്നെ ആലോചിച്ചില്ല. സിംഹത്തിന്റെ മടയിലേക്ക് ഒരു മാൻകുട്ടി കടന്നുവന്നതുപോലെ അവനുതോന്നി. മദ്യലഹരിയിൽ ചെമ്പന്റെ നപുംസകത്വം അവനൊട്ടു ശ്രദ്ധിച്ചുമില്ല.

കിടക്കമുറിയിലെത്തിയതും ചെമ്പൻ അലോഷ്യസ്സിനെ കെട്ടിപ്പിടിച്ചു. ആണുങ്ങളെ കാമഭ്രാന്തന്മാരാക്കാനുള്ള തന്ത്രത്തിൽ അവൻ അഗ്രഗണ്യനായിരുന്നു. അതൊന്നൊന്നായി അവൻ അലോഷ്യസ്സിന്റെ ശരീരത്തിൽ പ്രയോഗിച്ചു. പിന്നെ അവനെ വിവസ്ത്രനാക്കിയശേഷം ലൈറ്റണച്ചു.

ആദ്യത്തെ വെട്ട് അലോഷ്യസ്സിന്റെ ലിംഗത്തിനായിട്ടായിരുന്നു. അവൻ വേദനകൊണ്ട് അലറി. അടുത്ത വെട്ടിൽ അവന്റെ കണ്ഠം ഛേദിച്ചു.

ശബ്ദം കേട്ട് തമ്പായി ഓടിയെത്തി. ചെമ്പൻ വാതിൽ തുറന്ന ശേഷം പാളിക്കു പുറകിൽ ഒളിച്ചു നിന്നു. തമ്പായി ഉള്ളിലേക്ക് ആഞ്ഞുകയറിയതും വാരിയെല്ലിൽ കത്തികയറ്റി. അതു ഉള്ളിലേക്കു തുളഞ്ഞ് ഹൃദയം ഭേദിച്ചു. പടുമരം വീഴുംപോലെ തമ്പായി പിടഞ്ഞു വീണു.

ചെമ്പൻ കത്തി വലിച്ചൂരി. പിന്നെ ഒരു ന്യൂസ്പേപ്പറിൽ കത്തി പൊതിഞ്ഞശേഷം പുറത്തേക്കിറങ്ങി. ഇരുട്ടിന്റെ മറപറ്റി ഭവാനിയുടെ തീരത്തേക്കാണ് അവൻ നടന്നത്.

സമയം രാത്രി 12- ഓടടുത്തിരുന്നു. തീരം വിജനം. അവൻ നേരെ ഭവാനിയിലേക്കിറങ്ങി. ചോരയൊക്കെ കഴുകിക്കളഞ്ഞു.

പിന്നെ ഭവാനിയിൽ മുങ്ങി അങ്ങനെ കിടന്നു. ശരീരത്തിൽ തണുപ്പ് അരിച്ചു കയറി. ഉറ്റവരുടെ മരണത്തെക്കുറിച്ച് അവൻ ചിന്തിച്ചു.

ബലമൊക്കെ വിട്ട് അവൻ തന്റെ ശരീരമയച്ചു. ഭവാനി അവനെ താങ്ങിയെടുത്തു, പിന്നെ ആഴത്തിലുള്ള തന്റെ ഗർഭപാത്രത്തിലേക്ക് അവനെ വലിച്ചെടുത്തു.

പൊറിഞ്ചിതന്നെ വിളിക്കുന്നതുപോലെ അവനു തോന്നി, ''അണ്ണാ, പൊന്നണ്ണാ, ഉള്ളെ വാ.'' ചെമ്പൻ അവളുടെ ലോകത്തെത്തി.

മുപ്പത്തിയാറ്

വേലു ഊരകത്തേക്കു വണ്ടികയറി. വാസവന്റെ മകന്റെ വീടിനു മുന്നിലെത്തിയശേഷം അവൻ കോളിങ്ങ് ബെല്ലടിച്ചു. ഗുങ്കയാണു വാതിൽ തുറന്നത്.

''ആര്, എന്തു വേണം?'' അവൾ ചോദിച്ചു. അവൾക്ക് അവനെ തിരിച്ചറിയാനായില്ല.

''ഞാൻ വേലു.'' അവൻ പറഞ്ഞു. അവളവനെ സൂക്ഷിച്ചു നോക്കി, പിന്നെ അവന്റെ കാലിൽ വീണ് ഉറക്കെ കരഞ്ഞു. മാപ്പാക്കണമെന്നും വേലുവിനെ ചതിച്ചതിനു തനിക്കു ദൈവം ശിക്ഷ നൽകിയെന്നും അവൾ പറഞ്ഞു. ഗുങ്ക നന്നേ ക്ഷീണിച്ചിരുന്നു. അവളവനെ അകത്തേക്കു കയറ്റി.

''നീ നല്ലാറ്ക്കാ?'' അവൻ വെറുതെ ചോദിച്ചു. അവൾ വീണ്ടും അലമുറയിട്ടു കരഞ്ഞു, പിന്നെ നടന്നതൊക്കെ അവനോടു പറഞ്ഞു.

വാസവന്റെ മകനു നേരത്തെ വിവാഹം കഴിഞ്ഞിരുന്നു. അയാൾ ഗുങ്കയെ വിവാഹം കഴിച്ചൊന്നുമില്ല. അവളെയും രങ്കമ്മയെയും പറ്റിക്കാൻ ദൂരെയുള്ള ഒരു കോവിലിൽ പോയി താലികെട്ടി. വിവാഹം രജിസ്റ്റർ ചെയ്തെന്നു കള്ളം പറഞ്ഞു. ഒരു മാസത്തിനകം വീടും സ്ഥലവുമൊക്കെ രങ്കമ്മയെക്കൊണ്ട് അയാളുടെ പേർക്ക് എഴുതിച്ചു. ബിസിനസ്സ് നടത്താൻ അതാണ് സൗകര്യമെന്ന് അവരോടു പറഞ്ഞു. വായനയും എഴുത്തുമറിയാത്ത രങ്കമ്മയും ഗുങ്കയും വാസവൻ കാണിച്ച പേപ്പറിലൊക്കെ വിരലടയാളം ചാർത്തി.

കൈമാറ്റം കഴിഞ്ഞു വൈകാതെ തള്ളയേയും മകളേയും വീട്ടിൽ നിന്ന് ആട്ടിയിറക്കി പുറത്തെ ഷെഡ്ഡിൽ താമസിപ്പിച്ചു. ദണ്ണം സഹിക്കാതെ രങ്കമ്മ വൈകാതെ മരിച്ചു. ഗുങ്കയെ അവർ വേലക്കാരിയാക്കി മാറ്റി. വീടിനടുത്തുള്ള ഷെഡ്ഡിൽ താമസം, അരിഷ്ടിച്ചുള്ള ഭക്ഷണം, അതിനൊക്കെ പുറമെ ഗർഭിണിയായിരിക്കെത്തന്നെ വാസവന്റെ ലൈംഗികപീഡനവും. ഷെഡ്ഡിൽ വച്ചുതന്നെ ഗുങ്ക പ്രസവിച്ചു.

വാസവൻ പാലക്കാട് ഒരു വലിയ തോട്ടം വാങ്ങിയിരുന്നു. പേറു കഴിഞ്ഞ് ഗുങ്കയെ അങ്ങോട്ട് കൊണ്ടുപോകാനായിരുന്നു വാസവന്റെ പദ്ധതി. പക്ഷേ പേറു കഴിഞ്ഞതോടെ ഗുങ്ക അസ്ഥിപഞ്ജരംപോലെയായി. അതോടെ വാസവന്റെ പൂതിയും തീർന്നു.

ഗുങ്ക പറഞ്ഞതെല്ലാം കേട്ടശേഷം വേലു അവളോട് കൊച്ചിനെയുമെടുത്ത് തന്നോടൊപ്പം വരാൻ ആവശ്യപ്പെട്ടു. ഈ സമയത്ത് കരച്ചിലും പട്ടിയുടെ കുരയുമൊക്കെ കേട്ട് വാസവന്റെ മകനും അവന്റെ ഭാര്യയും പുറത്തിറങ്ങി.

''ആരാടാ അത്, എന്തു വേണം?'' അയാൾ ചോദിച്ചു

''ഇവളെന്റെ പൊണ്ടാട്ടി, ഇതെന്റെ പിള്ള, ഇവരെ ഞാൻ കൊണ്ടുപോവുകയാ.'' വേലു പറഞ്ഞു.

വാസവന്റെ മോൻ തെറി വിളിച്ചുകൊണ്ട് അവന്റെ നേർക്കടുത്തു. വേലു അരയിൽ നിന്നും കത്തിയെടുത്തു വീശിയതും അയാൾ പേടിച്ചു പിന്മാറി. ഭാര്യ അയാളുടെ കൈയിൽ പിടിച്ചുകൊണ്ട്

ചെവിയിൽ എന്തോ പറഞ്ഞു. അയാൾ ഫോണിൽ സംസാരിക്കാനായി അകത്തേക്കു പോയി. വാസവനോടാണ് അയാൾ സംസാരിച്ചത്. കാര്യമൊക്കെ കേട്ടപ്പോൾ, 'പൊലീസിലൊന്നും അറിയിക്കേണ്ട, നാശം തുലഞ്ഞു പോകട്ടെ' എന്ന് വാസവൻ ഉപദേശിച്ചു.

വേലു ഗുങ്കയുടെ കൈയും പിടിച്ച് ബസ്സ്റ്റോപ്പിലേക്കു നടന്നു. രണ്ടുപേരുടെയും മനസ്സ് വല്ലാതെ വിങ്ങുന്നുണ്ടായിരുന്നു.

ഓർമ്മകൾ ഒന്നൊന്നായി വേലുവിന്റെ മനസ്സിൽ തെളിഞ്ഞു വന്നു. കൈപിടിച്ചുകൊണ്ട് ഗുങ്കയ്ക്കൊപ്പം ഉത്സവപ്പറമ്പിൽ നടന്നതും പനമ്പായിൽ അവളെ കെട്ടിപ്പിടിച്ചു കിടന്നതും ഒടുവിൽ രണ്ടു വർഷം മുമ്പ് പട്ടിയെപ്പോലെ അവനെ ഇറക്കിവിട്ടതും...

കുഞ്ഞ് ഉറക്കെ കരയാൻ തുടങ്ങി. വേലു അതിനെ ഒക്കത്തെടുത്ത് ഗുങ്കയുടെ കൈയ് പിടിച്ചുനടന്നു.

അഗളിയിൽ ബസ്സിറങ്ങിയ ഉടൻ ഒരു ഹോട്ടലിൽ കയറി വേലു ഗുങ്കയ്ക്കും കുഞ്ഞിനും ദോശ വാങ്ങി നൽകി. അവരത് ആർത്തിയോടെ കഴിച്ചു. പിന്നെ രണ്ടുപേരും കുഞ്ഞിനൊപ്പം ഊരിലേക്കു പോയി. ഊരിലെ ആൾക്കാർ അവരെക്കണ്ട് അടക്കം പറഞ്ഞു ചിരിക്കുന്നുണ്ടായിരുന്നു. നടന്നതൊക്കെ ആരെങ്കിലും പറഞ്ഞ് അവർ അറിഞ്ഞിട്ടുണ്ടാവും.

പഴയ കൂര വല്ലാതെ വൃത്തികെട്ട് കിടക്കുന്നുണ്ടായിരുന്നു. രണ്ടുപേരും കൂടി അത് കഴുകി വൃത്തിയാക്കി. ഉള്ളിൽ താമസമാക്കിയിരുന്ന പാമ്പുകളെ ഉപചാരം പറഞ്ഞ് ഇറക്കിവിട്ടു. ഇതിനിടെ ഊരുമൂപ്പൻ വന്ന് ഊരിൽ കഴിയാനാവില്ലെന്ന് അവനോടു പറഞ്ഞു. അവനതു കാര്യമാക്കിയില്ല. സർക്കാർ തന്ന കുടിലിൽ കഴിയാൻ ആരുടെയും സമ്മതം വേണ്ടെന്നു മറുപടിയും പറഞ്ഞു. മുത്തച്ഛൻ മരിക്കുംമുമ്പ് വീട് അവന്റെ പേരിലെഴുതിയിരുന്നു.

പിറ്റേന്ന് രാവിലെ ഗുങ്കയുടെ തല മുണ്ഡനം ചെയ്തു മഞ്ഞൾ പൂശി. ഹാരമണിഞ്ഞശേഷം വനം ഭദ്രകാളിക്ഷേത്രത്തിൽ അവൾ നൂറുതവണ ശയനപ്രദക്ഷിണം നടത്തി. വേലു കുഞ്ഞിനെ ഒക്കത്തെടുത്ത് അതു നോക്കിനിന്നു. അവൻ ഒരു ആടിനെ വാങ്ങിയിരുന്നു. പൂജാരി അതിനെ മഞ്ഞവെള്ളത്തിൽ കുളിപ്പിച്ചു, പിന്നെ ബലി കഴിച്ചു. മാംസം വേകിച്ച് കോവിലിൽ വന്നവർക്ക് പകുത്തു നൽകി.

വേലുവിന്റെ മനസ്സിലെ തീയൊക്കെ കെട്ടടങ്ങി. ഊരിലെ പുരുഷൻമാരൊക്കെ വേലുവിനെ ആക്ഷേപത്തോടെയാണ് നോക്കിയത്. എന്നാൽ സ്ത്രീകൾ, പ്രത്യേകിച്ച് മുതിർന്നവർ അടക്കം പറഞ്ഞു. ''തമ്പി ആണ്ടവ, കുമട്'' (തമ്പി ദൈവമാണ്, തൊഴണം)

വേലു കുടിയൊക്കെ നിർത്തി. കുറെ ആടുകളെ വാങ്ങി. വീടിനു ചുറ്റും റാഗിയും ചാമയും ചോളവും കൃഷിചെയ്തു. പഴയതൊക്കെ മറന്നു ഗുങ്കയെ സ്നേഹിച്ചു. വല്ലാതെ ദുർബ്ബലയായിരുന്ന കുഞ്ഞിന്റെയും അമ്മയുടെയും ആരോഗ്യം വീണ്ടെടുത്തു.

ഊരിലെ പെണ്ണുങ്ങൾ ഗുങ്കയോടു പറഞ്ഞു.

''നാമ്ത്ത് കുട്മ, നല്ല കുട്മാതെ.''

(നിന്റെ കുടുംബം, നല്ല കുടുംബം)

മാവോ സംഘത്തിലെ ചിലർ രണ്ടു മൂന്നുതവണ വേലുവിനെ കാണാനെത്തി. പക്ഷേ താൻ ഇനി അവർക്കൊപ്പം ചേരില്ലെന്നു വേലു തീർത്തു പറഞ്ഞു. അവന് അതൊരു പുതിയ ജന്മമായിരുന്നു.

മുപ്പത്തിയേഴ്

പാണ്ടിയുടെ കഥ മറ്റൊന്നായിരുന്നു. തന്തയെ എങ്ങനെയും കൊല്ലണമെന്ന ചിന്തയുമായി അവൻ നാട്ടിലേക്കു തിരിച്ചു. ഒരു തോർത്തുകൊണ്ട് മുഖം പകുതി മൂടിക്കെട്ടിക്കൊണ്ട് അവൻ സന്ധ്യയോടെ തന്റെ വീടിനടുത്തുള്ള കവലയിലെത്തി. ആരും അവനെ തിരിച്ചറിഞ്ഞില്ല. നന്നേ ഇരുട്ടുംവരെ അവനവിടെ കറങ്ങിനടന്നു. പിന്നെ ഇരുട്ടുവാക്കിൽ വീട് ലക്ഷ്യമാക്കി നടന്നു.

പൈക്കൾ മേഞ്ഞശേഷം വീടെത്തിയിരുന്നു, കാവൽ നായ്ക്കളും. നായ്ക്കൾക്ക് അവൻ ഉറക്കമരുന്ന് ചേർത്ത ബിസ്ക്കറ്റ് ഇട്ടുകൊടുത്തു, അവ കുരച്ചു ബഹളമുണ്ടാക്കിയില്ല.

പാണ്ടി പതുങ്ങി ഉള്ളിൽ കയറി തൊഴുത്തിനുള്ളിൽ മറഞ്ഞിരുന്നു. വീടിലേക്കു നോക്കിക്കൊണ്ട് ക്ഷമയോടെ അവൻ കാത്തിരുന്നു. കുറേനേരം കഴിഞ്ഞപ്പോൾ മുരുകൻ മദ്യപിച്ച് ഉറക്കെ തെറിവിളിക്കുന്നതും അവന്റെ മുത്ത സഹോദരിയെ പുറത്തേക്കു വലിച്ചിഴച്ചു തല്ലുന്നതും പാണ്ടി കണ്ടു. പാണ്ടിയുടെ ശരീരം വല്ലാതെ ചൂടായി വിയർത്തു. അരയിലെ കത്തി അവൻ പരതി. പക്ഷേ നേരിട്ടാക്രമിക്കുന്നതു ബുദ്ധിയല്ലെന്ന് അവനു തോന്നി.

മുരുകൻ വീടിനുള്ളിൽ കയറുന്നതും മൂത്ത സഹോദരി കരഞ്ഞുകൊണ്ട് പുറകേ പോകുന്നതും അവൻ കണ്ടു.

അവൻ പതുക്കെ വീടിനു പിന്നിലെ തേങ്ങാപ്പുരയിൽ കയറി. പരതി പാരക്കുറ്റി കണ്ടു പിടിച്ചു. അത് മുതുകത്തൊളിപ്പിച്ചു. മുരുകൻ വീടിനു പുറത്തെ ലൈറ്റൊക്കെ അണച്ചു. ഇപ്പോൾ അയാളുടെ കിടപ്പുമുറിക്കുള്ളിൽ മാത്രമേ വെളിച്ചമുള്ളൂ.

അവൻ അൽപ്പനേരം കൂടി കാത്തശേഷം മുരുകന്റെ ബെഡ്റൂമിനു പുറത്ത് പതുങ്ങിനിന്നു. പശുക്കളുടെ ഇടയ്ക്കുള്ള അമറലൊഴിച്ചാൽ അന്തരീക്ഷം നിശ്ശബ്ദം.

അന്തരീക്ഷം നല്ല ചൂടായിരുന്നതിനാൽ മുരുകന്റെ ബെഡ്റൂമിന്റെ ജനാല അടച്ചിരുന്നില്ല. അവൻ ജനാലയിലൂടെ ഉള്ളിലേക്കു നോക്കി. കട്ടിലിൽ പൂർണ്ണനഗ്നയായി കിടക്കുകയാണ് ജ്ഞാനേശ്വരി. അവളുടെ ശരീരത്തിൽ വെകിളി പിടിച്ച കാളയെപ്പോലെ കൈകുത്തി നിവർന്ന് ഉയർന്നു താഴുകയാണു മുരുകൻ. അതിനിടെ അയാൾ അശ്ലീലപദങ്ങൾ പുലമ്പുന്നുണ്ടായിരുന്നു.

പാണ്ടി പാരക്കുറ്റി കൈയിലെടുത്ത് ഓങ്ങി നിന്നു. മുരുകൻ ലൈംഗിക മൂർച്ഛയിലെത്തുന്ന നിമിഷത്തിനു വേണ്ടി അവൻ കാത്തുനിന്നു. ലൈംഗിക മൂർച്ഛയിലെത്തിയതും പാണ്ടി പാരക്കുറ്റി ശക്തിയായി വീശി എറിഞ്ഞു. അതു മുരുകന്റെ മുതുകിലൂടെ തുളഞ്ഞു കയറി ഹൃദയം പിളർന്നു പുറത്തുവന്നു. അയാൾ ഉറക്കെ വിളിച്ചു, വിളി മുഴുമിക്കും മുമ്പ് ചത്തുവീണു.

പാണ്ടി ഓടി പുറത്തിറങ്ങി. പിന്നെ ഊടുവഴികൾ താണ്ടി കാടുകയറി.

മുരുകന്റെ കൊലപാതകം നാട്ടിൽ ഒരു സമസ്യയായി. പല കഥകൾ പ്രചരിച്ചു. കൊലപാതകി പാണ്ടിയാണെന്നു പൊലീസ് കണ്ടെത്തി. പക്ഷേ അയാളെ പിടിക്കാനായില്ല.

ഏതായാലും മുരുകന്റെ മരണം ആ കുടുംബത്തിൽ സ്വസ്ഥത കൊണ്ടുവന്നു.

അവരുടെ അനുവാദം കൂടാതെയുള്ള ഓപ്പറേഷനാണ് പാണ്ടി നടത്തിയതെങ്കിലും മാവോവാദികൾ അവനെ കൈവിട്ടില്ല. അങ്ങനെ രണ്ടു വർഷങ്ങൾ കടന്നുപോയി. പാണ്ടി, സംഘത്തോടൊപ്പം ആന്ധ്രയിലെത്തി. അവിടെവച്ച് ഒരു പൊലീസ് ഓപ്പറേഷനിടെ അവൻ വെടിയേറ്റു കൊല്ലപ്പെട്ടു.

മുപ്പത്തിയെട്ട്

നാട്ടിലെത്തിയ ആൽബി മുത്തച്ഛന്റെ വീട്ടിലേക്കാണ് ആദ്യം പോയത്. പോകുംവഴി ബസ്സിലിരുന്ന് അവൻ പഴയ കാര്യങ്ങൾ ഒന്നൊന്നായി ഓർത്തു. താൻ നാടുവിട്ടശേഷം പത്തുവർഷങ്ങൾ കഴിഞ്ഞെന്ന് അവനു വിശ്വസിക്കാനായില്ല.

തുരുമ്പെടുത്ത വാതിൽ തള്ളിത്തുറന്ന് ആൽബി മുത്തച്ഛന്റെ വീടിനുള്ളിലേക്കു കയറി. ചുറ്റുപാടും വല്ലാതെ കാടുപിടിച്ചു കിടക്കുന്നുണ്ടായിരുന്നു. ഒരു സർപ്പം അവനെ നോക്കി പത്തിവിടർത്തിയശേഷം ഇഴഞ്ഞുപോയി.

ആൽബി കതകിൽ തട്ടിവിളിച്ചു. ഒരു സ്ത്രീ വാതിൽ തുറന്നു പുറത്തിറങ്ങി. ''എന്തു വേണം?'' അവർ കാർക്കശ്യത്തോടെ ചോദിച്ചു. ആൽബി സ്വയം പരിയചപ്പെടുത്തി.

''ഇവിടത്തെ കാരണവർ മരിച്ചിട്ട് വർഷം നാലായി. ഇവിടെത്തന്നെയാ അടക്കിയത്, സുഖമരണമായിരുന്നു. ജപിച്ചുകൊണ്ടിരിക്കെ ജീവൻ പോയി. അങ്ങോരുടെ മകൾ ഇവിടെയുണ്ട്. പാവം ശരീരം തളർന്നു കിടപ്പാണ്. ആരും നോക്കാനില്ല. ഞാൻ ഇവിടെ അടുത്താ താമസം, ഭർത്താവിനു കൂലിവേലയാ. ഉള്ളതിൽ പങ്ക് ആയമ്മയ്ക്കു കൊടുക്കും.'' അവർ പറഞ്ഞു.

ആൽബി ഉള്ളിലേക്കു കയറി. കട്ടിലിൽ ഒരു അസ്ഥിപഞ്ജരം പോലെ മാമി കിടക്കുന്നു. അവൻ അടുത്തിരുന്ന് അവരുടെ കൈകളിൽ മുറുകെ പിടിച്ചു.

''ഞാൻ ആൽബിയാണു മാമീ.'' അവൻ പറഞ്ഞു. അവരുടെ കണ്ണുകൾ നിറഞ്ഞു. എന്തോ ചോദിക്കുംപോലെ ചുണ്ടുകൾ വിതുമ്പി. അച്ഛന്റെ കാര്യം തിരക്കുകയാണെന്ന് അവനു തോന്നി. അവൻ കൈകകൾ മുകളിലേക്കുയർത്തി അച്ഛൻ സ്വർഗവാസിയായെന്നു സൂചിപ്പിച്ചു. മാമിയുടെ കണ്ണുകൾ നിറഞ്ഞൊഴുകി. അവൻ അവരുടെ കണ്ണ് തുടച്ചശേഷം അച്ഛന്റെ മരണംവരെയുള്ള കാര്യങ്ങൾ പറഞ്ഞു.

അഞ്ച് ദിവസം ആൽബി അവിടെ തങ്ങി മാമിയെ ശുശ്രൂഷിച്ചു. അഞ്ചാം ദിവസം രാത്രി അവരുടെ ശ്വാസോച്ഛ്വാസം മന്ദഗതിയിലായി. അവൻ ഡോക്ടറെ വരുത്തി കുറെ മരുന്നുകൾ വാങ്ങിയെങ്കിലും അവരതു കഴിക്കാൻ കൂട്ടാക്കിയില്ല. തനിക്കു പോകാൻ സമയമായെന്ന് അവ്യക്തമായി പറഞ്ഞു. അവരുടെ ചുണ്ട് നാമം ജപിക്കുന്നതുപോലെ വിറയ്ക്കുന്നുണ്ടായിരുന്നു. ആൽബി ഗംഗാജലം മാമിയുടെ വായിലിറ്റിച്ചു. ശ്വാസം നേർത്ത് ഒടുവിൽ അവർ മരിച്ചു.

മുത്തച്ഛനെ അടക്കിയതിനു തൊട്ടടുത്തുതന്നെ മാമിയെയും അടക്കി. മരണമറിഞ്ഞു മുത്തച്ഛന്റെ തായ്‌വഴിയിൽപ്പെട്ട ഒരു കുടുംബം തിരുവല്ലയിൽ നിന്നെത്തി, ഒരു പാവപ്പെട്ട പൂജാരിയും ഭാര്യയും മൂന്നു മക്കളും.

ആൽബി വീടിന്റെ താക്കോൽ അവരെ ഏൽപ്പിച്ചു. വീടും പറമ്പും മുത്തച്ഛൻ ആൽബിയുടെ പേരിലാണ് എഴുതിവച്ചിരുന്നത്.

ആ കുടുംബത്തോടു യാത്ര പറഞ്ഞശേഷം മാമിയുടെ ചിതാഭസ്മവുമായി തിരുനല്ലിയിലെത്തി. മാമിയുടെ അവസാന ആഗ്രഹ പ്രകാരം പാപനാശിനിയിൽ അതൊഴുക്കി. പിന്നെ ആൽബി അട്ടപ്പാടിയിലേക്കു തിരിച്ചു. തിരിക്കും മുമ്പ് അമ്മയെ കണ്ടിട്ടേ മടങ്ങുകയുള്ളൂവെന്ന് അവൻ ഭഗവാനു വാക്കുകൊടുത്തിരുന്നല്ലോ.

അഗളിയിലെ പഴയ ക്വാട്ടേഴ്സ് അവൻ തേടിപ്പിടിച്ചു. അതു കാലഹരണപ്പെട്ടു കിടക്കുകയായിരുന്നു. പദ്ധതിയൊക്കെ രണ്ടു വർഷം മുമ്പ് അവസാനിപ്പിച്ചെന്നും സ്റ്റാഫൊക്കെ തിരിച്ചുപോയെന്നും സെക്യൂരിറ്റി അവനോടു പറഞ്ഞു.

ആൽബി ക്വാട്ടേഴ്സിനു താഴെയുള്ള ചായക്കടയിലെത്തി. അതിന്റെ ഉടമ രാമൻചേട്ടനുമായി അവന് പണ്ട് നല്ല ചങ്ങാത്തമായിരുന്നു. ചായക്കടയിൽ ഒരു ചെറുപ്പക്കാരനാണ് ഇരുന്നിരുന്നത്. വയസ്സായതിനാൽ അച്ഛൻ ചായക്കടയിൽ വരാറില്ലെന്ന് അയാൾ പറഞ്ഞു.

ആൽബി രാമൻചേട്ടന്റെ വീട് തേടിപ്പിടിച്ചു. അയാൾ എഴുപതുകളിൽ എത്തിയിരുന്നെങ്കിലും ഓർമ്മശക്തിക്ക് ഒരു കുറവുമുണ്ടായിരുന്നില്ല. ആൽബിയെ കെട്ടിപ്പിടിച്ചശേഷം അയാൾ പറഞ്ഞു.

''കുഞ്ഞേ, നിന്റെ അമ്മ രണ്ട് വർഷം മുമ്പ് മരിച്ചു. നീ പോയിക്കഴിഞ്ഞ് അവരുടെ പതനകാലമായിരുന്നു. മദ്യപാനവും അതിരുവിട്ട ചങ്ങാത്തവും. ഒടുവിൽ അവർ രോഗത്തിന് അടിമപ്പെട്ടു. എന്തു രോഗമാണെന്ന് ആദ്യമറിഞ്ഞില്ല. ഒടുവിൽ ശരീരമൊക്കെ ശോഷിച്ചു രൂപം തന്നെ മാറി. കാമിക്കാൻ എത്തിയിരുന്നവരൊന്നും അവരെ തിരിഞ്ഞുനോക്കിയില്ല. കരളിലെ ക്യാൻസറായിരുന്നു. ഏതായാലും കിടന്നു വല്ലാതെ കഷ്ടപ്പെട്ടു. റിട്ടയറായതോടെ ക്വാർട്ടേഴ്സൊക്കെ നഷ്ടപ്പെട്ടു. ഒരു ചെറിയ വീട്ടിലേക്കു താമസം മാറി. ഞാൻ ദിവസവും രണ്ടുനേരം ഭക്ഷണപ്പൊതി പടിക്കു പുറത്തു വച്ചിട്ടുപോകും. നിന്റെ പേര് പറഞ്ഞ് നിലവിളിക്കുന്നതു പലതവണ ഞാൻ കേട്ടിട്ടുണ്ട്.''

ആൽബി രാമൻചേട്ടൻ പറഞ്ഞതു കേട്ടുനിന്നു. അയാൾ സംസാരം തുടർന്നു. ''ആരും നോക്കാനില്ലാതെ നീറിനീറിയാ അവർ മരിച്ചത്. പഞ്ചായത്തുതന്നെ മുൻകൈയെടുത്തു ശവം ദഹിപ്പിക്കുകയായിരുന്നു. പള്ളിക്കാരൊന്നും വന്നില്ല, ശവമടക്കാൻ അനുവാദവും തന്നില്ല. ഞാൻ അവരുടെ ചിതാഭസ്മം കുറച്ചെടുത്ത് ഒരു കുടത്തിൽ സൂക്ഷിച്ചിട്ടുണ്ട്. എന്റെ മരണത്തിനു മുമ്പ് നീ വരുമെന്നായിരുന്നു പ്രതീക്ഷ, അതേതായാലും നടന്നു.''

രാമൻചേട്ടൻ പഴന്തുണിയിൽ പൊതിഞ്ഞുവച്ചിരുന്ന മൺകുടം

അവനെ ഏൽപിച്ചു. ആൽബി അതുവാങ്ങി. രാമൻചേട്ടനോടു യാത്ര പറഞ്ഞശേഷം അവൻ ഭവാനിയുടെ തീരത്തെത്തി.

ഭവാനിയിൽ മുങ്ങിയപ്പോൾ താൻ പത്തു വർഷം മുമ്പുള്ള ആ ആൽബിയാണെന്ന് അവനു തോന്നി. മനസ്സു വല്ലാതെ വിങ്ങുന്നുണ്ടായിരുന്നു.

അവൻ മൺകുടം പൊട്ടിച്ച് അമ്മയുടെ ചിതാഭസ്മം ഭവാനിയിലൊഴുക്കി. മത്സ്യങ്ങൾ ഭസ്മധൂളികളെ ആർത്തിയോടെ വിഴുങ്ങുന്നുണ്ടായിരുന്നു.

കരയിൽ കയറി ശരീരം തോർത്തിയശേഷം അവൻ തീരത്തെ ആൽമരത്തിനു കീഴെ കുറച്ചു നേരമിരുന്നു. പിന്നെ വേലുവിന്റെ ഊര് ലക്ഷ്യമാക്കി നടന്നു. വേലുവിന്റെ വീട് അവൻ കണ്ടെത്തി.

വേലു ആദ്യം അവനെ തിരിച്ചറിഞ്ഞില്ല. ആൽബി അവനെ കെട്ടിപ്പിടിച്ചുകൊണ്ടു പറഞ്ഞു. ‘‘വേലൂ, ഇതു ഞാനാ, അല്ലു.’’

വേലുവിന്റെ കണ്ണുകൾ നിറഞ്ഞു. അവൻ ആൽബിയെ വീടിനുള്ളിലേക്ക് ക്ഷണിച്ചു. അന്ന് ആൽബി വേലുവിനൊപ്പം കഴിഞ്ഞു. വിശേഷങ്ങളൊക്കെ അന്യോന്യം പങ്കുവച്ചു. പഴയ കാലം ഓർത്തുകൊണ്ട് ഗ്രാമവീഥികളിലൂടെ അവർ നടന്നു.

സന്ന്യാസമെന്ന തീരുമാനം ഉപേക്ഷിക്കാൻ വേലു ആവശ്യപ്പെട്ടെങ്കിലും ആൽബി അതിനു വഴങ്ങിയില്ല.

പിറ്റേന്നു രാവിലെ വേലുവിനും കുടുംബത്തോടും യാത്ര പറഞ്ഞ് അവൻ ബസ്സിൽ പാലക്കാട്ടേക്കു തിരിച്ചു, അവിടെനിന്ന് ട്രെയിനിൽ ഹരിദ്വാറിലേക്കും.

നേരിട്ട് ട്രെയിനില്ലാത്തതിനാൽ ന്യൂഡെൽഹി വഴിയായിരുന്നു യാത്ര. ആൽബി കമ്പാർട്ടുമെന്റിലുള്ള സഹയാത്രികരോടൊന്നും അധികം സംസാരിക്കാൻ കൂട്ടാക്കിയില്ല. ഏറെ നേരവും ഉറങ്ങിയും ജനാലയിലൂടെ കാഴ്ചകൾ കണ്ടുമാണു കഴിച്ചുകൂട്ടിയത്.

ഒന്നു നോക്കുമ്പോഴേക്കും കാണാമറയത്താകുന്ന ദൃശ്യങ്ങൾ. തന്റെ ജീവിതവും അതുപോലെയാണെന്ന് ആൽബിക്കു തോന്നി. പഴയകാല ജീവിതത്തിലെ മറക്കാനാവാത്ത കുറെ സംഭവങ്ങൾ ചലച്ചിത്രത്തിലെന്നപോലെ മനസ്സിലൂടെ കടന്നുപോയി. ഇനി ഒരിക്കലും മടങ്ങിവരാത്ത സംഭവങ്ങൾ, അതിവേഗത്തിൽ അപ്രത്യക്ഷമാകുന്ന കാഴ്ചകൾ പോലെ.

മയക്കത്തിനിടയിലാണ് പെട്ടെന്ന് ഒരു പാട്ടിന്റെ ശകലങ്ങൾ കേട്ട് അവൻ ഞെട്ടിയുണർന്നത്. ട്രെയിൻ ഏതോ സ്റ്റേഷനിൽ നിർത്തിയിരിക്കുന്നു. നീട്ടിയ കൈകളുമായി ഒരു സ്ത്രീ. നന്നേ മുഷിഞ്ഞ

വേഷം, വിയർപ്പും അഴുക്കും കലർന്ന രൂക്ഷമായ ഗന്ധം. കൈയിൽ ഒരു കുഞ്ഞുണ്ട്. ഒരു പഴയ ഹിന്ദി പാട്ടാണ് ഉച്ചസ്ഥായിൽ അവൾ പാടിയിരുന്നത്. ആൽബി പോക്കറ്റു പരതി ഒരു നാണയമെടുത്ത് അവളുടെ കൈയിലിട്ടു. പാട്ടുപാടിക്കൊണ്ട് അവൾ മുന്നോട്ടുനീങ്ങി.

ആൽബി വീണ്ടും കണ്ണുകളടച്ചു. മയക്കത്തിലേക്കു വീഴുമ്പോഴേക്ക് ഒരു മിന്നായംപോലെ ആ സ്ത്രീയുടെ മുഖം. തീണ്ടാപ്പുരയുടെ വാതിലിലൂടെ നോക്കുന്ന രണ്ടു തിളക്കമുള്ള കണ്ണുകൾ, ചിരുത?....

ആൽബി ഞെട്ടിയുണർന്നു. തന്റെ മുന്നിൽ കൈനീട്ടിയ ആ സ്ത്രീ, ചിരുത.... ആൽബി ഓടി ഡോറിനടുത്തെത്തി. അവൾ അതാ നടന്നുനീങ്ങുന്നു.

ട്രെയിൻ വിടുന്നതിനുള്ള സൈറൺ മുഴങ്ങി. വേഗത്തിൽ ലഗേജുമെടുത്ത് അവൻ പുറത്തുചാടി. ട്രെയിൻ മുന്നോട്ടു കുതിച്ചു.

ചിരുതയ്ക്കുവേണ്ടി അവൻ സ്റ്റേഷനിലാകെ പരാതി. കണ്ടുകിട്ടിയില്ല. പ്ലാറ്റ്ഫോമിലെ ചായക്കടക്കാരനോട് അവൻ ചോദിച്ചു.

''ഏക് ഭിക്കാരി ഔരത്ത് കൊ ദേഖാ ആപ്പ്നെ, ഹിന്ദി ഗാനാ ഗാനെ വാലി, ഏക് ബച്ചീ കെ സാത്ത്.''

ധാരാളം സ്ത്രീകൾ കുട്ടികളുമായി പാട്ടുപാടി ഭിക്ഷയ്ക്കായി വരാറുണ്ടെന്നായിരുന്നു അവന്റെ ഉത്തരം. ആൽബിയുടെ എന്തോ ആ സ്ത്രീ മോഷ്ടിച്ചുണ്ടാവുമെന്നാണ് അവൻ ധരിച്ചത്. പൊലീസുകാരോട് അന്വേഷിക്കാൻ അവൻ ഉപദേശിച്ചു. എന്നാൽ ആൽബി അതിനു തയ്യാറായില്ല. ഒടുവിൽ ചായക്കാരൻ തന്നെ ബുദ്ധി ഉപദേശിച്ചു. അടുത്ത ട്രെയിൻ വരുമ്പോൾ അവറ്റകളൊക്കെ ഭിക്ഷ ഇരക്കാൻ വീണ്ടും വരും. അപ്പോൾ കാണാം. പല ട്രെയിനുകൾ വരുന്നതിനാൽ അവർ ഏതു പ്ലാറ്റ്ഫോമിൽ വരുമെന്ന് പറയാനാവില്ല.

കാത്തിരിക്കാൻ തന്നെ ആൽബി തീരുമാനിച്ചു. പ്ലാറ്റ്ഫോമിലെ ഒരു സീറ്റിൽ അവനിരുന്നു. ചിരുതയെക്കുറിച്ചുള്ള ഓർമകൾ, മധുരതരമായ ഓർമകൾ....

പെട്ടെന്ന് തീവണ്ടിയുടെ ശബ്ദം. പ്രതീക്ഷയോടെ ആൽബി നോക്കി. നാലഞ്ചു പാളങ്ങൾക്കപ്പുറം തീവണ്ടി നിന്നു. കുറെ ഭിക്ഷക്കാർ ട്രെയിനിൽ കയറാനോടുന്നു. അക്കൂട്ടത്തിൽ അതാ അവൾ.

ആൽബി അങ്ങോട്ടേക്കു വേഗത്തിൽ നീങ്ങി. പടികൾ ഓടിക്കയറുമ്പോഴേക്ക് ട്രെയിൻ വിട്ടിരുന്നു. പ്ലാറ്റ്ഫോമിന്റെ ഒരറ്റത്തുകൂടി അതാ ചിരുത. അവൻ വേഗത്തിൽ പുറകെ ഓടി.

അവൾ പുറത്തേക്കുള്ള ഒരു ഇടവഴിയിലേക്കു കയറുന്നത് അവൻ കണ്ടു. നിർത്തിയിട്ടിരുന്ന ഒരു മുച്ചക്രവണ്ടിയിൽ അവൾ കയറി.

അതു വേഗത്തിൽ മുന്നോട്ടു നീങ്ങി. വികലാംഗർ ഓടിക്കുന്ന വണ്ടിയാണെന്നു ആൽബിക്കു തോന്നി. അവൻ 'ചിരുതേ' എന്ന് ഉറക്കെ വിളിച്ചെങ്കിലും അത് ശബ്ദകോലാഹാലത്തിൽ മുങ്ങിപ്പോയി.

ഒരു റിക്ഷാക്കാരനോട് അവൻ ചിരുതയെക്കുറിച്ചു തിരക്കി. അയാൾക്ക് ഹിന്ദി അറിയില്ലായിരുന്നു. ഹിന്ദി സാമാന്യം അറിയുന്ന ഒരു ടാക്സിക്കാരനെ അയാൾ കൂട്ടിവന്നു. മുച്ചക്രവണ്ടിയെന്നു പറഞ്ഞപ്പോൾ അയാൾക്ക് പിടികിട്ടി.

''വഹ്തോ ഗോപാൽ ഭായി ഹൈ.'' അയാൾ പറഞ്ഞു. മുച്ചക്ര വണ്ടി ഓടിച്ചിരുന്നയാളുടെ പേരാണ് ഗോപാൽ. അയാൾ ഒരു അംഗപരിമിതനാണ്, രണ്ടു കാലും ശോഷിച്ച് ഒരു കുറ്റിയോളം മാത്ര മുള്ളയാൾ. ഇവിടെ അടുത്തുള്ള കോളനിയിലാണ് താമസം.''

ടാക്സിക്കാരൻ ആൽബിയെ അവിടെ എത്തിക്കാമെന്നേറ്റു.

''ആപ്കൊ വഹ് ലങ്ഗ്റാ സെ ക്യാ ലേനാ ദേനാ'' (ആ ഞൊണ്ടിയെ കണ്ടിട്ടെന്താ?) എന്ന് അയാൾ രണ്ടുമൂന്നു തവണ ചോദിച്ചു. ആൽബി മറുപടിയൊന്നും പറഞ്ഞില്ല.

ഭിക്ഷക്കാർ പാർക്കുന്ന കോളനിയിൽ ആൽബിയെ ഇറക്കിയ ശേഷം ടാക്സിക്കാരൻ പോയി. ദുർഗന്ധപൂരിതമായിരുന്നു അവിടം. തുരുമ്പെടുത്ത ഷീറ്റുകൾ മേഞ്ഞ കുടിലുകൾ. ഇടയ്ക്കുള്ള ചാലി ലൂടെ ഒഴുകുന്ന അഴുക്കുവെള്ളം. അതിൽ നീന്തിത്തിമിർക്കുന്ന കൂത്താടികൾ.

''ഗോപാൽഭായി കഹാം രഹ്താ ഹൈ?''

ആദ്യം കണ്ടയാളോട് ആൽബി ചോദിച്ചു. അയാൾ ഒരു വീട് ചൂണ്ടിക്കാണിച്ചു. തകരം കൊണ്ടു കെട്ടിമറച്ച വാതിലിൽ ആൽബി തട്ടി. അൽപ്പസമയത്തിനുശേഷം വാതിൽ തുറന്ന് ഒരാൾ തല പുറത്തേക്കു നീട്ടിക്കൊണ്ടു ചോദിച്ചു -

''നിങ്ങൾക്കെന്തു വേണം?''

''ചിരുത?'' ആൽബി ചോദിച്ചു.

അയാൾ പുറത്തേക്കിറങ്ങി. രണ്ടു കാൽമുട്ടുകൾക്കും താഴെ അംഗപരിമിതനായിരുന്നു അയാൾ. കഷ്ടിച്ചു മൂന്നുനാലടി പൊക്കം വരും. കാഴ്ചയിൽ 70 വയസ്സു തോന്നിക്കും.

''ക്യാ ചിരുതാ, ക്യാ ചാഹിയെ തുംകൊ?''

അയാൾ ഹിന്ദിയിൽ ചോദിച്ചു.

''ഏക് ഔരത്, ചിരുതാ നാം ഹൈ, വഹ് യഹാം രഹ്തീ ഹൈ?'' ആൽബി ചോദിച്ചു.

വല്ലാത്ത ആശയക്കുഴപ്പത്തിലായപോലെ അയാൾ കൈവിരലുകൾ തിരുമ്മി. പിന്നെ ഉള്ളിലേക്കു നോക്കിക്കൊണ്ടു വിളിച്ചു.

''ലക്ഷ്മീ...''

ഉള്ളിൽ നിന്നും അവളിറങ്ങി വന്നു. ആൽബി അവളെ സൂക്ഷിച്ചു നോക്കി. കണ്ണുകളിലെ ആ തിളക്കം. നന്നേ കറുത്തു കരുവാളിച്ചു പോയെങ്കിലും അതു ചിരുതതന്നെയെന്ന് ആൽബി ഉറപ്പിച്ചു.

''ഇയാൾ ഏതോ പെണ്ണിനെ അന്വേഷിക്കുന്നു.'' ഗോപാൽ പറഞ്ഞു.

ചിരുത അയാളെ തുറിച്ചുനോക്കി.

''ഞാൻ ആൽബി, അട്ടപ്പാടിയിലെ.....'' ആൽബി പറഞ്ഞു.

പെട്ടെന്ന് അവളുടെ മുഖഭാവം മാറി, അവിശ്വസനീയമായ എന്തോ കണ്ടതുപോലെ അവൾ തരിച്ചു നിന്നു. പിന്നെ മനസ്ഥൈര്യം വീണ്ടെടുത്തുകൊണ്ടു ചോദിച്ചു.

''നിങ്ങൾ ഇവിടെ, എന്തു വേണം?''

''ഇയാൾ നിന്റെ പഴയ ഭർത്താവാണോ?'' ഗോപാൽഭായി ചിരുതയോടു ചോദിച്ചു. അവൾ ഒന്നും മിണ്ടിയില്ല. ഗോപാൽ അയാളെ അകത്തേക്കു ക്ഷണിച്ചു.

''അന്തർ ആവോ.''

കഷ്ടിച്ചു നിന്നുതിരിയാനും മാത്രം വലുപ്പമുള്ള ഒരു വീടായിരുന്നു അത്. മച്ചിലെ തകര മേൽക്കൂരയിലെ സുഷിരങ്ങളിലൂടെ അരിച്ചിറങ്ങുന്ന വെയിലിന്റെ പ്രകാശം മാത്രമായിരുന്നു ഉള്ളിൽ. ചുരുട്ടിവെച്ചിരുന്ന പായ നിവർത്തിയിട്ട് ആൽബിയോട് അയാൾ ഇരിക്കാൻ ആംഗ്യം കാട്ടി. ചിരുതയോട് തെലുങ്കിൽ എന്തോ സംസാരിച്ചു.

''കുച്ച് കാം ഹൈ, ഹം ഥോടീ ദേർമേം വാപ്പസ് ആയേംഗെ.'' (അൽപ്പം ജോലിയുണ്ട്, ഞാൻ അൽപ്പം കഴിഞ്ഞു വരാം) എന്ന് ആൽബിയോട് പറഞ്ഞുകൊണ്ട് അയാൾ പുറത്തേക്കു പോയി.

''നിങ്ങൾക്ക് കട്ടൻചായ എടുക്കട്ടെ?'' ചിരുത ചോദിച്ചു.

വേണ്ടെന്ന് അവൻ തലയാട്ടി.

''ചിരുത ഇവിടെ എങ്ങനെ?''

അവളൊന്നും മിണ്ടിയില്ല. പിന്നെ അവന്റെ ചങ്കിൽ കൊള്ളുന്ന ഒരു ചോദ്യം അവൾ തിരിച്ചു ചോദിച്ചു.

''ഒരു ഗർഭം തന്നുപോയതല്ലാതെ പിന്നെ എന്നെക്കുറിച്ചു നിങ്ങളൊന്നും അന്വേഷിച്ചില്ലല്ലോ?!''

''ആകെ പ്രശ്നങ്ങളായിരുന്നു, ഒടുവിൽ നാടുവിട്ടു. പത്തോളം വർഷങ്ങൾ അങ്ങനെ പോയി...'' അവൻ ജാള്യതയോടെ പറഞ്ഞു.

''കെട്ടിയ പുരുഷൻ ചെയ്ത കടുംകൈ വെച്ചുനോക്കുമ്പോൾ നിങ്ങളുടെ ചെയ്തി നിസ്സാരം.'' ഇതു പറഞ്ഞശേഷം കുരയുടെ ഒരറ്റത്ത് ഉറങ്ങുന്ന കുട്ടിയുടെ ദേഹത്ത് അവൾ പുതപ്പുകൊണ്ട് മൂടി. പിന്നെ തന്റെ കഥ അവൾ പറഞ്ഞു.

''കല്യാണം കഴിച്ച നാൾ മുതൽ അയാൾക്ക് എന്നെ സംശയ മായിരുന്നു. കുഞ്ഞായതോടെ അതു കൂടി. ദിവസവും കുടിച്ചുവന്ന് അടിയും ചീത്തവിളിയും. ജീവിതം മടുത്തു. അങ്ങനെയിരിക്കെ ഒരു ദിവസം അയാൾ എന്തോ മാറ്റം വന്നതുപോലെ സ്നേഹത്തോടെ ഇടപെടാൻ തുടങ്ങി. തിരുപ്പതിയിൽ പോകണമെന്നും പ്രാർത്ഥി ക്കണമെന്നും പറഞ്ഞു. അങ്ങനെ ട്രെയിനിൽ അയാളോടൊപ്പം യാത്രയായി. തിരുപ്പതിയിലെത്തിയശേഷം റെയിൽവേസ്റ്റേഷനു പുറത്ത് ഞങ്ങളെ നിർത്തി. ഇപ്പോൾ വരാമെന്നു പറഞ്ഞ് അയാൾ പോയി. പിന്നെ അയാളുടെ പൊടിപോലും കണ്ടില്ല, ദുഷ്ടൻ.''

ചിരുതയുടെ കണ്ണ് നിറഞ്ഞൊഴുകുന്നുണ്ടായിരുന്നു. ആശ്വസി പ്പിക്കാൻ തോന്നിയെങ്കിലും ആൽബി ഒന്നും മിണ്ടിയില്ല. അവൾ കണ്ണു തുടച്ചു കഥ തുടർന്നു.

''ഭാഷപോലും അറിയാതെ ഞാനും കുഞ്ഞും പത്ത് മണിക്കൂറോളം റെയിൽവേ സ്റ്റേഷനു പുറത്തു കാത്തിരുന്നു. കുഞ്ഞു വിശന്നു കര യാൻ തുടങ്ങി. ചില തീർത്ഥാടകർ തന്ന ഭക്ഷണം കഴിച്ച് തൽക്കാലം കുഞ്ഞിന്റെ വിശപ്പകറ്റി. അവളെ ചേർത്തു പിടിച്ച് ട്രെയിനിനു തല വെച്ചാലെന്തെന്ന് പലതവണ ആലോചിച്ചു. കുഞ്ഞുകൂടി ചതഞ്ഞ രഞ്ഞു ചാകുമല്ലോ എന്നോർത്തപ്പോൾ മടിച്ചു. പുറത്തെ റോഡി ലേക്കിറങ്ങി ഒരു കടത്തിണ്ണയിലിരുന്നു. ഒരു എത്തും പിടിയും കിട്ടിയില്ല. ചില പുരുഷന്മാർ വന്നു ശല്യം ചെയ്തു തുടങ്ങി. ഒടു വിൽ ഭയന്ന് റോഡിലൂടെ ലക്ഷ്യമില്ലാതെ നടന്നു. രണ്ടുപേർ പുറകെ വരുന്നുണ്ടായിരുന്നു. ഭാഷ അറിയില്ലെങ്കിലും ഒപ്പം ക്ഷണിക്കുകയും അശ്ലീലം പറയുകയുമായിരുന്നു അവരെന്നു മനസ്സിലായി. പെട്ടെന്ന് ദൈവം അയച്ചതുപോലെ ഒരു മുച്ചക്രവണ്ടി വരുന്നതു കണ്ടു. അതിനു മുന്നിൽ നിന്ന് കൈകാണിച്ചു. വണ്ടി ഓടിച്ചയാളെ നോക്കി തൊഴുതു 'കാപ്പാത്തണം' എന്നു പറഞ്ഞു. അയാൾ വണ്ടിയിൽ കയറാൻ ആംഗ്യം കാട്ടി. അങ്ങനെ രക്ഷപ്പെട്ടു, അല്ലെങ്കിൽ വേശ്യാ ത്തെരുവിൽ എത്തിപ്പെടുമായിരുന്നു.

മാംസപിണ്ഡംപോലെ വികൃതമായ രൂപം. പക്ഷേ അദ്ദേഹ ത്തിന്റെ ഉള്ളുനിറയെ സ്നേഹമായിരുന്നു. ഗോപാൽഭായി എന്നാണ് എല്ലാവരും വിളിക്കുന്നേ. കുഞ്ഞായിരുന്നപ്പോൾ ഭിക്ഷാടനത്തിനായി

ഇവിടെ ആരോ എത്തിച്ചതാണയാളെ. ഇന്നും ഭിക്ഷ യാചിച്ചു ജീവിക്കുന്നു. ഞാനും ഇവിടെ എത്തിയിട്ട് ആറേഴു വർഷമായി. എന്നെ ലക്ഷ്മിയെന്നാ അദ്ദേഹം വിളിക്കുന്നേ. ആദ്യമൊന്നും എന്നെ ഭിക്ഷയെടുക്കാൻ സമ്മതിച്ചില്ല. അങ്ങേരുടെ അദ്ധ്വാനം കണ്ടു കഷ്ടം തോന്നി ഞാനും ഭിക്ഷാടനം തുടങ്ങി. തിരുപ്പതിയല്ലേ, അത്യാവശ്യം പണമൊക്കെ കിട്ടും.''

''ഈ കുഞ്ഞ്?!'' ആൽബി അറച്ചറച്ച് ചോദിച്ചു.

അവൾ വല്ലാതെ ചിരിച്ചു, പിന്നെ പറഞ്ഞു.

''നിങ്ങളുടേതല്ല. നിങ്ങൾ തന്നിട്ടുപോയ ആദ്യത്തെ കുട്ടിക്ക് 11 വയസ്സായി. അദ്ദേഹം അവളെ ഇവിടെ ഒരു ആശ്രമത്തിൽ ചേർത്തു. ഭക്ഷണത്തിന് മുട്ടില്ലാതെ അതു കഴിയുന്നു. ഈ കുഞ്ഞ് ഗോപാൽ ഭായിയുടേതാ. ഇവിടെ താമസമാക്കി ഒരു വർഷത്തോളം അയാൾ എന്റെ ശരീരത്തിൽ സ്പർശിച്ചതേയില്ല. ഒടുവിൽ മടിച്ചു മടിച്ചു പറഞ്ഞു ''ലക്ഷ്മീ, ഞാൻ ജീവിതത്തിൽ സ്ത്രീകളോട് ഇടപഴകിയിട്ടില്ല. ഇപ്പോൾ നിന്റെ ഒപ്പം താമസിച്ചപ്പോൾ വല്ലാത്ത ആഗ്രഹം തോന്നുന്നു. നിനക്കു വിഷമം തോന്നുന്നുണ്ടെങ്കിൽ വേണ്ട. ഞാൻ തിരിച്ച് ഒന്നും കാണിക്കില്ല.'' എന്റെ ജീവിതം നശിപ്പിച്ച ഭർത്താവിനെ അപേക്ഷിച്ച് എന്തു നല്ല മനസ്സിന്റെ ഉടമയാണയാൾ. എന്നെ രക്ഷപ്പെടുത്തിയതിനു പ്രത്യുപകാരമായി അയാൾക്കെല്ലാം കവർന്നെടുക്കാമായിരുന്നു. അങ്ങനെ ഞാൻ അയാൾക്കു ശരീരവും മനസ്സും കാഴ്ചവെച്ചു. മുട്ടുവരെ മാത്രമുള്ള ആ ശരീരത്തെ അടിവയറ്റിൽ ചേർത്തിരുത്തി. അയാൾക്കു സുഖം ആവോളം നൽകി. സംയോഗത്തിലെ ഓരോ ഉയർച്ചതാഴ്ചയിലും അയാൾ ദൈവത്തെ സ്തുതിക്കും. അങ്ങനെ ഈ മോളുണ്ടായി.''

ആൽബിയുടെ മുഖം വല്ലാതെ വിളറി. നെഞ്ചിടിപ്പു വല്ലാതെ കൂടി. അവൻ എന്തോ ചോദിക്കാനാഞ്ഞു. അതിനു മുമ്പ് അവൾ പറഞ്ഞു.

''പോകുംമുമ്പ് അയാളിപ്പോൾ പറഞ്ഞിട്ടു പോയതെന്തെന്നറിയാമോ, പഴയ ഭർത്താവിനൊപ്പം പോകുന്നെങ്കിൽ പൊയ്ക്കോളാൻ. പക്ഷേ, നിങ്ങൾ വിളിച്ചാലും ഞാൻ വരില്ല. അതു ദൈവത്തിനു നിരക്കാത്ത പ്രവൃത്തിയാവും.'' ആൽബി പതുക്കെ എണീറ്റു. അവളെ കെട്ടിപ്പുണർന്ന് മാപ്പ് പറയണമെന്ന് അവനു തോന്നി, പക്ഷേ അതിനു തനിക്കു യോഗ്യതയില്ലെന്ന ചിന്ത മനസ്സിൽ വന്നു. യാത്രപോലും പറയാതെ അവൻ പുറത്തിറങ്ങി.

''ഒരു ചായപോലും കുടിക്കാതെ നിങ്ങൾ...''

''ഇനി ഒരിക്കലാവാം.''

തകരം മേഞ്ഞ വീടുകൾക്കിടയിലെ വീതി കുറഞ്ഞ വഴിയിലൂടെ അവൻ നടന്നു. ഹൃദയം വിങ്ങുന്നുണ്ടായിരുന്നു. സായാഹ്നത്തിന്റെ സ്വർണവർണം മാറി ആകാശത്തു സന്ധ്യയുടെ കറുപ്പ് കലരുന്നുണ്ടായിരുന്നു.

മുപ്പത്തിയൊമ്പത്

ഒരു ആട്ടോയിൽ കയറി ആൽബി നേരെ റെയിൽവേ സ്റ്റേഷനിലെത്തി. വല്ലാത്ത തിരക്കും ശബ്ദവും അലയടിക്കുന്ന അന്തരീക്ഷം. അവൻ നീണ്ട പ്ലാറ്റ്ഫോമിലൂടെ നടന്നു. തിരക്കു തീരെ കുറവായ ഒരു ഭാഗം എത്തുംവരെ നടപ്പു തുടർന്നു. പിന്നെ പ്ലാറ്റ്ഫോമിലെ ഒരു തൂണിൽ ചാരിയിരുന്നു.

മനസ്സിലെ വിങ്ങൽ അടങ്ങിയിരുന്നില്ല. എന്തോ നഷ്ടപ്പെട്ടതുപോലെ. ജീവിതയാത്രയ്ക്കിടെ എപ്പോഴോ ചിരുതയെ താൻ ഏറെക്കുറെ മറന്നിരുന്നുവെന്ന് അവൻ തിരിച്ചറിഞ്ഞു. എന്നിട്ടിപ്പോൾ തീരെ പ്രതീക്ഷിക്കാതെ...

താൻ ഒരു തെറ്റുകാരൻ തന്നെയാണെന്ന് അവനു തോന്നി. സ്നേഹിച്ച പെണ്ണിന്റെ ജീവിതം എത്രയോ കലുഷിതമായിത്തീർന്നു. എന്നാൽ ചിരുതയെക്കുറിച്ച് ഒരിക്കൽപോലും അന്വേഷിക്കാൻ തനിക്കു തോന്നിയില്ല. തെറ്റുകാരെന്നു താൻ മുദ്രകുത്തിയവർക്കു മുന്നിൽ ചെറുതായതുപോലെ ആൽബിക്കു തോന്നി.

പുറത്തു സാമാന്യം തണുപ്പുണ്ടായിരുന്നു. രണ്ടു കൈകളും നെഞ്ചിൽ പിണഞ്ഞ് അവൻ നിലത്തേക്കു ചാഞ്ഞു.

പെട്ടെന്ന് നായ്ക്കളുടെ നിർത്താതെയുള്ള ഓരിയിടൽ. ഇരുട്ടത്ത് ഒരു രൂപം. അതു മുന്നിലേക്കു വന്നു. ചില്ലം വലിച്ച് പുക അവന്റെ മുഖത്തേക്ക് ആഞ്ഞ് ഊതിക്കൊണ്ട് ആ രൂപം ആക്രോശിച്ചു.

‘‘അരേ ഭോസടീകെ, തൂ സാധൂ ബനേഗാ, ഐസാ കൈസെ സാധൂ ബനേഗാ തൂ.’’ രാംദേവ് ബാബ ഉറക്കെ ചിരിച്ചു.

നട്ടെല്ലിൽ നിന്ന് ഒരു സീൽക്കാരം ഉയരുന്നതുപോലെ ആൽബിക്കു തോന്നി. തല വല്ലാതെ കറങ്ങുന്നു.

രാംദേവിന്റെ തല ശരീരത്തിൽ നിന്ന് വേർപെട്ട് അവന്റെ നേർക്കുരുണ്ടു. ഉടൽ പിന്നിലേക്കു മറിഞ്ഞു.

ആൽബി ഭയന്നു ഞെട്ടിയുണർന്നു. മുന്നിലാരുമില്ല, കുറെ കൊടിച്ചിപ്പട്ടികൾ മാത്രം.

അവനു വല്ലാത്ത പരവേശം തോന്നി. സാവധാനം എണീറ്റു പ്ലാറ്റ്ഫോമിലൂടെ നടന്നു. ചായ്‌വാലയിൽ നിന്ന് ഒരു കപ്പ് ചായ വാങ്ങി കുടിച്ചപ്പോൾ തണുപ്പിനു നേരിയ ശമനം തോന്നി.

കൂട്ടംകൂടിയിരുന്ന് ചില്ലം വലിക്കുന്ന ഒരു കൂട്ടം ഭിക്ഷുക്കൾ. ഒരാൾ അവനു നേരെ ചില്ലം നീട്ടി ''പീവോ അരേ.'' അവൻ വേണ്ടെന്നു തലയാട്ടി.

''അബേ, സർദി സെ മരേഗാ തൂ.'' അയാൾ പറഞ്ഞു.

അവൻ അതു കേട്ടതായി ഭാവിച്ചില്ല.

പഴയ സ്ഥലത്തേക്കു തന്നെ ആൽബി മടങ്ങി. മനസ്സിലെ നീറ്റലും ഭയവും തെല്ല് അടങ്ങിയിരുന്നു. ക്ഷീണം കൊണ്ട് അവൻ വീണ്ടും ഉറങ്ങിപ്പോയി. ശാന്തസുന്ദരമായ ഒരു പ്രദേശം. അവിടേക്ക് അവൻ ഒരു പക്ഷിയായി സാവധാനം ചിറകടിച്ച് പറന്നെത്തി, പടർന്നു പന്തലിച്ച വലിയൊരു മരത്തിലിരുന്നു.

താഴെ തേജസ്വിയായ ഒരു മനുഷ്യൻ ഒറ്റമുണ്ടുടുത്തിരിക്കുന്നു. സന്ന്യാസിയുടെ ലക്ഷണമൊന്നുമില്ല. നാലഞ്ചുപേർ ചുറ്റുമിരിപ്പുണ്ട്. അദ്ദേഹം പതിഞ്ഞ ശബ്ദത്തിൽ എന്തോ പറയുന്നു. അവൻ താഴത്തെ ചില്ലയിൽ പറന്നിരുന്നു കാതു കൂർപ്പിച്ചു.

''മൂകനായ് പുതുമയറ്റാശ്ചര്യലേശമന്യേ
ഇല്ലത്തിൽ വാഴും വിരുന്തിരാറായ്
താനതിൽ തെല്ലില്ലാതെ ധൂളി തന്നിൽ
പറ്റാത്ത കാറ്റിനെപ്പോൽ ....''

അദ്ദേഹം തലയുയർത്തി മുകളിലേക്കു നോക്കി. പിന്നെ അവനെ താഴേയ്ക്കു മാടിവിളിച്ചു. അവൻ താഴേക്കു പറന്നിറങ്ങി അദ്ദേഹത്തിന്റെ മടിയിലിരുന്നു. അദ്ദേഹം അവന്റെ ചിറകുകൾക്കു മീതെ സാവധാനം തലോടി. പെട്ടെന്ന് അന്തരീക്ഷത്തിൽ മനോജ്ഞമായ ഗന്ധം പരന്നു. അവൻ ചിറകുകൾ വിടർത്തി മുകളിലേക്കു പറന്നു. അവിടെ നന്നായി പഴുത്തു നിൽക്കുന്ന ഒരു ഫലം. ഇതു കണ്ട് അദ്ദേഹം മൃദുവായി ചിരിച്ചുകൊണ്ട് പാടി.

''മായയിൽ പ്രതിബിംബിതനീശ്വരൻ
മായയ്ക്കൊട്ടുമധീനനല്ലയവൻ
മായയെത്തന്നധീനതയിലാക്കിക്കൊണ്ട്
മായത്തങ്ങൾ പലവിധം കാട്ടുന്നു''

ആൽബി ഞെട്ടിയുണർന്നു. സ്കൂട്ടർ ഹോണിന്റെ നിലയ്ക്കാതെയുള്ള ശബ്ദം അവൻ കേട്ടു. അവൻ കണ്ണു തിരുമ്മി നോക്കി.

മഞ്ഞിനെ വകഞ്ഞുമാറ്റി നിയോൺലാമ്പിന്റെ പ്രകാശം. പാളം

തീരുന്നിടത്ത് ഒരു മുച്ചക്ര വണ്ടി. അതിൽ ഒരാളിരുന്നു മാടിവിളിക്കുന്നു, ഗോപാൽ ഭായി.

ആൽബി വല്ലാതെ ആശയക്കുഴപ്പത്തിലായി. തന്നെ അപായപ്പെടുത്താനാവുമോ വിളിക്കുന്നതെന്ന് അവൻ ശങ്കിച്ചു. പ്ലാറ്റ്ഫോമിലേക്കു കയറാൻ പറ്റാത്തതുകൊണ്ടാവണം അയാൾ അവിടെത്തന്നെ വണ്ടി നിർത്തി മാടിവിളിക്കുന്നുണ്ടായിരുന്നു. കൂടെ ആരെയും കണ്ടില്ല.

ആൽബി അയാളുടെ സമീപത്തേക്കു നടന്നു. അടുത്തെത്തിയതും ഗോപാൽ ഭായി പറഞ്ഞു. ''എനിക്കെല്ലാം അറിയാം, വിഷമിക്കേണ്ട.'' ആൽബിക്കു അയാൾ പറയുന്നതെന്തെന്നു വ്യക്തമായില്ല. ഗോപാൽ വീണ്ടും പറഞ്ഞു.

''ഞാൻ വയസ്സനായി, കൂടിയാൽ രണ്ടോ മൂന്നോ കൊല്ലം. നിങ്ങൾ ചെറുപ്പമല്ലേ, ലക്ഷ്മിയെ കൊണ്ടുപൊയ്ക്കോ, നാളെ രാവിലെ എട്ടുമണിയോടെ വീട്ടിലേക്കു വാ.''

കൈവീശിയശേഷം വണ്ടി തിരിച്ച് അയാൾ പോയി.

ആൽബി സ്തബ്ധനായി അവിടെത്തന്നെ നിന്നു. അവനത് ഒട്ടും പ്രതീക്ഷിച്ചിരുന്നില്ല. ആ രാത്രി അവൻ ഉറങ്ങാതെ കഴിച്ചുകൂട്ടി. രാവിലെ സ്റ്റേഷനിലെ ക്യാന്റീനിൽ നിന്നും ചായ കുടിച്ചു. പിന്നെ ഗോപാൽഭായിയുടെ വീട്ടിലേക്കു തിരിച്ചു.

അയാളവിടെ ഉണ്ടായിരുന്നില്ല. ചിരുതയാണ് കതക് തുറന്നത്. ആൽബി ഉള്ളിലേക്കു കടന്നിരുന്നു.

''ഭായി വന്നിരുന്നല്ലേ?. എല്ലാം എന്നോടു പറഞ്ഞു. പാവം ഇനി അധികം ജീവിക്കില്ലെന്നു കരുതുന്നു. വയസ്സ് 64 ആയി. അദ്ദേഹത്തിന്റെ കുടുംബത്തിൽ 60 ലധികം ആരും ജീവിച്ചിട്ടില്ലത്രേ. അദ്ദേഹം മരിച്ചാൽ എന്റെയും പിള്ളാരുടേയും കാര്യമെന്താവുമെന്ന ചിന്ത ഗോപാൽഭായിയെ വല്ലാതെ അലട്ടിയിരുന്നു. അപ്പോഴാണ് നിങ്ങൾ വരുന്നത്. കാര്യമൊക്കെ ഞാൻ പറഞ്ഞപ്പോൾ അദ്ദേഹം നിങ്ങളോടൊപ്പം പോകാൻ നിർബന്ധിച്ചു.'' ചിരുത പറഞ്ഞു.

ആൽബി ഒന്നും മിണ്ടിയില്ല.

ചിരുത തുടർന്നു. ''നിങ്ങൾക്ക് താൽപ്പര്യമുണ്ടാവില്ലെന്ന് ഞാൻ അയാളോട് പറഞ്ഞു. അഴകും ആരോഗ്യവുമൊക്കെ നഷ്ടപ്പെട്ട് ചണ്ടിയായ എന്നെ നിങ്ങൾക്കെന്തിനാ?''

ആൽബിയുടെ മനസ്സു വിങ്ങി. ''അല്ല ചിരുതേ, ഞാൻ അങ്ങനെ ചിന്തിച്ചേയില്ല. നീ വരുമെങ്കിൽ...''

അവൾ കണ്ണുനീരൊപ്പി. ''പാവം ഭായി, എനിക്ക് മരണംവരെ ഒപ്പം കഴിഞ്ഞ് അദ്ദേഹത്തെ ശുശ്രൂഷിക്കണമെന്നുണ്ട്. പക്ഷേ, അദ്ദേഹമില്ലാതായാൽ എനിക്കും രണ്ടു മക്കൾക്കും എന്തു സംഭവിക്കുമെന്നു ചിന്തിക്കുമ്പോൾ വല്ലാത്ത പരവേശവുമുണ്ട്. ഇവിടെ ചുറ്റിപ്പറ്റി കറങ്ങുന്ന കഴുകന്മാർ ഞങ്ങളെ കൊത്തിക്കീറും.''

''നിങ്ങൾക്കു ഞാനുണ്ട് ചിരുതേ.'' ആൽബി വിറയ്ക്കുന്ന ശബ്ദത്തിൽ പറഞ്ഞു.

പുറത്തു മുച്ചക്ര വണ്ടി വന്നു നിൽക്കുന്ന ശബ്ദം കേട്ടു. ഗോപാൽഭായി നിരങ്ങി ഉള്ളിലേക്കു കയറി.

അമ്മയെ ഉറക്കെ വിളിച്ചുകൊണ്ടു ഒരു പാവാടക്കാരി ഒപ്പം.

ആൽബി അവളെ നോക്കി. തന്റെ സ്വന്തം മകൾ. അവൾ അപരിചിതഭാവത്തിൽ അയാളെ നോക്കി.

''ഒരു കാര്യം, അദ്ദേഹം ഒരു നിബന്ധന വച്ചിട്ടുണ്ട്. തന്റെ മകളെയുംകൂടി കൊണ്ടുപോകണമെന്ന്.'' ചിരുത പറഞ്ഞു.

ഗോപാൽഭായി തന്റെ ഷർട്ടിന്റെ പോക്കറ്റിൽ നിന്നും ടിക്കറ്റെടുത്ത് ആൽബിക്ക് നീട്ടി. ''ട്രെയിൻ ടിക്കറ്റ് ലീജിയേ സാബ്.''

''ഒക്കെ ഭായി ഇന്നലെത്തന്നെ ചെയ്തു. നിങ്ങളെ കണ്ടശേഷം രാവിലെ മോളെ കൊണ്ടുവരാൻ ഏർപ്പാടു ചെയ്തു. പിന്നെ ഒരു ഏജന്റുവഴി എല്ലാവർക്കും പാലക്കാട്ടേക്ക് ടിക്കറ്റും തരപ്പെടുത്തി. നിങ്ങൾ സമ്മതിക്കുമെന്ന് അദ്ദേഹത്തിന് ഉറപ്പുണ്ടായിരുന്നു.'' ചിരുത പറഞ്ഞു.

പുറത്ത് ഒരു ഓട്ടോ വന്നു നിൽക്കുന്ന ശബ്ദം കേട്ടു.

''റയ്‌ലു, ടെൻ തേർട്ടി സാർ.'' ഗോപാൽ പറഞ്ഞു. ചിരുതയെ നോക്കി ഇറങ്ങാൻ ആംഗ്യം കാട്ടി.

ചിരുത അയാളുടെ ശോഷിച്ച കാലുകളിൽ തൊട്ടു കണ്ണിൽ വെച്ചു. അവൾ തേങ്ങിക്കരയുന്നുണ്ടായിരുന്നു.

''കരയേണ്ട, ദൈവം നിന്നെ അനുഗ്രഹിച്ചു.'' ഗോപാൽ പറഞ്ഞു.

ഒന്നും മനസ്സിലാകാതെ കുട്ടികൾ ചിരുതയുടെ കൈപിടിച്ചു പുറത്തേക്കിറങ്ങി.

ആൽബി അയാളോടു നന്ദി പറഞ്ഞു. ''ധന്യവാദ് സാബ്.'' അയാൾ തിരിച്ചു നന്ദി പറഞ്ഞു. അയാളുടെ ചുണ്ടുകൾ വിറയ്ക്കുന്നുണ്ടായിരുന്നു.

അയാൾ അവരെ ഓട്ടോയിൽ കയറ്റിവിട്ടു. ആൽബി ഓട്ടോയിലെ സൈഡ് മിററിലൂടെ പിന്നിലേക്കു നോക്കി. ക്ഷേത്രത്തിലെ വിഗ്രഹം പോലെ പ്രഭാതകിരണമേറ്റു തിളങ്ങുന്ന ഗോപാൽഭായിയുടെ രൂപം.

ചിരുത വല്ലാതെ വിതുമ്പുന്നുണ്ടായിരുന്നു. ആൽബി അവളുടെ കൈകൾ അമർത്തിപ്പിടിച്ചു. സ്റ്റേഷനിലെത്തി വൈകാതെ പാലക്കാട്ടേക്കുള്ള ട്രെയിനെത്തി. ഇളയകുഞ്ഞിനെ ആൽബി ഒക്കത്തെടുത്തു, മൂത്തയാളുടെ കൈപിടിച്ച് ചിരുതയും. ട്രെയിൻ യാത്ര തിരിച്ചു. മുന്നിൽ തേജസ്വിയായ ഒരു രൂപം. ആൽബിയെ അദ്ദേഹം സ്നേഹത്തോടെ നോക്കി. ആൽബി ആ മുഖം ശ്രദ്ധിച്ചു, അച്ഛന്റേതുപോലെ. അതോ സ്വപ്നത്തിൽ കണ്ട വ്യക്തിയോ, അതോ ഭഗവാൻ പ്യാരിയോ?

''ഭഗ്‌വാൻ ഭലാ കരേഗാ ബേട്ടാ.'' (ദൈവം നല്ലതു വരുത്തും മകനേ.) അദ്ദേഹം മൃദുവായ ശബ്ദത്തിൽ പറഞ്ഞു. പിന്നെ ആ രൂപം അലിഞ്ഞലിഞ്ഞ് ഇല്ലാതായി. ആൽബി ചിരുതയെയും കുട്ടികളെയും നോക്കി.

മനസ്സിന്റെ അഗാധതലങ്ങളിൽ നിന്ന്, അതുവരെ അനുഭവവേദ്യമാകാത്ത അനിർവ്വചനീയമായ അനുഭൂതി മുളപൊട്ടുന്നത് അവനറിഞ്ഞു.

■

www.ingramcontent.com/pod-product-compliance
Lightning Source LLC
LaVergne TN
LVHW100307051026
849517LV00006B/2217

* 9 7 8 9 3 9 3 5 9 6 3 2 1 *